தமிழ் நாவல்: வாசிப்பும் உரையாடலும்

சுப்பிரமணி இரமேஷ் (பி.1980)

நவீன இலக்கியங்கள் குறித்த விமர்சனக் கட்டுரைகளை எழுதுகிறார். சென்னை, இந்துக் கல்லூரியில் உதவிப் பேராசிரியராகப் பணியாற்றுகிறார். 'எதிர்க்கதையாடல் நிகழ்த்தும் பிரதிகள்', 'தொடக்க காலத் தமிழ் நாவல்கள்', 'தற்காலப் பெண் சிறுகதைகள்' ஆகிய கட்டுரை நூல்களும் 'ஆண் காக்கை' என்ற கவிதைத் தொகுப்பும் வெளிவந்துள்ளன. 'காலவெளிக் கதைஞர்கள்', 'தமிழ்ச் சிறுகதை: வரலாறும் விமர்சனமும்', 'பெருமாள்முருகன் இலக்கியத்தடம்', 'பத்ம வியூகம்' ஆகிய தொகைநூல்களும் இவரது பங்களிப்புகள்.

ramesh5480@gmail.com
அலைபேசி: 9962453522

தமிழ் நாவல்:
வாசிப்பும் உரையாடலும்

சுப்பிரமணி இரமேஷ்

தமிழ் நாவல்: வாசிப்பும் உரையாடலும் ● கட்டுரைகள் ● சுப்பிரமணி இரமேஷ் ● முதல் பதிப்பு: டிசம்பர் 2021 ● பக்கங்கள்: 232 ● வெளியீடு: ஆதி பதிப்பகம், 15, மாரியம்மன் கோயில் தெரு, பவித்திரம், திருவண்ணாமலை-606806 ● பேசி: 9994880005 ● *aadhipathippagam@gmail.com* ● *www.adavishop.in*

₹ 220

Thamizh Novel: Vaasippum Uraiyadalum ● Articles ● Subramani Ramesh ● © S. Ramesh ● First Edition: December 2021 ● Pages: 232 ● Paper: 75 gsm NS ● Published by Aadhi Pathippagam, 15, Mariamman koil Street, Pavitram, Tiruvannamalai - 606806 ● Mobile: 9994880005 ● E-mail: aadhipathippagam@gmail.com ● www.adavishop.in ● Cover Drawing: Picasso, 'The Fearless One' ● Printed at VS Printers, Chennai

₹ 220

ISBN 978-81-951794-6-6

12/2021/sno37/ap31/18.6/1/500

என் அன்புத் தம்பியும் கவிஞருமான
சோலை மாயவனுக்கு

நன்றி
வீ.அரசு, பெருமாள்முருகன், கல்யாணராமன், தில்லைமுரளி
ப.சரவணன், துரை. இலட்சுமிபதி, தா.அ.சிரிஷா
கு.பத்மநாபன், த.ராஜன், செல்வ.புவியரசன், ஆசை
த.குணாநிதி, இரெ.மிதிலா, பா.சங்கீதா

இந்து தமிழ் திசை, தீராநதி, அடவி
கூடு, தாமரை, மேன்மை

பொருளடக்கம்

முன்னுரை: ஆய்வுகளைப் புறக்கணிக்கும் சாகித்ய அகாதெமி 11
சுப்பிரமணி இரமேஷ்

1. *சிற்றன்னை*: வன்மத்தை எழுதித் தணித்தல் 19
2. *பஞ்சும் பசியும்*: வாசிப்புக்கு உகந்த நாவல் 27
3. *கடலுக்கு அப்பால்*: இளங்கோவின் கண்ணகியும்
   ப.சிங்காரத்தின் மரகதமும் 35
4. *குறிஞ்சித்தேன்*. படகர்களின் வரலாறு 44
5. *சாயாவனம்*: இயற்கையின்மீது நிகழ்த்தும் வன்முறை 52
6. *சினிமாவுக்குப் போன சித்தாளு*: தமிழ் சினிமாவின்
   எதிர்ப்பரசியல் 58
7. *தண்ணீர்*: அசோகமித்திரனுக்குத் தெரியாது! 69
8. *மரப்பசு*: முந்நூறு பாய்கள் 77
9. *காகித மலர்கள்*: ஆழ்மனதின் உரையாடல்கள் 86
10. *ஆத்துக்குப் போகணும்*: வீடெனும் பெண் வெளி 94
11. *பறளியாற்று மாந்தர்*: ஓர் இலக்கியச் சாதனை 102
12. *காதுகள்*: தமிழ் நாவலில் ஒரு கலகம் 109
13. *கோவேறு கழுதைகள்*: வண்ணார் சமூகத்தின்
    இனவரைவியல் 119
14. *அட்லாண்டிஸ் மனிதன் மற்றும் சிலருடன்*: தமிழ் சினிமா 129
15. *அம்மன் நெசவு*: சாதியத்தின் வரைபடம் 137
16. *சோளகர் தொட்டி*: வதையின் வரலாறு 144
17. *மரம்*: புறமுகங்களின் அகம் 155
18. *மாதொருபாகன்*: மையத்தைச் சிதைக்கும் வாசிப்பரசியல் ... 161
19. *கானகன்*: காட்டுயிர்களின் கதை 170

20. *சென்னைக்கு மிக அருகில்*: ஆடைகளை இழக்கும் எழுத்து . 180
21. *சேவல்களம்*: நாவலில் தமிழ்ச்சமூக விழுமியங்கள்............. 187
22. *நிலநடுக் கோடு*: அடையாளச் சிக்கலைப் பேசும் நாவல்...... 194
23. *குதிப்பி*: 'குடி'க்கு எதிரான குரல் 201
24. *தீர்ப்புகளின் காலம்*: சிறுதெய்வ உருவாக்கத்தின் பின்னணி. 207
25. *ஈமம்*: புனைவின் காத்திரத்தால் நிற்கும் நாவல் 212
    நாவல் பதிப்பு விவரங்கள் 219
    நாவல் ஆசிரியர்கள் 221

ஆய்வுகளைப் புறக்கணிக்கும் சாகித்ய அகாதெமி

மதிப்பெண் பெறுவதற்காகத் தொடங்கிய புனைகதை வாசிப்பு, இன்று படித்தவற்றைப் பகிர்ந்துகொள்ளும் ஆர்வத்தினூடாகத் தொடர்கிறது. மரபிலக்கியங்கள் குறித்து விரிவாகப் பேசுவதற்கும் அதன் போதாமைகளை நிறைவுசெய்வதற்கும் புனைகதைகளே எனக்கு உதவுகின்றன. உதாரணமாகத் திரௌபதி, கர்ணன், கண்ணகி, கோவலன், மணிமேகலை, சீதை போன்ற காப்பியக் கதாபாத்திரங்களை அதன் அசல் பிரதிகளைவிட புனைகதைகளே நுண்ணுணர்வுடன் அணுகியிருக்கின்றன. மூல ஆசிரியர்கள் கவனமாக மறைத்த பக்கங்களை நவீன இலக்கியங்களே திறந்து பார்க்க உதவுகின்றன. ராஜாஜியின் *வியாசர் விருந்*தைவிட பூமணியின் *கொம்மை* எனக்கு அணுக்கமான படைப்பாக இருக்கிறது. சிலப்பதிகாரத்தின் இடைவெளிகளை நிரப்பிக்கொள்ள ஜெயமோகனின் *கொற்றவை* எனக்குத் தேவைப்படுகிறது. இராமனின் ஆண்மனதைப் புதுமைப்பித்தனின் 'அகலிகை' கொண்டே புரிந்துகொள்கிறேன். இந்நவீன வாழ்க்கைமீதுள்ள கசப்பை வெளியே நிறுத்திப் பார்க்கவும் சக மனிதர்களின் உணர்வுகளைப் புரிந்துகொள்ளவும்கூட புனைகதைகள் பயன்படுகின்றன.

புனைகதைகளில் சிறுகதைகளைவிட புதினங்களே வாசிப்பதற்கும் எழுதுவதற்கும் எளிமையாக இருக்கின்றன. புதினங்கள் உருவாக்கும் வெளி பெரியதாக இருந்தாலும், அதன் ஒற்றைத்தன்மை பிரதியை உள்வாங்கிக்கொள்வதற்கும் விமர்சிப்பதற்கும் உகந்ததாக இருக்கிறது. *தொடக்க காலத் தமிழ்*

நாவல்கள் என்ற பெயரில் இதற்கு முன்பும் ஒரு நூல் எழுதியிருக்கிறேன். *பிரதாப முதலியார் சரித்திரம்* முதல் *இதய நாதம்* வரையிலான இருபத்தைந்து நாவல்கள் குறித்துக் காலவரிசைப்படி (1879-1952) எழுதியது அந்நூல். அடுத்த ஐம்பதாண்டுகளில் (1950-2000) வெளிவந்த இருபத்தைந்து நாவல்கள் குறித்து எழுதவேண்டும் என்ற உந்துதலை அந்நூல் எனக்கு உருவாக்கிக் கொடுத்தது. என் மாணவர்களிடம் நவீன வாசிப்பைக் கொண்டுசெல்ல வேண்டும் என்ற நோக்கம் அந்நூல் உருவாவதற்கு முதன்மைக் காரணமாக இருந்தது. இருபத்தைந்து நாவல்களையும் அதனை எழுதிய எழுத்தாளர்களையும் அறிமுகப்படுத்தும் தன்மையிலேயே அந்நூலை எழுதியிருந்தேன். நண்பர் மணி நடத்திய *மேன்மை* இதழ் நான் தொடர்ச்சியாக எழுதுவதற்கு உதவியது. தவிர்க்க இயலாத காரணத்தால் அவ்விதழ் நின்றுவிட்டது. இச்சூழலில் நண்பர் த.ராஜன் மூலமாக *இந்து தமிழ் திசை* நாளிதழில் நூல் விமர்சனம் எழுதும் வாய்ப்புக் கிடைத்தது. எழுதுவதற்குப் பெரும்பாலும் புனைகதைகளாகத் தேர்ந்தெடுத்தேன். நாவலாக இருந்தால் அதனை விரிவாக எழுதி வைத்துக்கொள்ளும் பழக்கம் உருவானது. நண்பர் கல்யாணராமன் முன்னெடுத்த அண்ணாநகர் ஆய்வு வட்டத்தில் சில நாவல்கள் குறித்து உரையாடும் வாய்ப்பு ஏற்பட்டது. மேலும், இப்பெருந்தொற்றுக் காலம் பல நாவல்களை வாசிக்கவும் சில நாவல்கள் குறித்து எழுதவும் வாய்ப்பளித்தது. நாவல்கள் குறித்து மட்டுமே எழுதுவதற்கு இயலாமைகூட ஒரு காரணமாக இருக்குமென்று தோன்றுகிறது. ஆய்வுக் கட்டுரைகள் எழுதுவதற்குக் கூடுதல் உழைப்பும் காலமும் தேவை என்பதை உணர்ந்தேதான் இப்பணியைச் செய்கிறேன்.

ஜெயமோகன், எஸ்.ராமகிருஷ்ணன், அ.ராமசாமி, ந.முருகேச பாண்டியன் போன்ற பலர் நாவல்கள் குறித்துத் தொடர்ந்து பேசியும் எழுதியும் வருகிறார்கள். முன்னிருப்பவர்களுக்குக் கிடைத்த வெளிச்சம் பின்னவர்களுக்குக் கிடைக்கவில்லை. காரணம், முன்னவர்கள் படைப்பிலக்கியவாதிகள். க.நா.சு., தொ.மு.சி.ரகுநாதன் போன்றவர்களும் இரு தளங்களிலும் செயல்பட்டனர். புனைவு கவனிக்கப்படும் அளவிற்கு அ-புனைவு கவனிக்கப்படுவதில்லை. மாணவர்கள்கூட 'கதை புத்தகம் கொடுங்க சார்' என்றுதான் கேட்கிறார்கள். விருதுகள்கூட பெரும்பாலும் படைப்புகளுக்கே வழங்கப்படுகின்றன. சாகித்ய அகாதெமி வழங்கும் விருதுகளை உதாரணத்துக்கு எடுத்துக்கொள்வோம். சாகித்ய அகாதெமி இந்தியக் கலாச்சார

அமைச்சகத்தின் ஒரு பகுதியாக இயங்கும் தன்னாட்சி அதிகாரம் பெற்ற அமைப்பாகும். அந்த அமைப்பைத் தொடங்குவதற்கு ஓர் உன்னத நோக்கம் இருந்தது. காத்திரமான இந்திய எழுத்தாளர்களை அங்கீகரிக்கவும் அவர்களையும் அவர்களது படைப்புகளையும் உலகிற்கு அறிமுகப்படுத்தவும் ஓர் ஊடகமாகத் திகழவேண்டும் என்பதுதான் சாகித்ய அகாதெமியின் முதன்மை நோக்கமாக இருந்தது. 1954, மார்ச் 12ஆம் தேதி இவ்வமைப்பு தொடங்கப்பட்டது.

சாகித்ய அகாதெமி வழங்கும் விருதின்மேல் மிகப்பெரிய மரியாதை இருக்கிறது. சாகித்ய அகாதெமி விருதுபெற்ற நூல்கள் அதிக அளவில் விற்பனையாகின்றன; பிற மொழிகளில் மொழிபெயர்க்கப்படுகின்றன. தகுதியான நூல்களுக்கு ஒவ்வொரு வருடமும் விருது வழங்கும் மிகப்பெரிய பொறுப்பும் சாகித்ய அகாதெமிக்கு இருக்கிறது. ஓர் அரசு அளிக்கும் விருது தரத்தின் குறியீடாகப் பார்க்கப்படுகிறது. தரமான படைப்புகளுக்குத்தான் இவ்விருது வழங்கப்படும் என்ற பொதுப்புத்தி மனநிலைதான் இவ்விருதின் உன்னதத்திற்குக் காரணம். வெளிப்படையான நிர்வாகக் கட்டமைப்பைக் கொண்டிருந்தாலும் சில தருணங்களில் இவ்வமைப்பு விமர்சனங்களையும் எதிர்கொள்ள வேண்டி யிருக்கிறது.

1955 முதல் 2020 வரையிலான காலகட்டங்களில் அறுபது விருதுகள் தமிழ்மொழிப் படைப்புகளுக்கு வழங்கப்பட்டி ருக்கின்றன. (ஐந்து ஆண்டுகள் விருதுகள் வழங்கப்படவில்லை.) இதில் புனைவிலக்கியத்திற்கு மட்டும் நாற்பத்திரண்டு முறை வழங்கப்பட்டுள்ளது. அதிகபட்சமாக நாவலுக்கு மட்டும் இருபத்தெட்டுமுறை சாகித்ய அகாதெமி விருதை வழங்கியுள்ளது. இதில் கடைசி மூன்று ஆண்டுகளாக நாவல்களே *(சஞ்சாரம், சூல், செல்லாத பணம்)* இவ்விருதைப் பெற்றுள்ளன. 'இந்த வருடம் எந்த நாவலுக்கு விருது கிடைக்கும்?' என்ற பாணியிலேயே சமீப காலங்களில் பொதுவெளியில் உரையாடல்கள் நடப்பதையும் அவதானிக்க வேண்டும். இது ஆரோக்கியமானப் போக்காக இருக்குமா? என்று சாகித்ய அகாதெமி சிந்தித்துப் பார்க்க வேண்டும்.

கடந்த அறுபது ஆண்டுகால சாகித்ய அகாதெமியின் விருதுகளில் பதினெட்டுமுறை மட்டுமே அ-புனைவிற்குக் கொடுக்கப்பட்டுள்ளது. இது வெறும் 22.5 சதவீதம் மட்டுமே. புனைவில் நாவல், சிறுகதை, கவிதை, நாடகம் என நான்கு

பிரிவுகள் மட்டுமே உள்ளன. ஆனால் அ-புனைவில் கட்டுரை, இலக்கியத் திறனாய்வு, தன் வரலாறு, வாழ்க்கை வரலாறு, இலக்கிய வரலாறு, பயண இலக்கியம், உரையாக்கம் ஆகிய ஏழு பிரிவுகளில் இந்தப் பதினெட்டு விருதுகள் அளிக்கப்பட்டுள்ளன. சமூக வரலாறு, பண்பாட்டு வரலாறு, மொழி ஆய்வுகள், இலக்கண ஆய்வுகள், தொல்பொருள் ஆய்வுகள், கல்வெட்டு ஆய்வுகள், இலக்கியக் கோட்பாடுகள், நினைவுகள், கலை வரலாறு, தத்துவம், நாட்டுப்புறவியல் உள்ளிட்ட ஏராளமான பிரிவுகள் அ-புனைவில் உள்ளன. மேற்கண்ட பிரிவுகளில் ஒரு விருதைக்கூட தமிழிற்குச் சாகித்ய அகாதெமி வழங்கவில்லை. எடுத்துக்காட்டாக, உருது மொழியில் முதல் விருதே (1955) தத்துவம் சார்ந்த நூலுக்கு வழங்கப்பட்டுள்ளது. ஓவியத்திற்குக்கூட (தெலுங்கு 1983, உருது 1963) விருதுகள் வழங்கப்பட்டுள்ளன. நாட்டுப்புறக் கதைகள் (ராஜஸ்தானி, 1974), வாய்மொழி வரலாறு (சமஸ்கிருதம், 1970), பண்பாட்டு ஆய்வு (மராத்தி 1955, ஒரியா 1994) போன்ற வெவ்வேறு அ-புனைவு சார்ந்த நூல்களுக்குப் பிற மொழிகளில் விருதுகள் வழங்கி அங்கீகரிக்கும்போது, தமிழ்மொழி மட்டும் நாவலை மட்டுமே இலக்கியமெனக் கருதி விருதுகளை வழங்கிக் கொண்டிருப்பதேன்?

தமிழில் புனைவிலக்கியச் செயல்பாடுகள் மட்டுமே காத்திரமாக நடைபெறுகின்றன என்ற வாதம் ஏற்புடையதாக இருக்காது. அவ்வாதம் ஏற்கப்பட்டால் அதனை இலக்கிய வீக்கமாகவே பார்க்கவேண்டியுள்ளது. சாகித்ய அகாதெமி விருதுகள் வழங்கப்பட்ட தொடக்கக் காலத்தில் புனைவு, அ-புனைவு என இரண்டிற்கும் இணை முக்கியத்துவம் கொடுக்கப்பட்டுள்ளது. உதாரணமாக, முதல் பத்தாண்டுகளில் (1955-1964) ஆறு விருதுகள் கொடுக்கப்பட்டுள்ளன. அதில் மூன்று புனைவிற்கும் மூன்று அ-புனைவிற்கும் வழங்கப்பட்டுள்ளன. அடுத்த பத்தாண்டுகளில் ஆறு புனைவிற்கும் நான்கு அ-புனைவிற்கும் கொடுக்கப்பட்டுள்ளன. மூன்றாவது பத்தாண்டில் (1975-1984) கொடுக்கப்பட்ட ஒன்பது விருதுகளில் ஐந்தை அ-புனைவு பெற்றிருக்கிறது. அதன் பிறகு அ-புனைவிற்கான வீழ்ச்சி தொடங்கியிருக்கிறது. 1995-2004 காலகட்டங்களில் ஒரே ஒருமுறை (தி.க.சிவசங்கரன்) மட்டுமே அ-புனைவிற்கு விருது வழங்கப்பட்டுள்ளது. இதைவிடக் கொடுமை, அடுத்த பத்தாண்டுகளில் (2005-2014) ஒருமுறைகூட அ-புனைவிற்கு

விருது வழங்கப்படவில்லை. அதாவது 1989இல் லா.ச.ரா.வின் சிந்தாநதி என்ற தன்வரலாற்றுக் கட்டுரைக்கு விருது வழங்கப் பட்டது. அதற்குப் பிறகான முப்பத்தோர் ஆண்டுகளில் (1990-2020) இருமுறை மட்டுமே புனைவல்லாத நூலுக்கு விருது அளிக்கப் பட்டுள்ளது. 2000இல் தி.க.சிவசங்கரனுக்கும் (விமர்சனங்கள் மதிப்புரைகள் பேட்டிகள்) 2015இல் ஆ.மாதவனுக்கும் (இலக்கியச் சுவடுகள்) கொடுக்கப்பட்டிருக்கிறது. இதில் பின்னவர் ஒரு புனைகதையாளர். அ-புனைவு அவருக்கு ஓர் உபபணிதான். அவரது முந்தைய படைப்புகளுக்காகவே இவ்விருது வழங்கப்பட்டி ருக்கிறது. அதனால் இவ்விருதை அ-புனைவிற்கு மதிப்பளித்துக் கொடுக்கப்பட்ட விருதாக ஏற்றுக்கொள்வதில் தயக்கம் இருக்கிறது.

தமிழ்ச்சூழலில் மட்டும்தான் புனைவுக்கு முக்கியத்துவம் கொடுக்கப்படுகிறது என்றும் கூறமுடியாது. அனைத்து மொழிகளிலுமே இந்தப் புறக்கணிப்பு நடந்துள்ளது. தமிழில் அதிகம். உதாரணமாக, இந்த வருடம் (2020) அறிவிக்கப்பட்ட 24 மொழிகளின் சாகித்ய அகாதெமி விருதுகளில், 21 விருதுகள் புனைவுகளுக்கு (நாவல்-5, சிறுகதை-6, கவிதை-8, நாடகம்-2) வழங்கப்பட்டுள்ளன. ராஜஸ்தானி மொழியில் கட்டுரைக்கும் பெங்காலியும் மலையாளமும் நினைவுகளுக்கும் விருதுகளை வழங்கியுள்ளன. சாகித்ய அகாதெமியின் ஆலோசனைக்குழு உறுப்பினர்களாக இருப்பவர்கள் பெரும்பாலும் கல்வித்துறை சார்ந்தவர்கள்; ஆய்வாளர்கள். அப்படியிருந்தும் புனைவுகளுக்கு மட்டுமே முக்கியத்துவம் அளிக்கப்படுவது எப்படி என்பது விளங்கவில்லை.

தமிழ்ச்சமூகத்தில் ஆய்வுகளுக்குப் பெரிய அங்கீகாரம் இல்லை. அ.கா. பெருமாள், தமிழறிஞர்கள் என்ற நூலில் நாற்பது தமிழ் ஆய்வாளர்கள் குறித்து எழுதியுள்ளார். அதில் பி.ஸ்ரீ. ஆச்சார்யா, கி.வா.ஜகந்நாதன் ஆகிய இருவர் மட்டுமே சாகித்ய அகாதெமி விருது பெற்றவர்கள். அகாதெமி விருதுகள் தொடங்கப்படுவதற்கு முன்பே இறந்துபோனவர்கள் அதில் பலர். அவர்களைத் தவிர, ச.வையாபுரிப்பிள்ளை, மு.இராகவையங்கார், சோமசுந்தர பாரதியார், தேவநேயப் பாவாணர், பெ.தூரன் உள்ளிட்ட பலர் அகாதெமியின் பார்வைக்குப் படாமலேயே கழிந்துபோயினர். இதெல்லாம் கடந்தகாலச் சான்றுகள். இனி வரும் காலத்திலும் அப்படி நடந்துவிடக் கூடாது. சமூகவியல், வரலாறு, பண்பாடு குறித்த ஆய்வுகள் புனைவைவிட கடும் உழைப்பைக் கோருபவை.

சாகித்ய அகாதெமி அமைப்பு, 'யுவ புரஸ்கார்' எனும் விருதை 2011ஆம் ஆண்டு முதல் வழங்கி வருகிறது. இதன் தற்போதைய பரிசுத் தொகை ஐம்பதாயிரம். இவ்விருதும் 24 மொழிகளில் வழங்கப்படுகிறது. 35 வயதிற்குட்பட்ட ஓர் எழுத்தாளரின் முதல் புத்தகத்திற்கோ அல்லது அவரின் சிறந்தொரு புத்தகத்திற்கோ இவ்விருது அளிக்கப்படும் என்று சாகித்ய அகாதெமி தகுதியை நிர்ணயித்துள்ளது. 'இவ்விருது புனைவு களுக்கு மட்டுமே வழங்கப்படும்' என்ற விதியைச் சாகித்ய அகாதெமி வரையறை செய்யவில்லை. அவ்வாறு இருக்கும்போது, 2011 முதல் 2020 வரை தமிழ்மொழிக்கு வழங்கப்பட்ட பத்து 'யுவ புரஸ்கார்' விருதுகளில் ஒருமுறைகூட அ-புனைவுக்கு வழங்கப்படவில்லை. இதிலும் ஐந்துமுறை நாவலுக்கு வழங்கப்பட்டுள்ளது. 35 வயதிற்குட்பட்ட ஓர் அ-புனைவு எழுத்தாளர்கூட தமிழில் இல்லை என்பது துரதிருஷ்டவசமானது. தமிழ், கன்னடம், மலையாளம், தெலுங்கு ஆகிய தென்னிந்திய மொழிகளில் தெலுங்கில் மட்டும் ஒருமுறை (2014) கட்டுரைத் தொகுப்புக்கு 'யுவபுரஸ்கார்' விருது வழங்கப்பட்டுள்ளது. இதனை எப்படிப் புரிந்துகொள்வது? பிற மொழிகளில் அ-புனைவிற்கும் 'யுவபுரஸ்கார்' விருதுகள் வழங்கப்பட்டுள்ளன. இந்த வருடம்கூட (2020) நேபாளி மற்றும் ஒரிய மொழிகள் கட்டுரைத் தொகுப்புகளுக்கு விருதுகளை வழங்கியுள்ளன. மேலும், பயணக் கட்டுரை (கொங்கனி), திறனாய்வு (இந்தி, உருது), நினைவுக்குறிப்பு (ஆங்கிலம்) என ஆறு மொழிகள் அ-புனைவிற்கு முக்கியத்துவம் கொடுத்துள்ளன. இப்படியிருந்தால் இளம் தலைமுறையினர் ஆய்வுப் பக்கம் எப்படி வருவார்கள்? இனி, முனைவர்பட்ட ஆய்வுகள் மட்டும்தான்.

எனது நோக்கம், புனைவு நூல்களைவிட ஆய்வு நூல்கள் சிறந்தது என்று நிறுவுவதும் சாகித்ய அகாதெமியை விமர்சிப்பதும் அல்ல. புனைவுக்குக் கொடுக்கப்படும் முக்கியத்துவம் புனைவல்லாத எழுத்துக்கும் கொடுக்கப்பட வேண்டும் என்பதுதான். ஒரு படைப்பாளரின் விருதுக்குத் தேர்வாகும் நூலை மட்டும் பார்க்கக்கூடாது; அவரின் தொடர்ச்சியான இலக்கியச் செயல்பாட்டையும் கவனத்தில் எடுத்துக்கொள்ள வேண்டும் என்று சாகித்ய அகாதெமி கூறுகிறது. புனை வெழுத்தாளருக்கு நிகரான ஆய்வாளர்களும் தமிழில் தொடர்ந்து இயங்கிக்கொண்டிருக்கின்றனர். வெங்கட் சாமிநாதனுக்கு இனி வாய்ப்பில்லை. ஆனால் தொ.பரமசிவனுக்கும் கோவை

ஞானிக்கும் இன்னும்கூட வாய்ப்பிருக்கிறது. இன்குலாப்பிற்குச் செய்த மரியாதையை இந்த வருடம் (2020) இவர்களில் ஒருவருக்குச் செய்திருக்கலாம். என்ன செய்வது தேர்வாளர்களுக்கு என்னைப் போன்று நாவல்தான் வாசிப்பதற்கு உகந்த வடிவமாக இருக்கிறது.

குறைந்தது நூறு நாவல்கள் குறித்தாவது எழுதிவிடவேண்டும் என்ற விருப்பம் எனக்குண்டு. அதனால் இந்த வரிசையில் இன்னும் இருநூல்களை எதிர்பார்க்கலாம். எனது முதல் நூலான எதிர்க்கதையாடல்கள் நிகழ்த்தும் பிரதிகள் நூலில் இடம்பெற்றிருந்த கோவேறு கழுதைகள், சோளகர் தொட்டி, அட்லாண்டிஸ் மனிதன் மற்றும் சிலருடன் ஆகிய மூன்று நாவல்கள் குறித்த கட்டுரைகளைத் தேவை கருதி இந்நூலில் சேர்த்திருக்கிறேன். இந்நூலிலுள்ள இருபத்தைந்து கட்டுரைகளில் இரண்டு மட்டுமே பெண்கள் எழுதிய நாவல்கள் குறித்தவை. காலந்தோறும் பெண்கள் எழுதிய நாவல்கள் குறித்து எழுதவேண்டுமென்ற எண்ணமும் உண்டு. புதுமைப்பித்தனின் சிற்றன்னை 1950இல் பிரசுரமாகியிருக்கிறது. கவிப்பித்தனின் ஈமம் இந்த ஆண்டு வெளிவந்த நாவல். ஆக, கடந்த எழுபது வருடங்களில் வெளிவந்த நாவல்கள் குறித்த கட்டுரைகள் இந்நூலில் இடம்பெற்றுள்ளன.

சிற்றன்னையும் சினிமாவுக்குப் போன சித்தாளுவும் குறுநாவல்கள் என்று பட்டியலிடுகின்றனர். அளவு கருதி அவற்றைக் குறுநாவல்கள் பட்டியலில் சேர்த்தாலும் அவற்றின் புனைவுவெளி நாவலுக்குரிய தன்மைகளுடன் அமைந்துள்ளதை வாசித்தவர்கள் அறிவார்கள். கருத்தரங்கிற்காக எழுதப்பட்ட ஒருசில கட்டுரைகள் அடிக்குறிப்புகளுடன் இருந்தன. நவீன வாசிப்பு அடிக்குறிப்பைத் தவிர்க்கவே விரும்புகிறது. எனவே அவற்றைக் கட்டுரைக்குள்ளேயே சேர்த்துவிட்டேன். சில கட்டுரைகளை இன்னும் செம்மையாக எழுதியிருக்கலாம் என்று தோன்றத்தான் செய்கிறது. சில நாவல்களை எழுதாமல் விட்டிருக்கலாம் என்றுகூட தற்போது தோன்றுகிறது. இது எப்போதும் இருக்கும் மனநிலைதான்.

ஒரு நாவலை வாசிக்கும்போது அந்நாவல் குறித்து உருவாகும் மதிப்பீடுகள் எழுதும்போது பிடிபடாமல் போய்விடுவதும் உண்டு. நாவலைப் புரிந்துகொள்வதற்கான கருவி நூல்கள் தமிழில் அதிகமும் உருவாகாததும் இதற்குக் காரணம். புனைவின் கதைக்குள் நுழையாமல் புனைவை விமர்சிக்கும் நிலைக்கு

நகர்ந்திருப்பதை இந்நூலின் பல கட்டுரைகள்வழி என்னால் உணர முடிகிறது. வாசித்தலும் பகிர்தலும்தான் இந்நூல் என்றும் சுருக்கமாகச் சொல்லலாம். சென்னைப் பல்கலைக்கழக தமிழ் இலக்கியத்துறையில் எனக்கு ஒருவருடம் பின்னர் இணைந்தவர் து.மூர்த்தி. இன்று கவிஞர் சோலை மாயவனாக உயர்ந்திருக்கிறார். அரசு பள்ளியில் முதுகலைத் தமிழாசிரியர். எனக்கு அவ்வப்போது தேவைப்படும் நூல்களை உடனடியாக வாங்கிக் கொடுப்பவர். இயல்பிலேயே பிறருக்கு உதவும் மனம் கொண்ட அவரது அன்புக்கு இந்நூல் சமர்ப்பணம்.

10.11.2021   சுப்பிரமணி இரமேஷ்
சென்னை - 40

சிற்றன்னை:
வன்மத்தை எழுதித் தணித்தல்

'வாழ்க்கை நெருப்பில் அடிபட்டுக் காய்ந்த முகம்; வயதுக்கு மீறிய முதுமை; நோஞ்சான் உடம்பு. தொளதொளத்துத் தொங்கும் வெள்ளைக் கதர் ஜிப்பாதான் உடம்பின் சோனித்தன்மையை மூடி மறைத்திருந்தது' (*புதுமைப்பித்தன்: மரபை மீறும் ஆவேசம்*) என்று புதுமைப்பித்தனை விவரித்திருக்கிறார் தொ.மு.சி.ரகுநாதன். பாரதிக்குப் பிறகு வறுமை தின்ற படைப்பாளிகளில் முக்கியமான வராகப் புதுமைப்பித்தன் இருக்கிறார். இவர் எழுதிய ஒவ்வொரு கதைக்கும் பின்னுள்ள வாழ்க்கையின் நெருக்கடிகளை உணரும்போதுதான், அக்கதைகள் பேரிலக்கியங்களாகின்றன.

97 கதைகளைப் புதுமைப்பித்தன் எழுதியிருக் கிறார் (*புதுமைப்பித்தன் கதைகள், ஆ.இரா. வேங்கடாசலபதி*). *சிற்றன்னை* என்ற குறுநாவலும் *அன்னை இட்ட தீ* என்ற முற்றுப் பெறா நாவலும் இக்கணக்கில் சேரா. இவர் கதைகள் குறித்து எழுதப்பட்ட முக்கியமான விமர்சனங்களை நோக்கும்போது, இவரின் முப்பதுக்கும் குறைந்த கதைகளே திரும்பத் திரும்ப மதிப்பிடப் பட்டிருக்கின்றன என்றறிய முடிகிறது. பல கதைகள் குறித்துப் பேசப்படவேயில்லை. அதில் *சிற்றன்னை* குறுநாவலும் ஒன்று. அ.கி.கோபாலனின் *காதம்பரி*

(ஏப்ரல்-மே,1949) இதழில் பிரசுரமான இக்கதை, 1950இல் நூல் வடிவம் (சரஸ்வதி பிரசுரம், சென்னை) பெற்றது.

புதுமைப்பித்தனின் மறைவுக்குப் பிறகு பிரசுரமான இப்புனைவை, அவர் பேனா உமிழ்ந்து தள்ளிய பல கதைகளில் இதுவும் ஒன்று என விமர்சகர்கள் கடந்திருக்கின்றனர். தொ.மு.சி.யும்கூடப் போகிறபோக்கில், 'அவர் எழுதியுள்ள 'சிற்றன்னை' என்ற குறுநாவலும் அவரது மேதாவிலாசத்துக்கொத்த சிறந்த படைப்பு எனச் சொல்ல முடியாது' (புதுமைப்பித்தன் கதைகள்: சில விமர்சனங்களும் விஷமத்தனங்களும்) எனக் கூறிவிடுகிறார். 'எடுத்த எடுப்பில் எழுதியும் வெற்றி காண்பதற்குக் காரணம் என் நெஞ்சில் எழுதாக் கதைகளாகப் பல எப்பொழுதும் கிடந்துகொண்டே இருக்கும். அந்தக் கிடங்கிலிருந்து நான் எப்பொழுதும் எடுத்துக்கொள்வேன்' (சுந்தர ராமசாமி, புதுமைப்பித்தன்: மரபை மீறும் ஆவேசம்) எனப் புதுமைப்பித்தனின் வாக்குமூலத்தையும் தொ.மு.சி.தான் பதிவு செய்திருக்கிறார். ஆக, ஒவ்வொரு கதையும் புதுமைப்பித்தனின் மனதில் ஊறிக்கிடந்ததுதான். சிற்றன்னை புனைவுக்குப் பின்னுள்ள உளவியலைப் புரிந்துகொள்ளும்போதே இதன் உயரத்தை அறியமுடியும். புதுமைப்பித்தனின் ஒவ்வொரு கதையும் அவரது வாழ்வின் ஒரு துண்டு. இக்கண்ணியைத் தொடும்போது இப்புனைவின் பிரமாண்டத்தைத் துய்க்க முடியும். அதுவரை அதுவொரு கதை, அவ்வளவுதான்.

1979இல் மகேந்திரன், சிற்றன்னை குறுநாவலை மூலக்கதையாக்கி, 'உதிரிப் பூக்கள்' என்ற திரைப்படத்தை இயக்கினார். விஜயன், அஸ்வினி, சரத்பாபு, மதுமாலினி, சாருஹாசன், பேபி அஞ்சு, மாஸ்டர் ராஜா உள்ளிட்ட பலர் இந்தப் படத்தில் நடித்திருந்தனர். இத்திரைப்படம் அனைவராலும் கொண்டாடப்பட்டது. இப்படத்தின் நாயகியான அஸ்வினி வெளிப்படுத்திய முகபாவனைகள் இன்றும் மனதைக் கரைக்கின்றன. 'நீங்க எல்லாரும் ரொம்ப நல்லவங்களா இருந்தீங்க. ஆனா இன்னக்கி, உங்க எல்லாரையும் நான் என்னப்போல மாத்திட்டன். நான் செய்த தவறுகள்ளயே பெரிய தவறு அதான்' என நாயகன் விஜயன் இறுதிக்காட்சியில் பேசும் வசனம் உலக இலக்கியத்துடன் இணைத்துப் பேசப்பட்டது. கண்ணீரை வரவைக்கும் இம்முடிவுக்காக மகேந்திரன் இன்றும் நினைவுகூரப்படுகிறார். சிற்றன்னை கதையைப் புரிந்துகொள்ள இத்திரைப்படம் தடையாக இருக்கிறது. புதுமைப்பித்தனின் கதையை மகேந்திரன் படமாக்கவில்லை. மூலக்கதைக்கும்

திரைப்படத்திற்கும் பெரிய தொடர்புகள் இல்லை. இப்படியொரு கதையைப் புதுமைப்பித்தன் எழுதமாட்டார் என்பதைப் புனைவையும் திரைப்படத்தையும் ஒருசேர அணுகுபவர்களால் புரிந்துகொள்ள முடியும். இக்குறுநாவலுக்கும் திரைப்படத்திற்கு முள்ள இடைவெளியையும் இப்புனைவைப் புதுமைப்பித்தன் எழுதியதன் பின்னணியையும் விளக்குவதாக இக்கட்டுரை அமையும்.

ஆங்கிலப்பேராசிரியர் சுந்தரவடிவேலுவின் இரண்டாம் மனைவி மரகதம். முதல் மனைவி இறந்துவிட்டாள். ராஜா, மீனாட்சி(குஞ்சு) எனக் குழந்தைகளின் சிற்றன்னையாக அந்த வீட்டுக்கு வருகிறாள் மரகதம். குஞ்சுவைப் பார்த்துப் பெருமிதமடைகிறாள். சிற்றன்னையின் இலக்கணத்தை மீறி, ஒரு தாயாகக் குஞ்சுவிடம் நடந்துகொள்கிறாள். மேலும், மரகதத்திற்கு இவர்களைத் தன் குழந்தைகளாக ஏற்றுக் கொள்வதிலும் சங்கடம் ஏதுமில்லை. திருமணம் முதல் மனைவியின் அப்பா விருப்பத்துடன்தான் நடைபெறுகிறது. உறவுகளற்ற மரகதம், அவரை அப்பாவாக ஏற்றுக்கொள்கிறாள். ஒருநாள் ராஜா மழையில் நனைந்து காய்ச்சல் வந்து இறந்துவிடுகிறான். மரகதமும் சுந்தர வடிவேலுவும் துடித்துப் போகின்றனர். எல்லாம் விதி என்று கதையை முடிக்கிறார் புதுமைப்பித்தன்.

இக்கதை, குஞ்சுவின் வெவ்வேறு மனநிழல்களைப் பிரதானப்படுத்துகிறது. சிற்றன்னை மரகதத்தின் மென் உணர்வுகளையும் விவரிக்கிறது. அக்கா என்று திருமணத்தன்று குஞ்சுவால் அழைக்கப்பட்ட மரகதம், புனைவின் முடிவில் அம்மா என்று அழைக்கப்படும் நிலைக்குத் தனது இடத்தை விரிவாக்கிக்கொள்கிறாள். புதுமைப்பித்தனின் வாழ்வுடனான நேர்த்தொடர்பு இப்புனைவுக்குண்டு. இதைப் புதுமைப்பித்தன் எழுதியதற்குச் சில வலிமையான காரணங்களும் உண்டு.

புதுமைப்பித்தன் பிறந்த எட்டாம் வருடத்தில் அவரின் தாய் பர்வதத்தம்மாள் இறந்துவிட்டார். சொக்கலிங்கம்பிள்ளை காந்திமதியம்மாளை இரண்டாவதாக மணந்துகொண்டார். புதுமைப்பித்தனுக்கு ருக்மணி என்ற உடன்பிறந்த தங்கை உண்டு. சித்திக்கு மூன்று ஆண் பிள்ளைகள். புதுமைப்பித்தன் தன்னைப் போல் தாசில்தார் ஆவார் என்று தந்தை எதிர்பார்த்தார். அது பொய்த்துப் போனது. சித்தி கொடுமைக்கு ஆளாகியே புதுமைப்பித்தன் வளர்ந்திருக்கிறார். பிறகு, சித்தியுடன் தந்தையும்

சேர்ந்துகொண்டார். தன் சித்தியிடம் புதுமைப்பித்தன் என்றுமே அன்பைக் கண்டதில்லை; சித்தியும் தந்தையும் சேர்ந்துகொண்டு ஒருநாள் புதுமைப்பித்தன் வீட்டைவிட்டு வெளியேறும் சூழலை உருவாக்கினர். புதுமைப்பித்தன் திருமணத்தின்போது நகைக்குப் பதிலாகக் கமலாவின் தந்தை பணத்தை வரதட்சணையாகச் சொக்கலிங்கம்பிள்ளையிடம் கொடுத்திருக்கிறார். அதனைப் புதுமைப்பித்தன் கேட்கிறார்; மறுக்கிறார் தந்தை. மனைவியுடன் நடு இரவில் வீட்டைவிட்டு அநாதையைப்போல் வெளியேறு கிறார். மூன்று, நான்கு வீடுகள் இருந்தும் ஒன்றைக்கூடப் புதுமைப்பித்தனுக்குக் கொடுக்காமல் தந்தை விரட்டியிருக்கிறார். இது 1933இல் நடந்தது. பத்தாண்டுக்குப் பிறகு சென்னையில் வாழமுடியாமல், மீண்டும் திருநெல்வேலிக்கே வருகிறார். மீண்டும் பிரச்சினை. நீதிமன்றம் மூலம் பூர்வீகச் சொத்திலிருந்து கொஞ்சம் நிலம் கிடைக்கிறது. அதை இஸ்லாமியர் ஒருவருக்குக் குறைந்தவிலைக்கு விற்றுவிடுகிறார். 'அவர்களைப் பழிக்குப் பழிவாங்க எனக்கு இந்த ஒருவழிதான் திறந்துகிடந்தது. உபயோகப் படுத்திவிட்டேன். என் குடும்பத்தார் என்னைத் தவிக்கவிட்டார்கள். அந்தப் பாவத்தின் கறையை ஞாபகப்படுத்திக்கொண்டிருக்கட்டும் என்றுதான் எங்களுடைய தொடர்ச்சியான நிலத்தைத் துண்டாக்கி, இடையே வேறு ஒரு சொந்தக்காரனைச் சொருகிவிட்டேன்' என்று புதுமைப்பித்தன் கூறியதாகத் (புதுமைப்பித்தன் வரலாறு) தொ.மு.சி. எழுதியிருக்கிறார். நிலத்தை விற்ற பணத்தில் ஒரு ஜீப் வாங்கச் சொல்லி அவருடைய சித்தப்பா கூறியிருக்கிறார். 'ஜீப் வாங்குவதில் ஆட்சேபணை இல்லை. ஆனால் ஒரே ஒரு நிபந்தனை; வாங்கியவுடனேயே அதை என் அப்பா மேலேதான் விடுவேன், சம்மதமா?' (மேலது) என்று புதுமைப்பித்தன் பதிலளித்திருக்கிறார். ஆனால், இதற்கு மாறான தந்தையையும் சித்தியையும் புதுமைப்பித்தன் 'சிற்றன்னை'யில் உருவாக்கி யிருக்கிறார். அவரது தந்தை மீதான வன்மத்தைத் தீர்த்துக் கொள்ளத்தான், இரண்டாம் மணம் செய்துகொண்ட பிறகும் குழந்தைகள்மீது அளவுகடந்த அன்பைப் பொழியும் சுந்தர வடிவேலு என்ற கதாபாத்திரத்தை உருவாக்கினார். இது அவரது சித்திக்கும் பொருந்தும்.

மகேந்திரனின் 'உதிரிப் பூக்கள்' இதற்கு நேரெதிரானது. பெயர்கூடத் தெரியாத முதல் மனைவியின் மனதைத்தான் திரைப்படம் காட்சிப்படுத்தி இருக்கிறது. இரண்டிலும் சுந்தர வடிவேலு மையக் கதாபாத்திரம்; கல்விப் பணியுடன் தொடர்புடையவன். இரண்டாம் மனைவி உண்டு. ஆனால்,

சித்தி கொடுமை இரண்டிலும் கிடையாது. 'நீ நல்லதுன்னு நினைச்சு எதையாவது செய்வே; அது தகராறில் கொண்டுவந்துவிடும்... எதற்கும் ஜாக்கிரதை...' என்ற புதுமைப்பித்தனின் குரல் படத்திலும் உண்டு. அதற்குமேல் புனைவிற்கும் படத்திற்கும் எந்தத் தொடர்பும் இல்லை. மகேந்திரனின் உதிரிப் பூக்கள் வேறு; புதுமைப்பித்தனின் *சிற்றன்னை* வேறு. புதுமைப்பித்தனின் புனைவிற்கு எதிரான ஒரு படமாக வேண்டுமானால் உதிரிப் பூக்களை முன்னிறுத்தலாம்.

சிற்றன்னை புனைவில் வரும் எல்லோரும் நல்லவர்கள். புதுமைப்பித்தன் குஞ்சு என்ற குழந்தையின் அக உலகத்தைத்தான் சித்திரித்திருக்கிறார். ஆனால் மகேந்திரன், கதாபாத்திரமான குழந்தை அஞ்சுவின்மீது சோகத்தைக் கசிய விடுகிறார். அஞ்சு சாப்பிடவில்லை என்று அவளது அண்ணன் கூறும்போதும் இறுதிக் காட்சியில் தந்தையை ஏக்கத்துடன் பார்க்கும்போதும் அக்குழந்தையின் மீது கழிவிரக்கத்தை ஏற்றிவிடுகிறார். பெற்றோரின் இயலாமையைக் குழந்தைகள் மீதேற்றுவது புதுமைப்பித்தனுக்குப் பிடிக்காத ஒன்று. 'புதுமைப்பித்தன் கதைகளில் வருகிற குழந்தைகள் எல்லோர் மனத்தையும் கவரக்கூடியவை. அவரின் நம்பிக்கை வறட்சித் தத்துவமெல்லாம் இங்கே தலைவைத்துப் படுப்பதில்லை' என்று என்.ஆர்.தாசன் *(மூன்று பார்வைகள்)* எழுதியிருக்கிறார். புதுமைப்பித்தன் கதைகளில் பரந்து நிற்பது லேசான, சில சமயம் அழுத்தமாகவும் விழுகிற ஒரு கசப்பு *(படித்திருக்கிறீர்களா?)* என விமர்சித்த க.நா.சு.வும், 'புதுமைப்பித்தன் கதைகளில் வருகிற குழந்தைகள் அற்புதமான சிருஷ்டிகள். இன்றைய தமிழ் எழுத்திலே அந்தக் குழந்தைகளைப் போன்ற பூரணமான பாத்திரங்கள் வேறு இல்லை என்பது என் அபிப்பிராயம்' *(மேலது)* என இதே கருத்தைத் தெரிவித்திருக்கிறார்.

குழந்தைகள்மீது அளவற்ற பிரியம் புதுமைப்பித்தனுக்கு எப்போதும் உண்டு. அவர் வாழ்க்கை வரலாற்றை வாசிக்கும்போது இதனை உணர முடியும். 1931இல் புதுமைப்பித்தன், திருவனந்தபுரம் பி.டி.சுப்பிரமணியம் பிள்ளையின் மகளான கமலாவைத் திருமணம் செய்துகொண்டார். அவருக்கு அப்போது 25 வயது. அக்காலத்தில் இது காலம் கடந்த திருமணம்தான். புதுமைப்பித்தனுக்கு மணமான ஆறாண்டுக்குப் பின் ஓர் ஆண் குழந்தையும் அடுத்த இரண்டாண்டுக்குப் பின் ஒரு பெண் குழந்தையும் பிறந்திருக்கின்றன. ஆனால் இரு குழந்தைகளுமே

நோய்வாய்ப்பட்டு இறந்தன. மருத்துவம் பார்க்கக்கூடப் பணமில்லை. 'இறந்த குழந்தைகளை முறையாகப் புதைப்பதற்குக்கூட எங்களிடம் பணமில்லை' என்று கமலாவும் (*புதுமைப்பித்தனின் சம்சார பந்தம்*), தமது தலைக்குழந்தை இறந்துபோன சமயத்தில் ஊருக்குக்கூடப் போகமுடியாத நிலைமையிலிருந்தார்; பணக்கஷ்டம்தான்' (*புதுமைப்பித்தன் வரலாறு*) என்று தொ.மு.சி.யும் எழுதியிருக்கின்றனர். 1946இல் புதுமைப்பித்தனின் ஒரே மகள் தினகரி பிறந்தார். அதாவது புதுமைப்பித்தன் இறப்பதற்கு இரண்டாண்டுக்கு முன். (30.6.1948இல் புதுமைப்பித்தன் இறந்துவிட்டார்).

'கடவுளும் கந்தசாமிப்பிள்ளையும்' சிறுகதையில் வள்ளி, சிற்றன்னையில் குஞ்சு என அனைவரும் புதுமைப்பித்தனின் வாரிசுகள்தாம். 'பெண் குழந்தை என்றால் மிக மிக ஆசை. ஆனால், குழந்தை பிறந்த நாலாவது மாதம் திரைப்பட வேலையாகப் புனே நகருக்குச் சென்றார். நோயாளியாகத் திரும்பிவந்து இறந்து போனார். குழந்தையைக் கொஞ்சிக்குலாவக் கொடுத்துவைக்கவில்லை அவருக்கு' என்கிறார் கமலா. சிற்றன்னையின் குஞ்சு தினகரிதான். தினகரியின் இன்னொரு பெயர் பர்வதகுமாரி. இப்பெயரில்தான் படத்தயாரிப்பு நிறுவனம் ஒன்றைப் புதுமைப்பித்தன் தொடங்கினார்.

'சித்தி' இடத்திலிருந்து 'அம்மா' இடத்தை நோக்கி நகரும் மரகதத்தின் அபிலாசைகள் சிற்றன்னையில் குறிப்பிடப்பட வேண்டியவை. அம்மாவைவிடச் சித்தியின் இடம் பொறுப்பு மிக்கது. குழந்தைகளின் எதிர்பார்ப்பை மரகதம் பூர்த்தி செய்கிறாள். 'அம்மா' என்று சொல்லவேண்டிய குழந்தை 'அக்கா' என்று அழைக்கும்போது பதற்றமடைகிறாள். அக்கா என்பதை வசைச்சொல்லாகக் குழந்தை புரிந்துகொள்கிறது. மரகதம் அம்மாவாக நடிக்கவில்லை; வாழ்கிறாள். இப்படியொரு சித்தி தனக்கு வாய்த்திருந்தால் நன்றாக இருந்திருக்கும் என்ற எதிர்பார்ப்பையே மரகதம் மூலம் புதுமைப்பித்தன் நிறைவேற்றிக் கொண்டார். கண்டிப்பாக இச்சிறுகதையை அவரது தந்தை வாசித்திருப்பார்; சித்தியுடனும் பகிர்ந்திருப்பார். புதுமைப் பித்தனின் மறைவுக்குப் பிறகே இது பிரசுரமானது என்பதால், இதைத் திருவாளர் சொக்கலிங்கம் எப்படி எதிர்கொண்டிருப்பார் எனப் புதுமைப்பித்தனுக்குத் தெரிந்திருக்க வாய்ப்பில்லை.

உறவைத் துறந்து திரிந்துகொண்டிருக்கும் நாடோடியையும் தன் அன்பால் கூட்டுக்குள் திரும்ப அடைக்கும் முயற்சியைக்

குஞ்சு செய்கிறாள். கடவுளுக்கே கிச்சுகிச்சு மூட்டிய வள்ளியை இவ்விடத்தில் மீட்டுணரலாம். குழந்தையின் மன உலகத்தை அதன் ஆழம்வரை சென்று ரசித்திருக்கிறார். இப்படி எழுதி எழுதித்தான், குழந்தைகள் மீதான தன் அன்பைத் தணித்திருக்கிறார். வாழ்க்கை, அவரது காலம் முழுக்க விரட்டிக்கொண்டே வந்தது. தினகரி பிறந்த வருடம் மட்டும் மகிழ்ச்சியானதாக அமைந்திருக்கிறது. திரைப்படத்திற்கு வசனம் எழுதியதனூடாகப் பெற்ற வருமானம் நிம்மதியடையச் செய்திருக்கிறது. அந்த வருமானத்தைக் கொண்டு, *சோதனை* என்ற இதழைத் தொடங்க நினைத்தார். குற்றாலக் குறவஞ்சியைத் திரைப்படமாக எடுக்கவும் திட்டமிட்டார். இந்த இடத்தில்தான் மீண்டும் புதுமைப்பித்தன் சறுக்கினார்.

'மனிதனுக்கு ஒளிமயமான நம்பிக்கையை ஊட்டாமல் நம்பிக்கை வறட்சியைக் காட்டினார்' (*விடுதலைக்குமுன் புதிய தமிழ்ச் சிறுகதைகள்*) என்று மா.இராமலிங்கம், இவர் கதைகள் பற்றிக் குறிப்பிட்டிருக்கிறார். புதுமைப்பித்தனின் வரலாற்றைப் புரிந்துகொள்ளாமல் முன் வைக்கப்பட்ட கருத்து இது. போக்கிடமின்றி வெளியேறி அடைக்கலம் தேடித் திரிந்த கலைஞனிடம் இவ்விதப் புனைவுகளையே எதிர்பார்க்க முடியும். மாயத் தாகமளித்தவர்களைப் பின்தொடர்ந்த வாசகர்கள், இன்றும் அதே தாகத்தோடுதான் திரிகிறார்கள். 'புதுமைப்பித்தன் வாழ்க்கையின் குரூர வசீகரங்களைக் கண்டு ஒப்பாரி வைக்கவில்லை. அவற்றைக் கண்டு சிரிக்கும்படி நம்மைப் பழக்கினார்; அவரும் சிரித்தார். ஆனால் வாழ்க்கையின் யதார்த்தத்துவத்தை நேருக்கு நேராகக் கண்டு சொன்ன புதுமைப்பித்தன், அந்த யதார்த்தத்துவத்தை எதிர்கால நம்பிக்கைப் பாதையை நோக்கித் திருப்பிவிடவில்லை. சமூகத்தைப் பார்த்து அவர் கேள்விக்குறிகளை அடுக்கினார். ஆனால் அவற்றுக்கு அவர் விடை காணவில்லை' (*புதுமைப்பித்தன் கதைகள்: சில விமர்சனங்களும் விஷமத்தனங்களும்*) என்ற தொ.மு.சி.யின் கருத்தோடுதான், அவர் கதைகளைப் பொருத்திப் பார்க்கவேண்டும். தம் அனுபவத்திற்கு அப்பாற்பட்ட உலகத்தைத் தம் எழுத்துக்கும் அப்பாற்பட்டதாகக் கருதும் யதார்த்தவாதக் கலைஞர்கள், வாசகனுக்கு மகிழ்வூட்டும் மாயத்தைக் கலந்து ரசவாதம் நிகழ்த்த மாட்டார்கள். இதற்குச் சிறுகதை மன்னனும் விதிவிலக்கல்லர்.

சிற்றன்னை ஒரு நெடுங்கதை. பதிப்பாளர்கள் அதனைக் குறுநாவல் என வகைப்படுத்தியுள்ளனர். ஆனால், புதுமைப்பித்தனுக்கு நாவல் எழுதவேண்டும் என்ற ஆசை இருந்திருக்கிறது. பாலியல் சார்ந்த புத்தகங்கள் சிலவற்றை மூர் மார்க்கெட்டிலிருந்து புதுமைப்பித்தன் வாங்கிப் படித்திருக்கிறார். ஆபாசம் சொட்டும் ஒரு நாவலைப் புதுமைப்பித்தன் எழுதியிருக்கிறார். அது கமலாவிடம் இருக்கிறது எனத் தொ.மு.சி. கூறியதாகச் சுந்தர ராமசாமி (புதுமைப்பித்தன்: மரபை மீறும் ஆவேசம்) பகிர்கிறார். நாவல் எழுதுவதற்கான அனுபவமும் வாழ்க்கையைப் பரந்த வீச்சில் பார்க்கும் பார்வையும் புதுமைப்பித்தனிடம் இருந்தன. ஆனால் நாவல் எழுதுவதற்கான திட்டமிடலும் அதனைச் செய்வதற்கான காலமும் அவரிடம் இல்லை என்றும் தொ.மு.சி. கூறியுள்ளார். பட்டினத்தாரின் வாழ்வையொட்டி ஒரு பெரும் நாவல் எழுதத் திட்டமிட்டிருந்தார். ஆனால், அம்முயற்சியும் கைகூடவில்லை. காலமும் வாழ்க்கைச் சூழலும் நன்றாக இருந்திருந்தால் புதுமைப்பித்தனிடமிருந்து நாவல் ஒன்றிரண்டை எதிர்பார்த்திருக்க முடியும். பாரதிக்கு நேர்ந்த அதே கதிதான் புதுமைப்பித்தனுக்கும் நிகழ்ந்தது. இருவரும் மருத்துவம் பார்க்கக்கூட வசதி இல்லாதுதான் மீதிவாழ்வையும் இழந்தார்கள். அவர்கள் எழுதி முடிக்காமல் விட்டுச்சென்ற நாவல்கள் (சந்திரிகையின் கதை, அன்னை இட்ட தீ), அவர்தம் மரணத்தைப் பேரோசையாய்க் காலவெளியில் அறைந்துகொண்டே இருக்கும். காதைப் பொத்திக்கொண்டுதான் அந்த ஓசையைக் கடந்துசெல்ல வேண்டும்.

கூடு, ஜூலை-டிச. 2019

பஞ்சும் பசியும்:
வாசிப்புக்கு உகந்த நாவல்

தமிழ் நாவல் வரலாற்றில் *பிரதாப முதலியார் சரித்திரம்* ஒரு தொடக்கம். இலக்கிய மதிப்பீடுகள் குறித்துக் கவலைப்படாமல் பல்வேறு கிளைக் கதைகளைக் கொண்டு எழுதப்பட்ட நாவல் அது. ஐம்பதுகளுக்கு முன்பே மண்ணாசை, நாகம்மாள், ஒரு நாள் போன்ற உருவக் கச்சிதமான நாவல்கள் தமிழில் உருவாகிவிட்டன. ஆனால், இந்திய நாவல் வரலாற்றுடன் ஒப்பிடும்போது தமிழ் நாவலின் வளர்ச்சி மந்தமாகவே இருந்திருக்கிறது. மேலும், தொடக்க காலத்தில் எழுதப்பட்ட தமிழ் நாவல்களில் மரபிலக்கியத்தின் தாக்கம் கூடுதலாகவே இருந்திருக்கிறது. புனைவின் வடிவம் நவீனமானதாக இருந்திருந்தாலும், உள்ளடக்கம் அரதப்பழசாகவே இருந்தது. அவ்வப்போது சில முன்னகர்தல்களும் புனைகதைகளில் நடந்திருக்கின்றன. அந்த வகையில் தொ.மு.சி.ரகுநாதன் எழுதிய பஞ்சும் பசியும் நாவல் சோஷலிச யதார்த்தவாதத்தைத் தமிழில் அறிமுகம் செய்த நாவலாகக் கருதப்படுகிறது.

தொ.மு.சி.ரகுநாதன் இடதுசாரி சிந்தனை யுடையவர்; அச்சிந்தனைகளால் ஈர்க்கப்பட்டுப் படைப்புலகத்திற்குள் நுழைந்தவர். இவர் கவிதை, சிறுகதை, நாவல், விமர்சனம், ஒப்பிலக்கியம், ஆய்வு, மொழிபெயர்ப்பு, பத்திரிகை என்று

இயங்கியவர். தவிர, இவரெழுதிய *புதுமைப்பித்தன் வரலாறு* என்ற நூலும் குறிப்பிடத்தக்கது. அவர் நடத்திய *சாந்தி* இதழ்மூலம் சுந்தர ராமசாமி, கு.அழகிரிசாமி, ஜெயகாந்தன், டி.செல்வராஜ் உள்ளிட்ட பல முக்கிய படைப்பாளிகள் உருவானார்கள். இச்செயல், தமிழ் இலக்கியத்திற்கான தொ.மு.சி.யின் முக்கிய பங்களிப்பாகப் பார்க்கப்படுகிறது. மார்க்ஸிம் கார்க்கியின் *தாய்* நாவல் உலக அளவில் ஏற்படுத்திய தாக்கத்தைத் தமிழில் *பஞ்சும் பசியும்* நாவல் ஏற்படுத்தி யிருக்கிறது எனலாம். தொழிலாளர் போராட்டங்களில் நேரடியாகக் கலந்துகொண்டவர் தொ.மு.சி. அதனால்தான் தான் பார்த்துணர்ந்த நெசவாளர்களின் பிரச்சினையை இவ்வளவு வலிமையாக எழுத முடிந்திருக்கிறது. *தாய்* நாவலின் வாசிப்பும் இதற்குப் பின்னணியாக இருந்திருக்கக் கூடும். கமில் சுவெலபில், செக் மொழியில் இந்நாவலை மொழிபெயர்த்து உலக அளவில் ஓர் அங்கீகாரத்தை உருவாக்கிக் கொடுத்தார்.

1951இல் *பஞ்சும் பசியும்* எழுதப்பட்டிருக்கிறது. சுதந்திரத்திற்கு முன்பும் பின்புமான காலத்தின் நெசவாளர் பிரச்சினைதான் இந்நாவலில் பேசப்பட்டிருக்கிறது. இதில் பேசப்பட்டுள்ள தொழிலாளர் பிரச்சினைகளை ஆளும் அரசுகள் சரிசெய்துவிட்டதாக நான் கருதவில்லை. திருநெல்வேலி மாவட்டத்திலுள்ள அம்பாசமுத்திரம் என்ற ஊர்தான் இப்புனைவின் களம். இந்த ஊரில் வாழும் நெசவாளர்களின் பிரச்சினையைத்தான் தொ.மு.சி. பேச எடுத்துக் கொண்டிருக்கிறார். இந்தியாவின் தென்கோடியில் உள்ள நெசவாளர்கள் பாதிக்கப்படுவதிற்குரிய காரணங்களை நாவல் தெளிவாக விளக்கியிருக்கிறது. சுதந்திரத்திற்கு முன்பு கைத்தறி ஆடைக்கு உலக அளவில் பெரும் சந்தை இருந்திருக்கிறது. ஆனால் சுதந்திரத்திற்குப் பின்பு ஆட்சியமைத்த காங்கிரஸ் அரசு, கைத்தறி ஆடை ஏற்றுமதிக்குத் தடை விதித்திருக்கிறது. தாங்கள் இன்னும் பிரித்தானியர்களின் சேவகர்கள் என்ற மனப்பான்மையிலேயே அரசு செயல்பட்டிருக்கிறது. இந்தத் தவறான ஜவுளிக் கொள்கையை நடைமுறைப்படுத்தியதனூடாக நெசவாளர்கள் பெரிதும் பாதிக்கப்பட்டனர். இந்தப் பிரச்சினையிலிருந்து அவர்கள் எவ்வாறு வெளிவர முயற்சி செய்தார்கள் என்பதுதான் நாவலின் கதை.

சுதந்திரத்திற்குப் பிறகு, நாடு எல்லா வளத்தையும் அடையும் என்ற வெகுசன மக்களின் நம்பிக்கை பொய்த்துப்போகிறது.

அக்கால கட்டத்தை அடிப்படையாகக் கொண்டு எழுதப்பட்ட புனைவுகளில், 'வெள்ளைக்காரர்கள் ஆட்சியே நன்றாக இருந்தது' என்ற ஒரு குரல் தொடர்ந்து கேட்டுக்கொண்டே இருப்பதை உணரலாம். இந்தப் புனைவிலும் அந்தக் குரல் கேட்கிறது. சுதந்திரத்திற்குப் பிறகும் ஆங்கிலேயர்கள் முழுமையாக நாட்டைவிட்டு வெளியேறவில்லை. அவர்கள் இந்தியாவில் இயங்கிய பல தொழிற்சாலைகளுக்கு உரிமையுடையவர்களாக இருந்தனர். அவர்கள் பரிந்துரைத்த தொழிற்கொள்கைகளையே ஆரம்பகால அரசுகள் நடைமுறைப்படுத்தின. இன்றும்கூட பெருமுதலாளிகள் பரிந்துரைக்கும் தொழிற்கொள்கைகளையே ஆளும் மைய அரசு நடைமுறைப்படுத்துவதில் தீவிரம் காட்டுவதை அறியலாம். இதனால் பாதிக்கப்படும் விவசாயிகள், நெசவாளர்கள், தொழிலாளர்கள் குறித்த அக்கறை ஆட்சியாளர்களிடம் ஒரு பாவனையாகவே வெளிப்படுகிறது. இந்தப் பாவனைகூட தொடக்க காலத்தில் இல்லை என்பதுதான் நாவல் முன்வைக்கும் விமர்சனம்.

கைத்தறி ஆடை ஏற்றுமதிக்குத் தடை விதிக்கப்படுகிறது; நூல் வெளிநாட்டிலிருந்து இறக்குமதி செய்யப்படுகிறது. நூல் விலை அதிகம்; இதனால் துணி விலை அதிகரிக்கிறது. மேலும், நைலான் ஆடைகள் மலிவான விலையில் கிடைக்கின்றன. கைத்தறி ஆடைகளின் நுகர்வு குறைகிறது. உற்பத்தி தேக்கமடைகிறது. நூல் விலை உயர்வைச் சரிக்கட்ட முதலாளிகள் நெய்யும் கூலியைக் குறைக்கின்றனர். தொ.மு.சி.ரகுநாதனின் குற்றச்சாட்டு மைய அரசின் தவறான ஜவுளிக் கொள்கை மீதுதான். உள்நாட்டுக் கைத்தறி ஆடைகளுக்கான சந்தையைப் பரவலாக்கம் செய்வதில் அரசு தவறியிருக்கிறது. இதனை யார் அரசுக்குக் கூறுவது என்ற கேள்வி எழுகிறது. தனி நபரின் கருத்து அரசுக்கு எப்போதும் ஒரு பொருட்டே அல்ல; கருத்தை அரசிடம் கொண்டு செல்ல பெருந்திரள் வேண்டும். பாதிக்கப்பட்டவர்களை ஒருங்கிணைக்க ஓர் அமைப்பு வேண்டும்; அதுதான் நெசவாளர் சங்கம். ஓர் அமைப்பைக் கட்டுவதன் மூலமாக என்னவெல்லாம் நடக்கும் என்பதை இச்சமூகத்திற்குச் சொல்லவே இந்நாவல் எழுதப்பட்டதாகவும் சொல்லலாம்.

தொ.மு.சி. நெல்லை மாவட்டத்தைச் சார்ந்தவர். அதனால் தனக்கு நன்கு அறிமுகமான அம்பாசமுத்திரத்தை இப்புனைவுக்குக் களமாக எடுத்துக்கொண்டிருக்கிறார். தாதுலிங்க முதலியார், கைலாச முதலியார், அருணாச்சல முதலியார், வடிவேலு

முதலியார், சுப்பையா முதலியார், இருளப்பக் கோனார், சங்கர், மணி, கமலா ஆகியோர் இப்புனைவின் முக்கிய கதாபாத்திரங்கள். தாதுலிங்க முதலியார்தான் அந்த ஊரின் நெசவுத் தொழிலைத் தீர்மானிப்பவர். ஆங்கிலேயரின் எடுபிடியாக இருந்து 'ராவ் சாகிப்' பட்டம் வாங்கியவர். செயற்கையான ஜவுளித் தேக்கத்தை உருவாக்கி, தொழிலாளர்களிடம் சுரண்டி பணக்காரனானவர். இவரின் வாரிசுகள்தாம் சங்கரும் கமலாவும். அக்காலத்தில் படித்த இளம் தலைமுறையிடம் ஆளும் அரசின்மீது ஒரு பெரும் கோபம் இருந்தது. உலக அளவில் பொருளாதாரத்தில் நடைபெற்ற மாற்றங்கள் இங்கும் நடைபெற வேண்டும் என்ற விருப்பமும் பரவலாக இருந்திருக்கிறது. அவர்களின் முன்மாதிரிதான் சங்கர். மார்க்ஸின் பொருளாதாரச் சிந்தனைகளால் இவன் ஈர்க்கப்படுகிறான். ஜெர்மனியில் நிகழ்ந்த புரட்சி இங்கும் நிகழ வேண்டுமென விரும்புகிறான். சமூக நலனில் அக்கறை உடைய கதாபாத்திரமாகச் சங்கர் திகழ்கிறான். தன் தங்கை கமலாவையும் மக்களுக்கான போராட்டங்களில் பங்கெடுக்கத் தயார்ப் படுத்துகிறான். இளம் தலைமுறையினர்மீது தொ.மு.சி. கொண்ட நம்பிக்கைதான் சங்கரும் கமலாவும்.

தன் தட்டுக்கு உணவு எப்படி வருகிறது என்ற பின்புலம் தெரியாத இளம் தலைமுறையினரும் இருக்கத்தான் செய்கிறார்கள். மணி கதாபாத்திரம் இதற்குச் சான்று. கைலாச முதலியாரின் மகன்தான் மணி. படிப்பில் கெட்டி; ஆனால் சமூகம் குறித்த பார்வை இல்லாதவன். தன் தந்தைக்கு வருமானம் எப்படி வருகிறது என்பதும் தெரியாது; அவரது தொழில் ஏன் நலிந்துபோனது என்பதும் மணிக்குத் தெரியாது. ஆனால் மணி கெட்டவன் இல்லை. இச்சமூகத்திலிருந்து விலகி இருப்பவன். தன் தந்தையின் தற்கொலைக்குப் பிறகும் மணி தன் குடும்பம் வீழ்ந்ததற்கான காரணத்தை ஆராயவில்லை. பொறுப்புகளில் இருந்து தப்பிக்கும் மனப்பான்மையே அவனிடம் ஆழமாக வேரூன்றியிருக்கிறது. ஆனால், 'தப்பித்து எங்கே ஓடிவிட முடியும்' என்பதை அவனது ஆறுமாத கால தலைமறைவு வாழ்க்கை கற்றுத் தருகிறது. வேலையின்மை, பஞ்சம், பசி, தற்கொலை என்று எங்கும் அவலக்குரல் கேட்டுக்கொண்டே இருக்கிறது. தற்கொலை செய்துகொள்வதற்கும் தைரியமற்ற கோழையாக இருக்கும் மணியை, மதுரையில் நடைபெற்ற ஒரு பேரணி மாற்றுகிறது. ராஜு என்ற இயக்கத் தோழர் அவனுக்கு வழிகாட்டுகிறார். அடுத்தவர் பசிக்காகக் குரல் கொடுக்கும்போது தன் பசியும் இல்லாமலாகும் என்ற புரிதல் அவனுக்கு ஏற்படுகிறது.

கோழையாக ஓடிப்போன மணி, சங்கப் பொறுப்பாளனாக இறுதியில் அம்பாசமுத்திரத்தை அடைகிறான்.

சங்கர், மணிக்கு நிகரான கதாபாத்திரம் கமலா. கமலாவைத் தொ.மு.சி. அறிமுகப்படுத்தும்போது அவள் *சோஷியலிசமும் பெண்களும்* என்ற புத்தகத்தைப் படித்துக்கொண்டிருக்கிறாள். நெசவாளர் பிரச்சினைக்குக் கமலாவின் பங்கு நேரடியாக இல்லையென்றாலும், அண்ணனின் எல்லா முயற்சிகளுக்கும் அவள் பின் நிற்கிறாள். கமலாவும் மணியும் காதலிக்கிறார்கள். பெண்கள் தங்களுடைய வாழ்க்கைத் துணையைத் தாமே தேடிக்கொள்ள வேண்டும் என்ற கருத்தாடலைத் தொ.மு.சி. கமலாவைக் கொண்டுதான் நிறுவுகிறார். ஐம்பதுகளில் இது முன்னோக்கிய பார்வை. எந்தச் சூழ்நிலையிலும் கமலா தன் திருமண முடிவிலிருந்து பின்வாங்காமல் உறுதியாக நிற்கிறாள். மரபின் பிடியிலிருந்து வெளிவர முயற்சிக்கும் நவீனத்துவத்தின் தொடக்கத்தைக் கமலாவின் கதாபாத்திரத்தில் காணலாம். காதலில் உருகுவதும், காதலனுக்காகக் காத்திருப்பதிலும் கமலா மரபானவளாக இருக்கிறாள். தன் தந்தையின் தவறுகளைச் சுட்டிக்காட்டும்போது நவீனத்துவச் சிந்தனைகளை உள்வாங்கிய வளாகத் தோன்றுகிறாள்.

இந்நாவலின் கதை இயங்கும் காலகட்டத்தில் மையத்திலும் மாநிலத்திலும் காங்கிரஸ்தான் ஆட்சி செய்திருக்கிறது. இவ்வரசு கள் முதலாலித்துவ மனநிலையுடன்தான் ஆட்சி செய்திருக்கின்றன. தொழிலாளிகள் காபி குடிப்பதும் சினிமா பார்ப்பதும் ஆடம்பரச் செலவாக முதலாளிகளால் பார்க்கப்பட்டிருக்கிறது. மேலும், மக்களிடம் இறைபக்தி குறைந்ததுதான் இந்த இழிநிலைக்குக் காரணமென ஆட்சியாளர்கள் குறைபட்டுக் கொண்டனர். இந்தச் சூழல் இன்றைக்கும் அப்படியே பொருந்திப் போவதுதான் நாவலின் சிறப்பெனக் கருதுகிறேன். ஏனெனில் காலந்தோறும் அதிகாரத்தில் இருப்பவர்களின் மனநிலை இப்படித்தான் இருந்து வருகிறது.

நாவலின் முதல் பாதி தமிழ் சினிமாவை பார்ப்பது போன்று இருக்கிறது. ஐம்பதுகளில் வெளிவந்த பெரும்பான்மை படங்கள், ஒன்று தெய்வத்தைச் சார்ந்ததாக இருக்கும்; மற்றொன்று முதலாளி - தொழிலாளி மோதலை மையப்படுத்துவதாக இருக்கும். தொ.மு.சி.யின் உரைநடையும் கதாபாத்திரங்களின் தேர்வும் இரண்டாம்வகை சினிமாவிற்குரிய தன்மையிலேயே அமைந்துள்ளன. முதலாளியாகத் தாதுலிங்க முதலியாரும்

முதலாளித்துவத்தை எதிர்ப்பவனாக சங்கரும் உருப்பெற்றுள்ளனர். கைலாசநாத முதலியாரின் வீட்டில் அடுத்தடுத்து நிகழும் துர்சம்பவங்கள் அசல் சினிமாவைப் பார்த்த திருப்தியை நாவல் வாசகனுக்கு அளிக்கும். இச்சம்பவங்களுக்கு வலிமையான பின்னணிகள் புனைவில் இல்லை. இதனை இன்னொரு கோணத்திலும் அணுகலாம். இந்நாவலுக்குக் கடவுள் என்கிற பாத்திரம் தேவையில்லாத ஒன்று. ஆனால் தொ.மு.சி. கடவுளின் இருப்பு குறித்த விசாரணையை நிகழ்த்த கடவுளைப் புனைவின் தொடக்கத்திலிருந்து இறுதிவரை பயன்படுத்தியிருக்கிறார்.

கைலாசநாத முதலியார் சிறந்த முருக பக்தர். திருச்செந்தூர் முருகன்மீது அளவுகடந்த அன்பு வைத்திருப்பவர். அதனால்தான் தன் இரு மகன்களுக்கும் சுப்பிரமணி (மணி), ஆறுமுகம் என்று பெயர் வைத்திருக்கிறார். அம்பாசமுத்திரம் அம்மன்கோயில் தருமகர்த்தாவாகவும் இருக்கிறார். ஒவ்வொரு கணமும் கடவுளை வணங்கும் கைலாசநாத முதலியார், தற்கொலை செய்து கொண்டுதான் இறந்துபோகிறார். அவர் வணங்கும் கடவுள் ஏன் அவரைக் கைவிட்டார் என்பதை நிறுவ தொ.மு.சி. கடவுளை வலிந்து நாவலுக்கு இழுத்திருக்கிறார். ஆனால் நடந்தது வேறொன்று. 'ஒவ்வொரு பாத்திரமும் சாமி குடிபுகுந்த மாதிரி அந்தந்தச் சமயத்தில் என்னுள்ளே கூடுவிட்டுக் கூடுபாய்ந்து நின்று அவர்களே கதையை உருவாக்கினார்கள். நான் அந்தக் கதாபாத்திரங்களின் கருவியாகத்தான் பயன்பட்டேன்' என்று நாவல் பிறந்த கதையில் தொ.மு.சி. கூறுவதைப் போன்று, அவரது பாத்திரங்கள் இறுதியில் கடவுளிடமே சரணடைந்து விடுகின்றன.

ஓடிப்போன மணியும் சிறிய வயதில் காணாமல்போன இருளப்பக் கோனாரின் மகன் வீரையாவும் ஊருக்குத் திரும்ப வருகிறார்கள். சங்கரும் கமலாவும்கூட அந்த இடத்தில் இருக்கிறார்கள். 'என்னமோ தெய்வம் இவ்வளவு சோதிச்சதுக்கப் புறம்தான் நம்மையெல்லாம் ஒண்ணா சேர்க்கனும்னு இருந்திருக்கு' என்று இருளப்பக் கோனார் கூறுகிறார். மற்றோர் இடத்தில், சங்கம் தொடங்குவது பற்றிப் பேசும்போது அம்மன் கோயில் மணி அடிக்கிறது. அதனை அவ்வூர் நெசவாளர்கள் நல்ல சகுனமாக நினைக்கிறார்கள். நடைமுறை யதார்த்தம் இப்படித்தான் இருக்கிறது. தொ.மு.சி.யால் என்ன செய்ய முடியும்? அவர் வாழ்ந்த காலத்தின் ஒரு பகுதியைத்தான் புனைவாக்கியிருக்கிறார். கதாபாத்திரங்களின் மனதிலிருந்து கடவுளை இழுத்து

வெளியேவிட நினைத்தாலும் யதார்த்தத்தில் அப்படி நடப்பதில்லை. ஆனால் ஒரு கேள்வியை மட்டும் நாவல் ஆழமாக உருவாக்கியிருக்கிறது; எல்லா பாவங்களையும் செய்த தாதுலிங்க முதலியாரும் அருணாச்சல முதலியாரும் நன்றாகத்தானே இருக்கிறார்கள்; பிறருக்கு எந்தக் கெடுதலும் நினைக்காத கைலாசநாத முதலியார் தற்கொலைதானே செய்துகொண்டார். இந்த அசைவு நாவலில் முக்கியமெனக் கருதுகிறேன். வழக்கம்போல், மனித சமூகத்தில் கடவுளின் இடம் என்ன? என்ற கேள்வி தொ.மு.சி.யையும் கடந்து அப்படியேதான் இருக்கிறது.

கைலாசநாத முதலியார் உணர்ச்சிவசப்படுபவராக இருக்கிறார். எல்லாவற்றையும் கடவுள்மீது போட்டுவிட்டுத் தப்பித்துக்கொள்ளும் மனநிலை அவரிடம் இருக்கிறது. பிரச்சினையிலிருந்து மீளுவதற்கான முன்னெடுப்புகளை அவர் செய்யவில்லை. பிரச்சினையிலிருந்து வெளியேறும் வழியை அதீதமான கடவுள் பக்தி அடைத்துவிடுகிறது. இறுதிவரை அவர் காப்பாற்றுவார் என்று நம்பிக்கொண்டே இருக்கிறார். தொ.மு.சி.யின் கை இங்கே நீண்டிருக்கிறது. அடுத்த வேளைக்கு வீட்டில் உணவு இல்லை என்ற நிலையிலும் வடிவேலு முதலியார் வாழ்க்கையை எதிர்த்துப் போராடுகிறார். தன் துயரத்திலிருந்து கடவுள் ஈடேற்றுவார் என்று அமைதியாக இருக்கவில்லை. அம்பாசமுத்திரத்தில் நெசவாளர் சங்கம் உருவாவதற்கு வடிவேலு முதலியார்தான் காரணமாக இருக்கிறார். எனவே, நெசவாளர் பிரச்சினையை மட்டுமே இந்நாவலில் தொ.மு.சி. பேசியிருக்கிறார் என்று நான் கருதவில்லை.

மணி மருத்துவமனையில் இருக்கும் நாவலின் பகுதி புனைவுக்கு அந்நியமாகவே தோன்றுகின்றது. தலையில் அடிபட்டு மணி மருத்துவ மனையில் அனுமதிக்கப்பட்டிருப்பதைத் தொ.மு.சி.யால் ஒரு பத்தியில் எழுதிக் கடந்திருக்க முடியும். நாவல் என்பது பெரும் பரப்பில் உருவாக்கப்படுவதுதான் என்பதை மறுப்பதற்கில்லை. ஆனால் இப்பகுதி புனைவில் ஒட்டாமல் இருப்பதாகவே நினைக்கிறேன். தொ.மு.சி.யிடம் அப்படியே புதுமைப்பித்தனின் மொழி வெளிப்படுகிறது. நாவலின் முதற்பாதியில், கதாபாத்திரங்களின் அறிமுகத்திலும் அரசை விமர்சிக்கும்போது புதுமைப்பித்தனின் எள்ளல்மொழி நாவலில் இறங்கியிருக்கிறது. இதனைப் பலரும் சுட்டிக்காட்டியும் இருக்கின்றனர்.

தொடர்ந்து மக்களுக்கு எதிராக நடந்துகொள்ளும் அரசைத் திரும்பிப் பார்க்க வைக்க ஒன்று சேர்தல் மட்டும்தான் ஒரே வழி. அமைப்பாக அணி திரளும்போது அதற்குக் கிடைக்கும் அங்கீகாரம், தனித்த குரலுக்குக் கிடைப்பதில்லை. இதனை மக்கள்வரை கொண்டுசெல்ல வேண்டும். இந்த அமைப்புகளில் மக்களின் பங்கெடுப்பும் இருக்க வேண்டும். தொ.மு.சி.யும் இதனை உணர்ந்தே இந்நாவலின் முடிவை அமைத்திருக்கிறார். 'பஞ்சும் பசியும்' தமிழ் நாவல் வரலாற்றில் எப்போதும் இடம்பெற்றிருக்கும். ஏனெனில், நாவல் எழுதப்பட்டு எழுபது வருடங்களைக் கடந்திருந்தாலும் இன்றும் இந்நாவல் வாசிப்புக்கு உகந்ததாகவே இருக்கிறது.

கடலுக்கு அப்பால்:
இளங்கோவின் கண்ணகியும்
ப.சிங்காரத்தின் மரகதமும்

ப.சிங்காரத்தின் நூற்றாண்டு இது. எழுதிய காலத்தில் மறக்கப்பட்ட எழுத்தாளர்களுள் இவரும் ஒருவர். தமிழில் மிகக் குறைவாக எழுதிப் புகழின் உச்சத்தை அடைந்தவர் மௌனி. 'தமிழ்ச் சிறுகதையின் திருமூலர்' என்று மௌனியைப் புதுமைப்பித்தன் பாராட்டிச் சென்றிருக்கிறார். இலக்கிய வரலாறுகள் திரும்பத் திரும்ப இந்தப் பாராட்டை எதிரொலித்துக் கொண்டே இருப்பதும் அவரது பெயர் தமிழ்ச் சிறுகதை வரலாற்றில் நிலைபெற்றிருப்பதற்கு ஒரு காரணம். ப.சிங்காரம் கடலுக்கு அப்பால், புயலிலே ஒரு தோணி ஆகிய இரு நாவல்களை மட்டுமே எழுதியுள்ளார். எந்த இதழிலும் இவரது படைப்புகள் வெளிவரவில்லை. மௌனி, மணிக்கொடியில் எழுதினார்; மணிக்கொடி ஒரு குழு சார்ந்து இயங்கிய இதழ். ப.சிங்காரத்தின் உதிரி உதிரியான வாழ்க்கை வரலாற்றைப் பார்க்கும்போது அவருக்குச் சக தமிழ் எழுத்தாளர்கள் ஒருவரையும் தெரியவில்லை என்றே கருதவேண்டி இருக்கிறது. வேலையின் பொருட்டு 1938ஆம் ஆண்டு இந்தோனேசியா சென்ற இவர், அங்குள்ள நூலகத்தில் கிடைத்த ஆங்கில நூல்களின் வழியாக இலக்கியத்தை உள்வாங்கிக்

கொண்டிருக்கிறார். ஹெமிங்வே இவருக்கு ஆதர்ச எழுத்தாளராக இருந்திருக்கிறார். இவரது இரு நாவல்களிலும் ஹெமிங்வேயின் தாக்கம் இருப்பதை இருவரது படைப்புகளையும் ஒருசேர வாசித்தவர்களால் எளிதில் உணர முடியும்.

தமிழ் எழுத்தாளர்களின் சமகால ஆக்கங்களைச் சிங்காரம் வாசித்திருக்கவில்லை என்றாலும், மரபிலக்கியத்தில் இவருக்கு இருக்கும் நுண்ணறிவு வியப்பை ஏற்படுத்துகிறது. இளங்கோவடிகள், மாணிக்கவாசகர், திருமூலர், தாயுமானவர், அருணகிரிநாதர், பிற்கால ஔவையார் என்று பலரின் படைப்புகளை ஆழமாக வாசித்திருக்கிறார். மரபிலக்கிய வாசிப்பைத் தம் நவீன ஆக்கங்களில் நுழைத்து, ஒரு தொடர்ச்சியை உருவாக்கும் சாமர்த்தியமும் சிங்காரத்திற்கு இருக்கிறது. சுயம்புவாக ஓர் எழுத்தாளர் தம் படைப்புகளினூடாக வெளிச்சம் பெறுவதற்கான சாத்தியங்கள் இன்றும் குறைவாகவே தெரிகின்றன. கூச்ச சுபாவத்துடன் ஒதுங்கியே இருந்துவிட்ட சிங்காரத்துடன் சேர்ந்து, அவரது நாவல்களும் அவை எழுதப்பட்ட காலத்தில் சரியான அங்கீகாரம் கிடைக்காமல் போயின. மலேயா பின்னணியிலிருந்து எழுதிய சிங்காரம்தான் முதல் புலம்பெயர் தமிழ்ப் படைப்பாளி. இந்த அங்கீகாரம்கூட அவருக்குக் காலம் கடந்தே கிடைத்தது. சி.மோகன், கோணங்கி, ந.முருகேச பாண்டியன் ஆகியோரின் ஊடாக சிங்காரம் வெளியுலகிற்குத் தெரிந்தார். 1946இல் தமிழகம் திரும்பிய சிங்காரம், கடலுக்கு அப்பால் நாவலை 1950ஆம் ஆண்டு எழுதியிருக்கிறார். ஆனால் 1959ஆம் ஆண்டுதான் நாவல் அச்சுருவம் பெற்றிருக்கிறது. கலைமகள் நடத்திய நாவல் போட்டியில் பரிசைப் பெற்றதனால் இதுவும் சாத்தியப்பட்டிருக்கிறது. புயலிலே ஒரு தோணி நாவலும் 1962ஆம் ஆண்டு எழுதப்பட்டு, 1972இல் தான் கலைஞன் பதிப்பகம் வழியாகப் பிரசுரமாகியிருக்கிறது. இந்நாவல்களைப் பதிப்பிப்பதில் சிங்காரத்திற்கு ஏற்பட்ட சலிப்புதான் அடுத்தடுத்து எழுதுவதற்குத் தடையாக இருந்திருக்கிறது. இரு நாவல்களுமே எழுதப்பட்டு அச்சேற பத்தாண்டுகள் ஆகியிருக்கின்றன. தனது வாழ்நாளில் தம் நாவல்களுக்கான தரமான பதிப்பைப் பார்க்காமலேயே மறைந்துபோனார். கடந்த இருபதாண்டுகளில் தமிழினி, புலம், காலச்சுவடு, நற்றிணை, டிஸ்கவரி, ஆதி, வளரி உள்ளிட்ட பதிப்பகங்கள் அவரது நாவல்களைத் தரமான பதிப்புகளாக வெளியிட்டுள்ளன. இது வேறெந்தப் படைப்பாளிக்கும் கிடைக்காத சிறப்பு.

அடுத்தடுத்து இரு போர்களால் பாதிக்கப்பட்ட நிலம் பினாங். சீனர்கள், மலாய்க்காரர்கள், தமிழர்கள் என மூன்று இனத்தவரும் புழங்கிய நிலம் இது. தமிழர்களுக்கு ஜப்பானியரும் ஆங்கிலேயரும் நாற்பதுகளில் ஒன்றுபோலவே தெரிந்திருக்கிறார்கள். போர் முடிந்து சொந்த ஊருக்குச் செல்ல கப்பல் விட்டால் போதும் என்பதுதான் அவர்களின் எதிர்பார்ப்பாக இருந்திருக்கிறது. இப்புலத்தில் சிங்காரம் எட்டாண்டுகள் வாழ்ந்திருக்கிறார். இந்தப் பின்னணியில் இருந்துதான் இவரது இரு நாவல்களும் உருப்பெற்றிருக்கின்றன. பர்மீயத் தமிழர்களின் வாழ்வை முதன்முதலாக எழுதியவர் சிங்காரம். இவரது நாவல்களில் பயன்படுத்தியிருக்கும் பர்மீயச் சொற்கள் வாசகர்களுக்கு அந்நியத் தன்மையை அளித்தாலும், படைப்பைப் புரிந்துகொள்வதில் அவை ஒருபோதும் தடையாக இருப்பதில்லை. இவ்வாறு அசலான ஒரு மொழியில் எழுதியதால்தான் இவரது எழுத்தை முன்னுதாரணமற்ற எழுத்து என்று இன்று கொண்டாடுகிறோம். போர்ச்சூழல் இவரது நாவல்களின் மையமாகச் செயல்பட்டாலும் அதனைக் கடந்து காத்திரமாகப் பதிவாகியிருக்கும் புலம்பெயர் தமிழர்களின் 1940-46 காலகட்ட அசலான வாழ்க்கை முக்கியமானதாகப்படுகிறது.

கடலுக்கு அப்பால் குறுநாவல் அளவுக்கே இருந்தாலும் அது விவரிக்கும் பினாங் தமிழர்களின் அக உலகம் மிக விரிவானது. இந்நாவலின் நாயகன் செல்லையா. இவன், வயிரமுத்துப்பிள்ளை என்பவரால் வட்டித்தொழில் கடைக்கு அடுத்தாளாக பினாங்கிற்கு அழைத்துச் செல்லப்பட்டவன். வயிரமுத்துப்பிள்ளையின் மனைவி காமாட்சியம்மாள்; மகள் மரகதம். செல்லையாவிற்கே தன் மகளைத் திருமணம் செய்துகொடுக்க வேண்டும் என்ற ஆசை பிள்ளைக்கு இருந்தது. இடையில் செல்லையா அவரின் சொல்லை மீறி நேதாஜியின் இந்திய தேசிய ராணுவத்தில் தன்னை இணைத்துக் கொள்கிறான். போரில் பிரிட்டிஷ் படை வெற்றி பெறுகிறது. நேதாஜி விமான விபத்தில் இறந்துபோகிறார். அவரை நம்பி இருந்த வீரர்கள் தங்களது பழைய தொழிலுக்குத் திரும்புகின்றனர். இப்போது பிள்ளைக்கும் செல்லையாவுக்கும் இடையில் விரிசல் விழுகிறது. பினாங்கைப் பொறுத்தவரை, பிள்ளையாக இருந்தாலும் வட்டித்தொழில் செய்பவர்கள் அனைவருமே செட்டியார்கள்தாம். அவர்கள் தொழில் செய்யும் தெரு, செட்டித் தெருவென்றே அழைக்கப்படும்.

இந்நாவல் மூன்று பகுதிகளாகப் பிரித்து எழுதப்பட்டிருக்கிறது. ஐ.என்.ஏ.வில் செல்லையாவின் பங்களிப்பும் அதன்

வீழ்ச்சியும் குறித்து முதல் பகுதியில் விரிவாக எழுதப்பட்டுள்ளது. இரண்டு மற்றும் மூன்றாம் பகுதியில் செல்லையாவிற்கும் மரகதத்திற்கும் இடையிலான காதல் குறித்துச் செறிவாக எழுதப்பட்டுள்ளது. செல்லையாவின் நண்பன் மாணிக்கம். தமிழ் இலக்கியத்தை நுட்பமாகக் கற்றவன். இவனைச் சிங்காரத்தின் நகல் என்றுகூட வரையறுத்துக் கொள்ளலாம். சிங்காரம், மாணிக்கத்தின்மூலம் இப்புனைவில் மிகப்பெரிய குறுக்கீட்டை நிகழ்த்துகிறார். சிலப்பதிகாரப் பிரதியை மறுவாசிப்புக்கு உட்படுத்துகிறான் மாணிக்கம். செல்லையாவைக் கோவலனாகவும் மரகதத்தைக் கண்ணகியாகவும் கொண்டு இந்நாவலை வாசித்துப் பார்ப்பதற்கான திறப்பைச் சிங்காரம் உருவாக்கிக் கொடுத்துள்ளார். மரபிலக்கியத்தின் மீதான இவரது அபாரமான அறிவு வெளிப்படும் இடம் இது. இந்தப் புள்ளியை மட்டும் எடுத்துக்கொண்டு இந்நாவலை அணுகும்போது இப்புனைவின் பரப்பு மேலும் விரிகிறது.

சிலப்பதிகாரத்தின் காலம் கி.பி. இரண்டாம் நூற்றாண்டு. மகாபாரதம், இராமாயணம் போன்று கண்ணகியின் கதையும் தொன்மையானது. பேகனின் மனைவி பெயர் கண்ணகி. பேகன் கண்ணகியைப் பிரிந்திருந்தபோது கபிலர் பாடிய புறநானூற்றுப் பாடல் (143) முக்கியமானது. 'முலையகம் நனைப்ப விம்மி, குழல் இனைவதுபோல் அழுதாள்' என்று அவர் பாடியிருக்கிறார். கபிலரைத் தொடர்ந்து பரணர் (144,145), அரிசில் கிழார் (146), பெருங்குன்றூர் கிழார் (147) ஆகியோரும் பேகனின் மனைவிக்காகப் பாடியிருக்கின்றனர். ஆனால் நற்றிணையில் 216ஆம் பாடலைப் பாடிய மருதன் இளநாகனார், கோவலன் மறைவுக்குப் பிறகு கண்ணீருடன் ஒருமுலையுடன் நின்ற கண்ணகியைத்தான் 'ஒருமுலை அறுத்த திருமா உண்ணி' என்று உவமையாகக் கூறியிருக்கிறார். இளங்கோவடிகள் தன் சிலப்பதிகார பதிகத்தில் 'ஒருமுலை யிழந்தாளோர் திருமா பத்தினிக்கு' என்ற தொடரைப் பயன்படுத்தியிருக்கிறார். கண்ணகியின் வரலாறு துயரங்களால் நிரம்பியவை. அவள் ஒரு தொல் படிமம். இவள்மீது புனிதத் தன்மையை ஏற்றி தெய்வப் பெண்ணாக மாற்றிவிட்டனர். கற்பின் குறியீடாகக் காலந்தோறும் கண்ணகி பார்க்கப்படுகிறாள். இன்றும் கண்ணகியின் வாழ்க்கையை வாழ மறைமுகமாகப் பெண்கள் நிர்ப்பந்திக்கப்படுகிறார்கள்; அவர்களுள் ஒருத்திதான் மரகதம்.

ஒரு சாதாரணப் பெண்ணைத்தான் கோவலன் மனைவியாக்கிக்கொள்ள விரும்பினான். கண்ணகி அவ்வாறு

இல்லாததால்தான் கோவலன் மாதவியைத் தேடிச் சென்றான் என்ற புதிய வாசிப்பை இந்நாவலினூடாக நிகழ்த்துகிறார் சிங்காரம். கண்ணகியின் தொல் வடிவங்கள் குறித்துத் தமிழில் பல்வேறு பார்வைகள் உண்டு. இந்தப் பார்வை தனித்துவமானது. சிங்காரம், சிலப்பதிகாரத்தை ஆழ்ந்து வாசித்ததனூடாகவே இந்த இடத்தை அடைந்திருக்கிறார். காவிரிப்பூம்பட்டினத்து மாநாய்கன் செட்டியார் மகள் கண்ணகிக்கும் பினாங்கில் வட்டித்தொழில் செய்யும் வயிரமுத்துப் பிள்ளையின் மகள் மரகதத்துக்கும் ஒரு தொடர்ச்சி இருக்கிறது. கண்ணகியின் தற்கால வடிவம் மரகதம். ஆயிரத்து எண்ணூறு ஆண்டுகளுக்குப் பின்பும் கண்ணகியின் தன்மைகளை உள்வாங்கியவளாகவே மரகதம் இருக்கிறாள். ‘மாதரார் தொழுது ஏத்த வயங்கிய பெரும் குணத்துக் காதலாள்; பெயர் மன்னும் கண்ணகி என்பாள் மன்னோ’ என்று கண்ணகியை அறிமுகப்படுத்துகிறார் இளங்கோவடிகள். கண்ணகியின் வாழ்க்கை பின்னாட்களில் எவ்வாறு இருக்கப் போகிறது என்பதைத்தான் இளங்கோவடிகள் அறிமுகத்திலேயே குறிப்பிடுகிறார். இளங்கோவடிகள் கண்ணகியை அறிமுகப்படுத்தும்போது அவளுக்குப் பன்னிரண்டு வயது. அந்தச் சிறிய வயதில் ‘மாதரார் தொழுது ஏத்தும்’ அளவுக்குக் கண்ணகி ஏதும் செய்ததாகக் குறிப்புகள் சிலப்பதிகாரத்தில் இல்லை. மரகதத்தைத் தேடி அவள் வீட்டிற்குச் செல்லையா செல்லும்போது கதவிற்குப் பின்னால் இருளில் மறைத்துக்கொண்டு நிற்கிறாள். அவளுடைய எதிர்காலமும் அவளுக்கு அத்தகையதொரு வாழ்க்கையைத்தான் வழங்க இருக்கிறது என்பதாகத்தான் அவளது அறிமுகத்தைப் புரிந்துகொள்ள வேண்டியிருக்கிறது. சிங்காரம் ஆகச்சிறந்த படைப்பாளி; பூரணத்துவம் அவரது எழுத்தில் அசாதாரணமாக வெளிப்பட்டிருக்கிறது.

தமிழ்ச்சமூகம், ஈராயிரம் வருட மரபைப் பெண்களைக் கொண்டு பாதுகாத்து வருகிறது. வீட்டின் அகத்தைக் கடந்து வெளியே ஓர் உலகம் இயங்கிக் கொண்டிருப்பது மரகதத்திற்குத் தெரியாது. ‘வண்ணச் சீரடி மண்மகள் அறிந்திலள்’ என்று சிலப்பதிகாரம் கண்ணகியைக் கூறுகிறது. இது மரகதத்திற்கும் பொருத்தமாக இருக்கும். வீட்டின் தாழ்ப்பாளுக்குப் பின்னே தன் உலகத்தை அமைத்துக்கொண்டவளாக இவள் இருக்கிறார். அவளின் மனத்தாழ்ப்பாளைத் திறக்க செல்லையா முயற்சி செய்கிறான். வீட்டைவிட்டு வெளியேறித் திருமணம் செய்து கொள்வதில் மரகதத்திற்கு உடன்பாடு இல்லை; தனக்கு

விருப்பமில்லாத ஒருவனுடன் நடக்கவிருக்கும் திருமணத்தை எதிர்ப்பதற்கும் மரபு குறுக்கே நிற்கிறது. மாநாய்கன்கூட கண்ணகியின் விருப்பத்தைக் கேட்டுத் திருமணம் முடித்திருக்க மாட்டான் என்றே தோன்றுகிறது. தனக்கு இணையான செல்வச் செழிப்புள்ள குடும்பமாக மாசாத்துவான்செட்டியாரின் குடும்பம் இருந்தது மட்டுமே திருமணத்தை முடிவு செய்திருக்கும். 'எது சம்பிரதாயமோ அதுவே நீதி என்று நம்புகிற அழுத்தமான 'உள்வீட்டு'ப் பார்வை அவளுடையது' (கரிப்பும் சிரிப்பும்) என்று மரகதம் குறித்த தனது பார்வையை ஜெயமோகன் எழுதியிருக்கிறார்.

இளங்கோவடிகள் கோவலனை அறிமுகப்படுத்தும்போது 'கண்டு ஏத்தும் செவ்வேள்' என்று அறிமுகப்படுத்துகிறார். கோவலன், பின்னாளில் வேறொரு பெண்ணைத் தேடிப் போவான் என்ற குறிப்பைத் தொடக்கத்திலேயே இளங்கோவடிகள் வெளிப்படுத்தி விடுகிறார். இடது கையில் தோல் பை; வலதுகையில் சிகரெட்டுடன் லெப்டினன்ட் செல்லையாவைச் சிங்காரம் அறிமுகப்படுத்துகிறார். தமிழ் நாவல் வரலாற்றில் செல்லையாவின் அறிமுகம் கம்பீரமானதாக இருக்கிறது. இவ்விரு புனைவுகளில் வெளிப்படும் ஆண்களின் கதாபாத்திர அறிமுகத்தில் காலமாற்றத்தின் கூறுகள் தெரிகின்றன. ஆனால் கண்ணகி, மரகதத்தின் அறிமுகத்தில் அது வெளிப்படவில்லை.

மரகதத்தைச் செல்லையா மணந்துகொள்வதற்கு எது தடையாக இருக்கிறது? என்ற கேள்வியைச் சிங்காரம் எழுப்புகிறார். வட்டித்தொழில் செய்யும் வயிரமுத்துப் பிள்ளைக்குச் செல்லையாவின் கம்பீரமானத் தோற்றம் தொடர்ந்து தொந்தரவு செய்துகொண்டே இருக்கிறது. செல்லையா அணிந்திருக்கும் ஆடை, அவன் தன்னை மீறிச் சென்றுவிட்டான் என்பதை அவருக்கு உணர்த்திக்கொண்டே இருக்கிறது. பணத்தைச் சேர்ப்பதற்குப் பணிவு முக்கியம் என்பது அவர் தரப்பு. அந்தப் பணிவைச் செல்லையா ஐ.என்.ஏ. நாட்களில் தொலைத்து விட்டிருந்தான். தன் பேச்சை அவன் கேட்கவில்லை என்ற அகங்காரம் வயிரமுத்துப் பிள்ளைக்குள் வேர் விட்டு வளர்கிறது. அவர் தன் மகளுக்குத் தகுந்த வரனைத் தேடவில்லை; தன் தொழில் விருத்திக்கு ஒரு வேலை ஆளைத்தான் தேடுகிறார். இதற்குச் செல்லையாவைவிட நாகலிங்கமே பொருத்தமானவன் என்று முடிவெடுக்கிறார். மரகதத்தைத் திருமணம் செய்து கொள்வதற்குரிய எல்லாத் தகுதியும் தன்னிடம் இருப்பதாகச் செல்லையா நினைக்கிறான்.

இவ்விடத்தில் தன்னைப் பற்றிய ஓர் ஆணவம் செல்லையாவுக்குள் வளரத் தொடங்குகிறது. எல்லாவற்றையும் அழித்துக்கொண்டு ஐம்பது வருடங்கள் ஒரே அறையில் துறவியைப்போல் வாழ்ந்தவர் சிங்காரம். அந்தவகையில் இளங்கோவிற்கும் சிங்காரத்திற்கும்கூட வாழ்க்கைமுறையில் ஒத்துப்போகிறது. சமணத் துறவியாக இருந்தாலும் உறவுகளுடன் அதிகாரத்துடன் வாழ்ந்தவர் இளங்கோவடிகள்; நவீன வாழ்க்கையின் எல்லா வசதிகளையும் துறந்துவிட்டு நானைத் தனக்குள் அடக்கி வாழ்ந்தவர் சிங்காரம். இவர், தன் எதிர்கால வாழ்க்கையை முன்கூட்டியே செல்லையாவிற்குள் இறக்கிப் பார்த்திருக்கிறார்.

கடலுக்கு அப்பால் நாவலின் 'அக்கினி மைந்தன்' அத்தியாயம், சிலப்பதிகார 'மனையறம்படுத்த காதை'யின் நவீன வடிவம். சிங்காரம், செல்லையாவிற்கும் மரகதத்திற்குமான காதலை அற்புதமாக வெளிப்படுத்தியிருப்பார். இந்தப் பகுதி நாவலைக் காவியத் தன்மைக்கு உயர்த்தியிருக்கிறது. 'கண்ணே, கருமணியே, கனிரசமே, கற்கண்டே! பெண்ணாய் மலர்ந்த எந்தன் உயிர் விதையே! உன் மலர்க்கரங்களால் என் கையைப் பற்றி மெல்ல நடந்து வா' என்று மனதின் ஆழத்திலிருந்து தன் உணர்வுகளைச் செல்லையா வெளிப்படுத்துகிறான். அவனது ஆசைகளுக்கு ஈடுகொடுக்க முடியாமல் தவிக்கிறாள் மரகதம். 'நான் பொட்டச்சி, எப்படியும் கெட்டுக் குட்டிச் சுவராய்ப் போறென்' என்பதே அவளது பதிலாக இருக்கிறது. தந்தையின் விருப்பத்திற்கெதிராகச் செல்லையாவுடன் பழகுவதே ஒழுக்கத்தை மீறிய செயலென அவள் சிந்தனை வடிவமைக்கப்பட்டிருக்கிறது. ஆண்களின் குணங்களை உயர்த்தித் தன்னைத் தாழ்த்திக் கொள்வது, பத்தினித் தன்மைகளுள் ஒன்றென்ற கற்பிதமும் பெண்களிடம் உண்டு. 'கற்பின் கொழுந்தே, பொற்பின் செல்வி' என்ற பாராட்டுரையைக் கணவனிடமிருந்து பெறுவதற்காகத் தன் விருப்பங்கள் அனைத்தையும் துறந்து நின்ற கண்ணகிகூட, 'உங்கள் பெற்றோர் வருந்தும்படி போற்றுதலற்ற தீய ஒழுக்கத்தைத் தாங்கள் மேற்கொண்டு விட்டீர்களே!' என்று கோவலனைப் பார்த்து ஓரிடத்தில் கேட்கிறாள். இருபதாம் நூற்றாண்டின் வார்ப்பான மரகதம், இந்த அளவுக்குக்கூட தன் தந்தையுடன் உரையாட முடியாமல் தன் இயலாமையை அழுது தணிக்கிறாள்.

1940-46 காலகட்டங்களின் தான் பார்த்த வாழ்க்கையைத்தான் சிங்காரம் இரு நாவல்களிலும் எழுதியுள்ளார். 'நாவலில் உள்ள பெரும்பான்மை விஷயங்கள் தனது சொந்த வாழ்க்கை, சில

சம்பவங்கள் தான் நேரில் கண்டது' என்று சிங்காரம் கூறியதாக எஸ்.ராமகிருஷ்ணன் எழுதியிருக்கிறார். தன் சொந்த வாழ்க்கையைத் தமிழ் இலக்கியங்களுடன் ஒப்பிட்டுப் பார்த்து அமைதி அடைந்திருக்கிறார் சிங்காரம். 'பசி தீர உண்பதும் உறங்குவதுமாக முடிவதுதான் வாழ்க்கை' என்ற முடிவை இறுதியில் எட்டுகிறார். 'தண்ணீர்மலையான் கோவில்' என்ற இந்நாவலின் அத்தியாயம், சிலப்பதிகாரத்தை மீள்வாசிப்புக்கு உட்படுத்துகிறது. இளங்கோவின் அவதானிப்பையும் கடந்து சிங்காரம் சிந்தித்திருக்கிறார். செல்லையாவுடன் மாணிக்கம் நிகழ்த்தும் உரையாடல் நாவலை வேறொரு இடத்திற்கு நகர்த்துகிறது. 'சோறாக்கவும், பிள்ளை பெறவும் எவளுக்குத் தெரியாது! கண்ணகியோ, மாதவியோ, கனகவல்லியோ, யாராக இருந்தால் என்ன? இன்ன பெண்தான் வேண்டும், அவள் கிடைக்காவிடில் வாழ்க்கையே இல்லை என்பது எவ்வளவு மடத்தனம்!' என்ற இடம் நாவலின் நிறைவுப் பகுதியாகவும் எடுத்துக் கொள்ளலாம். 'மாசறு பொன்னே! வலம்புரி முத்தே! காசறு விரையே! கரும்பே! தேனே! அரும்பெறற் பாவாய்! ஆருயிர் மருந்தே! பெருங்குடி வாணிகன் பெருமட மகளே!' என்று திருமணமான புதியதில் உருகி உருகிக் காதலித்த கோவலன், கண்ணகியைப் பிரிந்து, 'பிறப்பில் குன்றாப் பெருந்தோள் மடந்தை'யான மாதவியிடம் போகத்தான் செய்தான்.

பெரும்பான்மை ஆண்களின் தேவை என்ன என்பதை உணர்ந்துதான் சிங்காரம் எழுதியிருக்கிறார். யதார்த்தம் அப்படித்தானே இருக்கிறது. இதனைத்தான், மரகதத்திற்காகத் தன்னை அழித்துக்கொள்ள நினைக்கும் செல்லையாவுக்கு மாணிக்கம் கூறுகிறான். கோவலன் செட்டியாரின் காதல் நாடகம் பொய்த்துப் போனது. செல்லையாவின் காதலும் அத்தகைய ஒன்றாகத்தான் இருக்கும் என்பதை மாணிக்கம் உணர்ந்தே பேசுகிறான். பல்வேறு பண்பாட்டுப் பின்னணியுள்ளவர்கள் விரவிவாழும் பினாங்கில்கூட, மரகதம் தமிழ்மரபின் தொடர்ச்சியைக் காக்க விரும்புகிறாள். அவள் அம்மாவும் அத்தகைய வளர்ப்பே. அவளாலும் கணவனை எதிர்க்க முடியவில்லை என்பதையும் பிரதி கவனப்படுத்துகிறது. இவ்வகை பெண்கள், விதியின்மீது பழியைப் போட்டு தங்கள் மனத்தைக் காலந்தோறும் ஆற்றுப்படுத்திக்கொள்கிறார்கள்.

இந்நாவலில், சிலப்பதிகாரத்தின் சாரத்தை இரண்டு அத்தியாயங்களில் நவீனப்படுத்தியிருக்கிறார் சிங்காரம். தமிழ்

மரபின் கண்ணி பெண்களிடம் இன்னும் அறுபடாமல் ஆண்களால் பாதுகாக்கப்படுவதை வெளிப்படையாகவே இவர் விமர்சித் திருக்கிறார். மேலும், காதல் என்ற அக உணர்வின்மீதுள்ள புனிதத்தை மறுபரீசிலனைக்கு உட்படுத்தியிருக்கிறார். வட்டித் தொழில் செய்யும் பிள்ளைமார்கள் தங்களைச் செட்டியார்களாகவே நிறுவிக்கொள்ளும் மனநிலை நாவலில் துலக்கமடைந்திருக்கிறது. தமிழகத்திலிருந்து அயல்நாடுகளுக்குப் புலம்பெயர்ந்தவர்கள் வளமான வாழ்க்கையே வாழ்வார்கள் என்ற பொதுப்புத்தி மனநிலையைச் சிங்காரம் பல்வேறு உதிரிக் கதாபாத்திரங்களின் வாழ்க்கையினூடாக மாற்ற முயன்றிருக்கிறார். 'கடலுக்கு அப்பால் என்ற குறுநாவல் புயலிலே ஒரு தோணிக்காக எழுதப்பட்ட ஒரு முன்னுரை' என்று சாரு நிவேதிதா எழுதியிருக்கிறார். இரண்டின் கதைநிகழ் களங்களும் ஒன்றாக இருந்தாலும், கடலுக்கு அப்பால் புதினம் தனித்து நிற்கிறது. இந்நாவலைப் புயலிலே ஒரு தோணியின் தொடர்ச்சி என்கிறார் ஜெயமோகன். அதாவது 'புயலுக்குப் பிந்தைய அமைதி'.

தமிழின் சிறந்த செவ்வியல் நாவல்களுள் ஒன்றாக, அறுபதுகளிலே இந்நாவல் கவனம் பெற்றிருக்க வேண்டும். இது நடந்திருந்தால் மேலும் சில காத்திரமான புனைவுகளைச் சிங்காரத்திடம் இருந்து எதிர்பார்த்திருக்கலாம்; நடக்கவில்லை. சிங்காரத்தின் நூற்றாண்டு நிறைவு தருவாயிலாவது அவரது படைப்புகள் அனைவராலும் மீண்டும் மீண்டும் வாசிக்கப்பட வேண்டும். காலம் படைப்பாளியின் வாழ்நாளைத் தீர்மானிக்கலாம்; நல்ல படைப்புகளுக்கு அது முடியாது.

குறிஞ்சித்தேன்: படகர்களின் வரலாறு

தமிழ் நாவல் வரலாற்றில் ஐம்பதுகளுக்கு முன்பு பெண்களின் பங்களிப்பு என்பது மிகக் குறைவு. பண்டிதை விசாலாட்சி அம்மாள், மூவலூர் ராமாமிர்தம் அம்மையார், டி.பி.ராஜலட்சுமி, குகப்பிரியை, குமுதினி, வை.மு.கோதைநாயகி அம்மாள் என ஒருசிலர்தாம் வாசகர்களுக்கு உகந்த நாவலாசிரியர்களாக இருந்தனர். இவர்களுக்குப் பிறகு புனைவிலக்கியத்தில் தனக்கான தனி அடையாளத்தை உருவாக்கிக்கொண்ட எழுத்தாளர் ராஜம் கிருஷ்ணன். 1963ஆம் ஆண்டு நீலகிரியில் வாழும் படகர்களின் வாழ்க்கையை அடிப்படையாக வைத்து குறிஞ்சித்தேன் என்ற நாவலை எழுதி அனைவரின் கவனத்தையும் ஈர்த்தார். வாரிசுகளற்ற இவர், கணவரின் இறப்புக்குப் பிறகு உறவுகளால் ஏமாற்றப்பட்டார். ஆதரவற்று முதியோர் விடுதியில் தங்கியிருந்தார். ராஜம் கிருஷ்ணனின் கோரிக்கையை ஏற்று, இவரது நூல்கள் அனைத்தும் 2009ஆம் ஆண்டு தமிழக அரசால் நாட்டுடைமையாக்கப்பட்டன. முதன்முறையாக உயிருடன் இருந்தபோதே நாட்டுடைமையாக்கப்பட்டவை இவரது நூல்கள்தாம் என்பது குறிப்பிடத்தக்கது.

பெண் எழுத்தாளர்கள் அனைவரும் குடும்பக் கதை எழுதுபவர்கள் என்ற பொதுப்புத்தி மனநிலையை உடைத்தெறிந்தவர் ராஜம் கிருஷ்ணன்.

சமூக, அரசியல், பொருளாதார நிகழ்வுகளைக் கூர்ந்து கவனித்து, அதன்மீதான தன் எதிர்வினைகளைப் புனைவுகளாக எழுதினார். புனைவுகளுக்காக நிறைய பயணங்களை மேற்கொண்டார். வெவ்வேறு நிலம் சார்ந்த மக்களைச் சந்தித்து உரையாடினார். ஒவ்வொரு புனைவையும் எழுதுவதற்கு முன்பு திட்டம் வகுத்துச் செயல்பட்டார். இத்தன்மைதான் ராஜம் கிருஷ்ணனைப் பிற எழுத்தாளர்களிடமிருந்து வேறுபடுத்திக் காட்டுகிறது. ''ராஜம் கிருஷ்ணன் சமூகம் சார்ந்து சிந்திப்பவர். ராஜம் கிருஷ்ணனைப் பொறுத்தவரையில் சமூகம் என்பது நீர், உணவு, காற்றைப்போல இன்றியமையாத ஒன்றாக இருக்கிறது. அவர் சமூகம் சார்ந்தே எதையும் எழுதுகிறார்; எதையும் யோசிக்கிறார். சமூக விழிப்புணர்வை எதிர்நோக்குகிற ஒரு வலுவான உள்ளடக்கத்தை, வாழ்வின் முக்கியக் கூறுகளைத் தாங்கி நிற்பவை அவருடைய எழுத்துக்கள்'' என்று திலகவதி (*முத்துக்கள் பத்து*) எழுதியிருக்கிறார். இப்பண்பு ராஜம் கிருஷ்ணனுக்கு வெகுசன வாசகர்களிடத்தில் பெரும்மதிப்பை ஏற்படுத்தியது. சிறுபத்திரிகை சார்ந்து இயங்கக்கூடியவர்கள் இவரது படைப்புகளை முன்னெடுக்காததற்கும் இதுவே காரணமாக இருக்கலாம்.

குறிஞ்சித்தேன் நாவல் *கலைமகளில்* தொடராக வெளிவந்தது. படகர்களின் வரலாற்றை அடிப்படையாகக் கொண்டு இந்நாவலை எழுதியதால் ஒவ்வொரு செய்திக்கும் அடிக்குறிப்புத் தந்திருக்கிறார். 'புனைகதைக்கு அடிக்குறிப்பு கொடுக்கும் மரபு இல்லை' என்று கூறி கி.வா.ஜ. அதனை நீக்கியிருக்கிறார். புனைவாக இருந்தாலும் அதில் நம்பகத்தன்மை இருக்கவேண்டும் என்ற கொள்கையுடைய ராஜம் கிருஷ்ணன், படகர்கள் தொடர்பாகக் கள ஆய்வு நிகழ்த்தியும் அவர்களைப் பற்றி எழுதப்பட்டுள்ள பல நூல்களை ஆராய்ந்தும் இப்புனைவை உருவாக்கியிருக்கிறார். அதுவரை யாரும் தொடாத களத்திலிருந்து புனைவை உருவாக்கியதால் ராஜம் கிருஷ்ணன் கவனம் பெற்றார். புனைவின் உள்ளடக்கத்தில் கவனம் செலுத்தியவர், உருவத்தைக் கவனிக்கவில்லையெனத் தோன்றுகிறது.

மரகதமலை குடியிருப்பைச் சார்ந்தவன் லிங்கையன்; இவன் மனைவி மாதி. இவர்களின் மகன் ஜோகி. ஜோகியின் பெரியப்பா மகன் ரங்கன். அப்பகுதி மணியக்காரர் கரியமல்லரின் மகள் வயிற்றுப்பேரன் கிருஷ்ணன். ஜோகி, ரங்கனின் முறைப்பெண் பாரு. இவர்களைச் சுற்றித்தான் கதை நிகழ்கிறது. பாருதான் இக்கதையின் முக்கியக் கதாபாத்திரம். கிருஷ்ணனைக்

காதலிக்கிறாள்; ரங்கனைத் திருமணம் செய்துகொள்கிறாள்; இறுதியில் ஜோகியின் வீட்டில் அடைக்கலமாகிறாள். இவர்கள் மூவரையும் இணைக்கும் கண்ணியாகவும் பாரு இருக்கிறாள். லிங்கையரின் காலத்தில் ஆரம்பிக்கும் கதை, அவருடைய பேரன் நஞ்சனின் திருமணத்துடன் முடிகிறது. இதற்கிடையில் அவர்களது வாழ்க்கையிலும் நிலத்திலும் நடந்த மாற்றங்களைத்தான் ராஜம் கிருஷ்ணன் புனைவாக எழுதியிருக்கிறார்.

'குறிஞ்சி' என்பது நிலத்திற்கான குறியீடு. படகர்கள் வருடத்தைக் குறிஞ்சி பூக்கும் கால இடைவெளியைக் கொண்டே கணக்கிடுகின்றனர். ஒரு குறிஞ்சி என்பது பன்னிரண்டு வருடம். குறிஞ்சி பூத்த மலை, காலமாற்றத்தில் தேயிலை வனமாக மாறுகிறது. நீலகிரி தன் முகத்தைப் பச்சையாக மாற்றிக் கொள்கிறது. இதற்குப் பின்னால் ஒளிந்திருப்பது மனிதர்களின் ஆசை. இப்படியும் இப்புனைவை அணுகலாம். இயற்கையை அதன் தன்மைகளுடன் ஏற்றுக்கொள்பவர்களாகவும் வளர்ச்சிக்கு எதிரான மனநிலை உடையவர்களாகவும் லிங்கையனும் ஜோகியும் இருக்கின்றனர். பணத்தின்மீதுள்ள ஆசை காரணமாக விளைநிலங்களை அழித்துத் தேயிலைத் தோட்டங்களை உருவாக்குகிறான் ரங்கன். படகர்களின் பண்பாட்டை மீறுபவனாக ரங்கன் படைக்கப்பட்டிருக்கிறான். கிருஷ்ணன் நவீனத்துவத்தின் அடையாளம். படகர்களின் நிலத்தில் அடுத்தடுத்த வளர்ச்சிக்கு இவன் காரணமாக இருக்கிறான். இவ்வாறு மூன்று பாத்திரங்களையும் மோதவிட்டிருக்கிறார் ராஜம் கிருஷ்ணன். அடுத்த தலைமுறைக்கு நாவல் நகரும்போது ரங்கனின் வாரிசுகளான லிங்கனும் தருமனும் அவனது பண்பை உள்வாங்கியவர்களாகவும் ஜோகியின் வாரிசான நஞ்சன் காலமாற்றத்தை நிராகரிக்க முடியாமல் ஏற்றுக்கொள்பவனாகவும் இருக்கிறான். காலமாற்றம் என்பது எப்போதும் தவிர்க்க முடியாத ஒன்று. அந்த மாற்றத்தைப் படகர்கள் ஏற்றுக்கொள்வதில் உள்ள மனச்சிக்கல்களை ராஜம் கிருஷ்ணன் புனைவில் தவறவிட்டிருக்கிறார். வெறும் தகவல்களே பதிவாகியுள்ளன.

இந்நாவல் படகர்களின் மூன்று தலைமுறைகளின் வரலாறு. ஏறக்குறைய அறுபது வருடத்தின் கதை. சுதந்திரத்திற்கு முன்னும் பின்னுமாகக் கதை பின்னப்பட்டுள்ளது. ஐந்து பாகங்களாகப் பிரிக்கப்பட்டுள்ளது. ஒவ்வொரு அத்தியாயத்திற்கும் பெயர் உண்டு. இந்தப் பெயர் நாவலுக்கு வெகுசனத் தன்மையை அளித்துவிடுகிறது. புனைவின் அடுத்தடுத்த நகர்வுகளைத் தலைப்பு

வெளிப்படுத்திவிடுகிறது. ஒட்டுமொத்தமாகப் புனைவின் தலைப்புகளை வாசிப்பவர்கள், புனைவின் உள்ளடக்கத்தை அனுமானிக்க முடியும். ஆனால் தொடர்கதையில் அத்தியாயப் பகுப்பும் பெயரும் தவிர்க்கமுடியாதவை. 'தொடர்கதை வெகுசன வாசகனின் தேவையை நிறைவு செய்யும் படைப்பாகச் சுருங்கிவிடும் ஆபத்து உள்ளது. அளவு பெரிதாகும்; தரம் குறைந்துவிடும். ராஜமய்யரின் *கமலாம்பாள் சரித்திரம்* தமிழ் நாவல் வரலாற்றில் ஒரு முக்கிய மைல் கல்லாகக் கருதப்படுகிறது. இந்நாவல் (1893-95) ஆண்டுகளில் *விவேக சிந்தாமணி* என்னும் இதழில் தொடர்கதையாக வெளிவந்தது. இதுவே முதல் தொடர்கதை நாவல். வாசகர்களின் ஆதிக்கம் தொடர்கதைகளில் பங்களிப்பைச் செய்யும். வாசகர்களின் முடிவுக்கு ஏற்ப (ஆனந்தவிகடன்) தில்லானா மோகனாம்பாளின் முடிவு மாற்றப்பட்டது' என்று இரா.தண்டாயுதம் (*நாவல் வளம்*) குறிப்பிட்டிருக்கிறார். இந்தப் பிரச்சினை இப்புனைவிலும் உண்டு.

'படகன் அல்லது வடுகன் என்ற சொல் வடக்கத்தியான் எனப் பொருள்படும். படகர்கள் கன்னடப் பகுதியிலிருந்து வந்து குடிபுகுந்த மைசூராரின் வழித்தோன்றல்கள் என நம்பப்படுகிறது' என்று எட்கர் தர்ஸ்டன் (*தென்னிந்திய குலங்களும் குடிகளும்*) குறிப்பிடுகிறார். எட்கர் தர்ஸ்டன் படகர்களைப் பற்றி முழுமையானதொரு களஆய்வை நிகழ்த்தியிருக்கிறார். இவரது நூலை அடிப்படையாகக் கொண்டுதான் ராஜம் கிருஷ்ணன் இப்புனைவை எழுதியிருக்கிறார். படர்களின் வாழ்க்கை குறித்துப் பின்வரும் தகவல்களைத் தன் நூலில் பகிர்ந்துகொண்டிருக்கிறார் எட்கர் தர்ஸ்டன்.

- *நீலகிரியில் பயிர்த்தொழிலை மேற்கொண்டிருப்பவர்கள் படகர். இவர்கள் சிலபோது பர்கர்கள் எனவும் வழங்கப் படுவர். 1901 கணக்கெடுப்பின்படி இவர்களின் எண்ணிக்கை 34,178 ஆகும்.*

- *பழங்கன்னடத்தை ஒத்தது எனக் கூறப்படும் தங்கள் மொழியோடு இளந் தலைமுறையினர் ஓரளவு ஆங்கிலமும் தமிழும் கற்று வருகின்றனர்.*

- *படகர்கள் பலர் அணிந்திருக்கும் மேற்சட்டையும், நல்ல கெட்டிப் போர்வையும், தங்கக் கடுக்கன்களும் இவர்கள் வளத்திற்கு அடையாளங்கள்.*

- படகர்களில் பலர் இலிங்காயதர்களாக இருப்பதால், இலிங்காயதப் பிரிவு ஏற்பட்ட பன்னிரண்டாம் நூற்றாண்டின் பிற்பகுதிக்குப் பின்னரே, நீலகிரிக்குப் படகர்களின் வருகை நிகழ்ந்திருக்க வேண்டும்.

- குறும்பர்கள் படகர்களுக்குப் பில்லிசூன்யம் போன்ற சூழ்வினை வைத்துப் படகர்கள் சமூகத்தில் தலைவர்களாக இருந்த பலரைக் கொன்றுவிட்டனர் என்று பழைய வழக்கு ஒன்று வழங்குகின்றது.

- பொதுவாகத் தாழ்வான குன்றின் உச்சியில் அமைந்த பரந்துபட்ட ஊர்களிலேயே படகர்கள் தங்கி வாழ்கின்றனர். கூரை வேயப்பட்ட அல்லது ஓடுகள் வேயப்பட்ட வசதியான வீடுகள், விளைவு தரும் வயல்களின் நடுவே வரிசையாக அமைந்துள்ளன.

- படகர்களிடையே பெண்களின் நிலை மற்ற இனத்தவரிடையே காணப்படுவதைவிட மாறுபட்டதாக உள்ளது. ஒவ்வொரு படகனுக்கும் சில ஏக்கர் நிலம் உரியதாயிருக்கின்றது. ஆனால், அதில் உழைப்பதில் அவன் தன் முழு நேரத்தையும் செலவிடுவதில்லை. அவன் மனைவியே வீட்டுக்கு வெளியே எல்லாப் பணிகளையும் மேற்கொள்கிறாள்.

- பெண்கள் தங்கள் உடலில் பச்சை குத்திக்கொள்வர்

- இளைஞர்களாக இருக்கும்போது கொள்ளிக்கட்டையால் தோளிலும் முன்கையிலும் சூடுபோடப்பட்ட தழும்புகளோடு படகர் ஆண்கள் காட்சியளிப்பர். இவ்வாறு சூடுபோடுவது நல்ல உடல்வலிமை தருவதோடு பால் கறக்கும்போதும் தயிர் கடையும்போதும் உடல்வலி தோன்றாதபடி காப்பதாகவும் கருதுகிறார்கள்.

- ஒவ்வொரு வருடமும் மார்ச் மாதத்தில் வரும் அமாவாசைக்கு அடுத்த திங்கட் கிழமையில் தீமிதித் திருவிழா நடைபெறும். எல்லாப் பகுதிகளிலிருந்தும் இவ்விழாவில் படகர்கள் பங்குபெறுவர்.

- வேலைக்கு ஆள் தேவையுள்ள ஒருவன், தன்னைவிட வசதி குறைந்த அண்டை வீட்டாரிடம் அல்லது உறவினரிடம், தன் மகளை அவன் மகனுக்குத் திருமணம் செய்து கொடுப்பதாகக் கூறி, அந்த இளைஞனைத் தன்வீட்டில் ஒருவனாக வைத்துக்கொள்ளலாம்.

- திருமணம் செய்துகொண்டு தனிக்குடித்தனம் நடத்த வேறு வீட்டிற்குச் செல்லவேண்டும். கடைசி மகன் மட்டும் பெற்றோருடன் இறுதிவரை இருக்க வேண்டும். அந்த வீடு இறுதியில் அவனுக்குச் சொந்தம்.
- முதல் மகப்பேறு வீட்டுக்குள் நிகழக்கூடாது. ஆகையால் வீட்டுத் திண்ணையை மகப்பேறு அறையாக மாற்றிக் கொள்வர். பிறை நிலாவைப் பார்த்த பிறகே வீட்டுக்குள் தாய் சேயை அனுமதிப்பர்.
- இறந்தவர்களை எரிப்பதற்கான படகர்களின் தேர், ஐந்து அல்லது பதினொரு அடுக்குகளை உடையதாகக் கட்டப்பட்டுத் துணிகளாலும் துணிக்கொடிகளாலும் அலங்கரிக்கப்படும். இறந்தவர் செய்த பாவங்களையெல்லாம் பிணத்தின் தலைமாட்டில் நின்று வரிசைப்படுத்தி ஒப்பிப்பர். அவன் செய்த பாவங்கள் அனைத்தும் ஒரு கன்றுக்குட்டிக்கு மாற்றப்படும்.

எட்கர் தர்ஸ்டனின் மேற்கண்ட படகர்கள் குறித்த தகவல்கள்தாம் குறிஞ்சித்தேன் புனைவிலும் கதைகளினூடாகப் புனையப்பட்டுள்ளது. தர்ஸ்டனின் நூலைப் படித்துவிட்டுப் புனைவை அணுகும்போது குறிஞ்சித்தேனும் ஒரு வரலாற்றுநூல் என்ற இடத்தை அடைந்துவிடுகிறது. பாத்திரங்களின் வார்ப்பு பலவீனமாக இருக்கிறது. படர்களின் மகிழ்ச்சியான தருணங்களை நாவல் இனங்காணவில்லை. அவர்களின் துயரம் படிந்த வாழ்க்கையைத்தான் முன்னிலைப்படுத்துகிறது. முக்கியக் கதாபாத்திரமாகக் கருதப்பட்ட ஜோகிகூடப் பலநேரங்களில் நம்பிக்கைக்குரியவனாக இல்லை. சோகத்தின் ரேகை படிந்து காணப்படுகிறான்; பிரச்சினைகளைக் கண்டு ஒதுங்கிக் கொள்கிறான். பாருவும் ரங்கனிடமிருந்து விலகிக்கொள்கிறாள். படகர் இனப் பெண்களின் முன்மாதிரியாக இவளது நடவடிக்கைகளும் அமையவில்லை. தான் காதலித்த கிருஷ்ணனைத் திருமணம் செய்துகொள்ளவும் முடியவில்லை; திருமணம் செய்துகொண்ட ரங்கனுடனும் நிலைத்து வாழவில்லை. மண்மீது பிடிப்புக் கொண்டவளாக முன்மொழியப்படும் பாரு, இறுதியில் நஞ்சனின் அன்புக்காக ஏங்குபவளாகச் சுருங்கிப்போகிறாள். நிறைவேறாத காதலுடன் வாழும் பாரு, அந்த ஆசையைக் கிருஷ்ணன் அளவுக்கு நஞ்சனை உயர்த்துவதினூடாகத் தீர்த்துக்கொள்கிறாள். பழைய நினைவுகளை அழிக்கமுடியாமல் பாரு திணறுவதை அழகாகப் புனைவாக்கியுள்ளார். பெண்கள்

பள்ளிக்கூடம் செல்ல அனுமதியில்லை போன்ற பிரச்சினைகள் அவர்களிடம் இருப்பதையும் ராஜம் கிருஷ்ணன் கவனப்படுத்துகிறார்.

'நிறைவேறாக் காதல், விரும்பாத திருமணம் போன்ற உணர்ச்சிப் போராட்டங்களுக்கு இடம் கொடுக்கும் சம்பவங்கள் எந்தக் குடும்பச் சேர்க்கைக்கும் பொதுவானவையே. ஆயினும் பழங்குடிகளில் ஒரு பகுதியான படகர்கள் வாழ்வில்கூடப் பழமைக்கும் புதுமைக்கும் ஏற்படும் முரண்பாடு இந்த நாவலுக்குத் தனிச்சிறப்புக் கொடுக்கிறது. படகர்களின் சம்பிரதாயங்களை விளக்கும் ஆசிரியை மானிடவியல் ஆய்வாளரின் கண்கொண்டு பார்க்கிறார். இன்றைய நாகரிக முன்னேற்றத்திலும் ஒரு பழங்குடி மக்கள் தங்களுடைய பாரம்பரியத்தையும் பண்பாட்டையும் கைவிடாமல் காப்பாற்றும் உறுதி குறிஞ்சித்தேன் கதையில் புலப்படுகிறது' என்று பெ.கோ.சுந்தரராஜன்(சிட்டி) மற்றும் சோ.சிவபாதசுந்தரம் (தமிழ் நாவல்: நூறாண்டு வரலாறும் வளர்ச்சியும்) ஆகிய இருவரும் குறிஞ்சித்தேன் பற்றி எழுதியிருக்கின்றனர். படகர்களிடம் காணப்படும் பண்பாடுதான் நாவலுக்கு ஓர் அர்த்தத்தை அளிக்கின்றது. பெண் வீட்டாருக்குப் பணம் கொடுத்துத்தான் திருமணம் செய்துகொள்ளவேண்டும். படகர் இனப்பெண் ஆண்களைவிட நிலத்தை அதிகமும் நம்புகிறாள். ஆனால் புனிதமான பால் கறக்கும் உரிமை அடுத்தடுத்து ஆண்களிடம்தான் இருக்கிறது.

'சாமையும் ராகியும் கிழங்கும் தவிர, மண்ணில் விளைவித்துப் பணத்தின் ருசி அறிந்திராத ஹட்டி மக்களில் பலரும் தேயிலை போடவேண்டும்; பணம் குவிக்க வேண்டும் என்ற இலட்சியத்துக்காகவே மண்ணில் உழைக்கத் தொடங்கிவிட்டனர்' என்ற மாற்றத்தைத்தான் நாவல் பதிவு செய்கிறது. படகர்களின்மீது கவிழும் பணத்தாசை அவர்களை இயற்கையிலிருந்து தனிமைப்படுத்துகிறது. படகர்களின் முன்னேற்றத்துக்காகப் பாடுபடுவான் என்று நம்பிய நஞ்சனை, காலம் அவர்களுக்கு எதிராகவே முன்னிறுத்துகிறது. தனது கொஞ்ச நிலத்தையும் அரசு அபகரித்துக்கொள்ள முற்படும்போது ஜோகியால் அந்த வளர்ச்சியை ஏற்க முடியவில்லை. மகனையே எதிர்க்கிறான். ஆனால் தன் தந்தை இறக்கும்போது நடத்தப்படும் சாவுச் சடங்கைப் பழமை என்று எதிர்க்கிறான். 'பொருந்தாத சம்பிரதாயங்களை நாம் விடுவதே நல்லது' என்கிறான்.

'மானிடவியல் செய்திகளைப் பின்னணியாகக் கொண்டு நாவல்கள் எழுத ஆரம்பித்த ராஜம் கிருஷ்ணன் (குறிஞ்சித்தேன்), கடந்த இரு தசாப்தங்களுக்குள் அடைந்துள்ள பரிணாம வளர்ச்சி சிறப்பாகக் குறிப்பிட வேண்டியதொன்றாகும். அவரது தனிப்பட்ட - சொந்த - நம்பிக்கைகள் எவ்வாறிருப்பினும், நாவல்களில் எடுத்துக்கொண்ட களத்தையும் கதாமாந்தரையும் நேர்மையுடனும், இயற்பண்பு குன்றாமலும் இயக்கபூர்வமாக எடுத்துக்காட்டும் பண்பு அவரிடம் நாளுக்கு நாள் வளர்ந்து வந்துள்ளது' என்று க.கைலாசபதி (தமிழ் நாவல் இலக்கியம்) குறிப்பிடுகிறார். இவ்வகையில் ஓர் இலட்சியபூர்வமான நாவலாசிரியராக ராஜம் கிருஷ்ணன் செயல்பட முனைவதால், புனைவுத் தன்மையை விடவும் வரலாற்று உண்மைகளுக்கே அவர் முதன்மை கொடுப்பதாகக் கருதலாம். புனைவின் மொழிநடை யதார்த்தத்தை மீறியுள்ளது. காவியநடையும் கவிதைத்தன்மையும் பல இடங்களில் துருத்திக்கொண்டு நிற்கின்றன. ஆனால் பொதுவெளியில் கவனம் பெறாத படகர்களின் வாழ்க்கையை வெளிச்சப்படுத்தியதில் ராஜம் கிருஷ்ணன் பிறரிடமிருந்து தனித்துத் தெரிகிறார்.

சாயாவனம்: இயற்கையின்மீது நிகழ்த்தும் வன்முறை

திரைப்படத் துறையில் பல நடிகர்கள், தாங்கள் நடித்த முதல் படத்தின் பெயரோடும் நடித்துப் புகழ்பெற்ற கதாபாத்திரத்தின் அடையாளத்தோடும் சேர்த்து அழைக்கப்படுவது உண்டு. 'நிழல்கள்' ரவி, 'வெண்ணிற ஆடை' நிர்மலா, 'அட்டக்கத்தி' தினேஷ், 'கஞ்சா' கருப்பு, 'அல்வா' வாசு, 'பரோட்டா' சூரி போன்ற பலரை இதற்கு உதாரணமாகச் சொல்லலாம். தமிழ் எழுத்தாளர்களில் தாம் எழுதிய நூலுடன் தொடர்புபடுத்தி அழைக்கப்படும் பெருமைக்குரியவர் சா. கந்தசாமி என்ற *சாயாவனம்* கந்தசாமி மட்டும்தான் என்று நினைக்கிறேன். இவருடைய அப்பா பெயர் சாந்தப்பதேவராக இருந்தாலும் 'சா' என்ற தலைப்பெழுத்து அவரெழுதிய நாவலுக்குரியதாகவே பார்க்கப்படுகிறது. இந்த நாவலைத் தம் இருபத்தைந்தாம் வயதில் (1965) எழுதியிருக்கிறார். ஆனால் சில காரணங்களால் இதன் முதல் பதிப்பு 'வாசகர் வட்டம்' வெளியீடாக 1969ஆம் ஆண்டுதான் பிரசுரமாகியிருக்கிறது. சா. கந்தசாமி இந்நாவலுக்குப் பிறகு பல நாவல்களை எழுதியிருந்தாலும் இப்புனைவு தந்த வெளிச்சத்தால்தான் பலராலும் இன்றுவரை நினைவுகூரப்படுகிறார்.

சுற்றுச்சூழலைப் பற்றிப் பேசுவதும் எழுதுவதும் இன்று புதிய பாணியாகவே இருக்கிறது. இச்சமூகத்தின்மீது ஆர்வம் உடையவர்களாகக் காட்டிக்கொள்ள விரும்புபவர்கள் அனைவரும் இந்த வழியைத்தான் தேர்ந்தெடுக்கிறார்கள். சமூக ஆர்வலர்களின் கச்சாப் பொருளாக சூழலியல் இருந்து வருகிறது. உலகமயமாக்கல், தாராளமயமாக்கல் போன்ற அரசின் கொள்கைகளால் முதலில் பாதிக்கப்பட்டது சூழலியல்தான். பன்னாட்டு நிறுவனங்களின் வருகையினூடாக ஐந்திணைச் சமூகம் தம் வளங்களையெல்லாம் இழந்துவிட்டு நிற்கிறது. பஞ்சபூதங்களும் இன்று மாசடைந்துள்ளன. மக்கள்தொகைப் பெருக்கமும் இதற்குக் காரணமாக இருக்கின்றன. காடுகள், மலைகள், நீர்நிலைகள் தொடர்ந்து அழிக்கப்பட்டு வருகின்றன. தமிழக வளத்தின் குறியீடாக இருந்த காவிரி ஆறு இன்று தன் வளத்தை இழந்துள்ளது. இந்த ஆற்றங்கரையில் தன் இளமைக் காலத்தைக் கழித்த கந்தசாமி, தன் இருபத்தைந்தாம் வயதில் அதனை நினைவுகூர்கிறார். 'சாயாவனம்' என்பது ஓர் ஊரின் பெயர். வனம்தான் அந்த ஊரின் அடையாளம். முப்பது தலைமுறைகளாக இருக்கும் அந்த வனம் ஒரு மனிதனின் ஆசையால் அழிக்கப்படும்போது நிகழக்கூடிய மாற்றம்தான் இந்நாவல்.

சாயாவனம், வெளிவந்த காலம் முதல் இன்றுவரை அதன் நவீனத் தன்மைக்காகத்தான் மகத்தான நாவலாக இருந்து வருகிறது. எழுபதுகளுக்கு முன்பே சூழலியலின் தீவிரத்தைச் கந்தசாமி இந்நாவலினூடாகப் பேசியிருக்கிறார். முப்பது தலைமுறைகளாகப் பாதுகாக்கப்பட்ட அந்த வனம், கொழும்புவிலிருந்து வரும் சிதம்பரம் என்பவனின் பார்வைபட்டு அழிகிறது. மனிதனின் காலடி படாத இடங்கள் மட்டும் அதன் அசலான தன்மையுடன் இருக்கின்றன. மேலும், இயற்கை அவ்வப்போது தரும் பலன்களை மனமுவந்து பெற்றுக்கொள்ளும்போது எந்தப் பிரச்சினையும் எழுவதில்லை. அதன் பலன்களை ஒட்டுமொத்தமாக ஒரே நேரத்தில் சூறையாட நினைக்கும்போதுதான் இயற்கைக்கும் மனிதனுக்குமான மோதல் உருவாகிறது. சிதம்பரத்தின் வருகையை உலகமயமாக்கலின் தொடக்கமாகப் பார்க்க வேண்டும். அவனைச் சாயாவனத்தில் அனுமதிப்பதன் மூலமாகவும் அப்போது கிடைக்கும் காசுக்காக அவனுக்கு உதவுவதன் மூலமாகவும் அந்த அடர்வனம் எத்தகைய அழிவைநோக்கிப் பயணிக்கிறது என்பதற்குச் சாயாவனம் ஒரு சான்றுதான்.

இருபதாம் நூற்றாண்டின் தொடக்கத்தில் இந்நாவலின் கதை நிகழ்வதாகக் கந்தசாமி எழுதியுள்ளார். வ.உ.சிதம்பரனார், பாரதியார், பிபின் சந்திரபால், திலகர் போன்றோர் காங்கிரஸ் கூட்டத்தில் கலந்துகொண்டது பற்றிய குறிப்புகள் புனைவில் இடம்பெற்றுள்ளன. தேவதாசியர் வசிக்கும் வளமான ஊர் சாயாவனம். இக்கிராமத்தில் யாரும் மேல்சட்டை அணிவதில்லை; பண்டமாற்று முறையின் மூலமாகத்தான் கொடுக்கல் வாங்கல் நடைபெற்று வருகிறது. 'பணத்தை என்னால் தின்ன முடியாது' என்று தீர்க்கமாக அம்மக்கள் நம்பினர். இத்தகைய சூழலில்தான் சிதம்பரம் கொழும்புவிலிருந்து தான் சம்பாதித்த பணத்துடன் சாயாவனத்திற்குள் நுழைகிறான். ஐந்நூறு ரூபாய்க்குச் சாம்பமூர்த்தி ஐயரிடமிருந்து அத்தோட்டத்தை வாங்குகிறான். பச்சைப் பசுந்தழையால் மூடப்பட்டு, வானமே வனமாகிவிட்ட காட்சியைச் சிதம்பரம் அந்தத் தோட்டத்தில் காண்கிறான். நவீன வாழ்க்கைச் சுவடுகளுடன் சிதம்பரம் அவ்வூருக்குள் நுழைகிறான். கந்தசாமி நவீனத்துவத்தின் குறியீடாக இவனை முன்னிறுத்துகிறார். மேல்சட்டை அணிந்திருக்கிறான்; கிராப் வெட்டியிருக்கிறான். வெளிநாட்டிலிருந்து வந்தவன் என்ற சலுகை சிதம்பரத்திற்குக் கிடைக்கிறது. மேலும் சிதம்பரம் அந்த ஊரில் பிறந்தவனும் இல்லை. ஐயரின் தோட்டத்தைப் பாதுகாத்துவந்த சிவனாண்டித் தேவர் இவனுக்கு அம்மா வழியில் உறவு. அந்த இழையைப் பற்றிக்கொண்டுதான் சாயாவனத்தின் ஒருவனாகிறான். இவன் மூலமாக அவ்வூரில் சில மாற்றங்கள் நிகழ்கின்றன. இவனே சொந்தமாக ஒரு மளிகைக் கடையைத் தொடங்குகிறான். இவன் தோட்டத்தில் வேலை செய்பவர்களுக்குக் காசுகளில் கூலியை நிர்ணயிக்கிறான். இதன் மூலமாகப் பண்டமாற்று மட்டுமே நடைபெற்று வந்த ஊரில் பணப்புழக்கம் அறிமுகமாகிறது. அவர்களது மரபான வாழ்க்கையின்மீது சிதம்பரம் சில இடையீடுகளை நிகழ்த்துகிறான்.

சிவனாண்டித் தேவர், சிதம்பரத்தின் அம்மாவின் குணத்திற்காக இவனுக்குச் சில உதவிகளைச் செய்கிறார். அவர் வீட்டிலேயே தங்கிக்கொள்கிறான். சிதம்பரத்தின் போக்கு ஒரு கட்டத்தில் சிவனாண்டிக்கு வெறுப்பை உண்டாக்குகிறது. சிதம்பரம் கொழும்புவில் வளந்தவன். சிலகாலம் கிறித்தவனாகவும் இருந்திருக்கிறான். டேவிட் சிதம்பரம் என்று தன் பெயரை மாற்றிகொண்டிருக்கிறான். ஆக அவனுக்குள் ஒரு கலப்பினப் பார்வை ஆழமாக ஊடுருவியிருப்பதைச் சிவனாண்டி உணர்கிறார். 'எனக்கு வேண்டியது என்ன? வேட்கை என்ன? எதை நாடி மனம்

துடிக்கிறது? எதற்காக இவ்வளவு தூரம் வந்தேன்?' என்பது போன்ற கேள்விகளால் அவனது மனம் கலங்குகிறது. வாழை மட்டுமே நன்றாக விளைந்துகொண்டிருந்த சாயாவனத்து வயல்களில் பணப்பயிரான கரும்பை நடச்சொல்லி ஆசை காட்டுகிறான். இந்த இடத்தை மையப்படுத்தியே இப்புனைவைக் கந்தசாமி எழுதியிருக்கிறார். ஒவ்வொரு மண்ணுக்கும் ஒரு தன்மை இருக்கும்; அந்த அசல் தன்மையை இவன் மாற்ற முயல்கிறான். மண்ணின்மீது நிகழ்த்தும் வன்முறையாக இதனைப் புரிந்துகொள்ள வேண்டியுள்ளது. அந்த ஊர் மக்களுக்குள்ள தேவையை அந்த மண் பூர்த்தி செய்து வருகிறது. அதனை ஆலை அமைத்துச் சிதைக்கிறான் சிதம்பரம்.

சாயாவனத்திற்கே புளியைக் கொடுத்துவந்த புளிய மரங்கள் வெட்டப்படுகின்றன. சிதம்பரம் அந்த மரத்தை வெட்டிவிட்டுதான் கரும்பு ஆலையை உருவாக்க நினைக்கிறான். சர்க்கரை, வெல்லம், புளி ஆகிய மூன்றில் புளிதான் உணவிற்கு அத்தியாவசியமான பொருள். வெல்லம் நம் பாரம்பரிய உணவாக இருந்தாலும் புளிக்கு மாற்றாக வெல்லத்தைக் கருத முடியாது. காலம் காலமாகப் புளியைக் கொடுத்துவந்த மரங்கள் கரும்பு ஆலைக்காக வெட்டப்படுவதை வளர்ச்சி என்று கருத முடியாது. புளி எளிமையாகக் கிடைப்பதால் சர்க்கரைக்குள்ள மரியாதை அதற்குக் கிடைக்காமல் இருக்கலாம்; ஆனால் எப்போதாவது பயன்படும் சர்க்கரையைவிட புளியே சாயாவனம் மக்களுக்குத் தேவையானது. இதனைத்தான் கந்தசாமி நாவலின் இறுதியில் நிறுவுகிறார். சர்க்கரை எந்த ஊரிலும் இனிப்பாகத்தான் இருக்கும்; புளியை அப்படிச் சொல்ல முடியாது என்பதை சாயாவனம் மக்கள் அனுபவத்தில் உணர்கின்றனர். அந்த ஊர் புளிக்குள்ள தன்மை, சிதம்பரத்தால் வெளியூரிலிருந்து தருவிக்கப்படும் புளிக்கு இல்லை என்பதை உணர்கின்றனர். சிதம்பரத்திற்கும் இது தெரியவருகிறது. இந்நாவலினூடாக வாசகனுக்குக் கிடைக்கும் கூர்மையான வாசிப்பு இப்பகுதி. 'பாத்து, நல்ல புளியா அனுப்பறேங்க, ஆச்சி' என்ற சிதம்பரத்திற்கு, 'அதுதான் எல்லாத்தியும் கருக்கிட்டியே! இன்னமே எங்கெயிருந்து அனுப்பப் போறே' என்ற ஆச்சியின் பதிலுடன் நாவல் முடிகிறது. இந்தப் பகுதி இல்லாவிட்டாலும் கந்தசாமியின் நோக்கத்தைப் புனைவு வாசகனுக்குக் கடத்தி விடுகிறது.

சூழலியலின் முக்கியமான புரிதல், இந்த மண் மனிதர்களுக்கு மட்டுமானது அன்று என்பதுதான். விலங்குகள், பறவைகள்,

புழு பூச்சிகள் உள்ளிட்ட அனைத்து உயிர்களுக்குமானதுதான் இந்த நிலம். மனித இனம் கொஞ்சம் அறிவுடன் படைக்கப் பட்டிருப்பதால் பிற உயிர்கள்மீது தொடர்ந்து ஆதிக்கம் செலுத்தி வருகிறது. இறுதியில் மனிதன் தம் இனத்தின் அழிவையும் தேடிக்கொள்ள இந்த அறிவே காரணமாக இருக்கிறது. சிதம்பரம் வாங்கிய வனத்தில் நரிகளும் குரங்குகளும் பறவைகளும் பெருமளவில் வசித்து வருகின்றன. அவற்றின் இடப் பெயர்வுக்குக் கூட நேரம் கொடுக்காமல் நெருப்பைக் கொண்டு வனத்தை அழிக்கிறான் சிதம்பரம். விலங்குகளும் பறவைகளும் தீயில் கருகிச் சாகின்றன. இறுதியில் நெருப்பு அவனது குடிசையையும் எரிக்கிறது. பின் வரப்போகிற தீ நிமித்தத்தின் சமிக்ஞைதான் இது. இயற்கைக்கும் மனிதனுக்குமான போராக சிதம்பரம் இதனைப் பார்க்கிறான். காட்டை அழிக்க முடியாத சூழலில்தான் அவனது அறிவைப் பயன்படுத்தி குறுக்கு வழியில் வனத்திற்கு நெருப்பை வைக்கிறான். தான் வெற்றிபெற வேண்டும் என்ற வெறி அவனது கண்களில் தெரிகிறது.

கந்தசாமியின் இளமைக் காலத்தில் நடந்த கதையாக இப்புனைவை வாசிக்கலாம். பெரும்பான்மை எழுத்தாளர்களின் முதல் நாவல் தன் வரலாற்றுத் தன்மையுடன் உருக் கொண்டிருப்பதை அவரவர்களின் வாழ்க்கையிலிருந்து அறிந்து கொள்ளலாம். மலேசியாவிற்குப் பிழைக்கச் சென்ற கந்தசாமியின் தாய்மாமன் மீண்டும் ஊருக்குள் திரும்பி வந்தால், இந்த ஊரில் என்னென்ன மாற்றங்கள் நிகழ்வதற்கு வாய்ப்பிருக்கிறது என்ற மனவோட்டத்தின் கற்பனை வடிவம்தான் இந்நாவல் என்று கந்தசாமியே முன்னுரையில் எழுதியிருக்கிறார். அவரது தாய்மாமனின் இடத்தில்தான் சிதம்பரம் கதாபாத்திரத்தை உருவாக்கியிருக்கிறார். கொழும்புவில் தேயிலைத் தோட்டத்தில் வேலை செய்தவன் சிதம்பரம். தேயிலை ஒரு பணப்பயிர். சமவெளியில் விளையக் கூடியதில் தேயிலைக்கு இணையான பணப்பயிர் கரும்புதான். அதனால்தான் சாயாவனத்தில் கரும்பு ஆலையை நிர்மானிக்க முடிவு செய்கிறான். வெல்லம் தயாரித்தல் குறித்த அறிவைச் சங்ககால மக்களே பெற்றிருந்தனர். ஆனால் சர்க்கரை ஆலை தொழிற்புரட்சியின் சரக்கு. இரண்டின் உற்பத்திக்கும் இடையில் நிறைய வேறுபாடுகள் உள்ளன.

இயற்கை மனித சக்திகளுக்கு அப்பாற்பட்டவை. புளிய மரத்தை விரைவாக அழிக்க முடிந்த சிதம்பரத்தால் மீண்டும் ஒரு புளிய மரத்தை உருவாக்கிவிட முடியாது. அவன் அடுத்து

நடக்கூடிய மரம், அவனால் அழிக்கப்பட்ட மரத்தின் சிறப்புகளுடன் இருக்கும் என்பதற்கு என்ன உத்திரவாதம் இருக்கிறது? அதே சுவையுள்ள புளிக்குச் சாயாவனத்தின் மக்கள் ஏங்கும்போது சிதம்பரத்தால் அதனை நிறைவேற்ற முடியவில்லை. இயற்கையை இடம்பெயரச் செய்ய முடியாது என்பதைச் சிதம்பரம் காலம் கடந்தே உணர்ந்து கொள்கிறான். வளமாக இருந்த வனம் இன்று சுடுகாடாக மாறியிருப்பதைச் சிவனாண்டித் தேவர் பார்க்கிறார். தானும் இதற்கு உடந்தையாக இருந்தோம் என்ற உறுத்தல் அவருக்குள் பரவுகிறது. 'நெல்லு கொண்டாங்க; இந்தச் சனியன் வேணாம்' என்று பணத்தை வெறுக்கும் ஊருக்குக் கரும்பு ஆலை எதற்கு? புளியமரங்கள் கொடுத்த பலனை நவீனத்துவம் உருவாக்கிய கரும்பு ஆலையால் கொடுக்க முடியவில்லை. எந்தப் பொருளுக்கு அத்தியாவசியத் தேவை இருக்கிறதோ, அந்தப் பொருளை உற்பத்திச் செய்வதற்குத் தானே அரசுகளும் முக்கியத்துவம் கொடுக்க வேண்டும் என்ற குரலும் நாவலின் இறுதியில் ஒலிக்கிறது.

கந்தசாமியின் இந்நாவல் தமிழ் நாவல் வரலாற்றில் அசைவுகளை ஏற்படுத்திய நாவல்களுள் ஒன்றாகப் பார்க்கலாம். கதைக்களமும் உரையாடல்களும் அதற்கு உதவி புரிந்திருக்கின்றன. காவிரிக் கரையின் ஒரு கிராமம் ஒரு மனிதனின் ஆசையால் அடைந்த மாற்றங்கள் இந்நாவலின் பதிவாகியிருந்தாலும் இயற்கையின்மீது ஆதிக்கம் செலுத்த நினைக்கும் ஒட்டுமொத்த மனிதத் திரளுக்கானது சாயாவனம். நாவலின் தொடக்கம் வழமையானதாக இருந்தாலும், உடனடியாக புனைவு மையத்திற்குள் தன்னை நகர்த்திக் கொள்கிறது. ஐம்பது வருடங்களுக்கு முன்பு இந்நாவலின் மையம் தீவிரமானதாக இல்லாமல் இருந்திருக்கலாம்; ஆனால் இன்று இந்நாவலின் வாசிப்பு அவசியமானதாக இருக்கிறது.

சினிமாவுக்குப் போன சித்தாளு:
தமிழ் சினிமாவின் எதிர்ப்பரசியல்

ஏறக்குறைய எண்பத்தோர் வருடங்கள் வாழ்ந்த ஜெயகாந்தன், தன்னுடைய காத்திரமான இலக்கியப் பங்களிப்பிற்காகச் சாகித்ய அகாடமி, ஞானபீடம், பத்மபூஷன் போன்ற உயரிய விருதுகளைப் பெற்றிருக்கிறார். இந்தியக் குடியரசுத் தலைவர் ஜெயகாந்தனின் மறைவிற்கு இரங்கல் தெரிவிக்கிறார். ஐந்தாம் வகுப்பைக்கூடத் தாண்டாத ஜெயகாந்தனுக்கு இவையனைத்தையும் அவருடைய எழுத்துக்கள்தாம் பெற்றுத்தந்தன. தான் வாழ்ந்த காலம் முழுவதும் எழுதுகோலைச் செங்கோல்போலக் கையாண்டவர்; நகரம் தொடர்ந்து உற்பத்தி செய்துகொண்டிருந்த உதிரிகளைத் தம் புனைவுகளின் மூலம் வெளிச்சத் திற்குக் கொண்டுவந்தவர். பாலியல் சார்ந்த பிரச்சினைகளை எழுதியதனூடாகத் தொடர்ந்து விமர்சனங்களையும் கண்டனங்களையும் எதிர் கொண்டவர்; ஆணவம் பிடித்தவரென அடையாளம் காணப்படுபவர்; நண்பர்களைவிட பகைவர்களைப் பெருக்கிக்கொண்டவர் என்று ஜெயகாந்தன் குறித்து எழுதிக்கொண்டே செல்லலாம். இலக்கிய உலகில் ஏறக்குறைய ஐம்பது வருடங்களுக்கும் மேலாக ஜெயகாந்தனின் எழுத்துக்கள் வாசிக்கப்பட்டும் விவாதிக்கப்பட்டும் வருகின்றன. இவர் இறந்ததை யொட்டி இந்த வாசிப்பு மேலும் தீவிரப்படுத்தப் பட்டிருக்கிறது என்றுதான் தோன்றுகிறது.

சர்ச்சைக்குரிய பல புனைவுகளை ஜெயகாந்தன் எழுதியுள்ளார். பல புனைவுகள் சர்ச்சைக்குள்ளாக்கப்பட்டும் இருக்கின்றன. அந்தவகையில் சர்ச்சைக்குள்ளான மிக முக்கியமான ஒரு படைப்பு *சினிமாவுக்குப்போன சித்தாளு* என்ற குறுநாவல். இது *கண்ணதாசன்* இதழில் தொடராக வெளிவந்தது. 1972ஆம் ஆண்டு மதுரை மீனாட்சி புத்தக நிலையத்தால் புத்தகமாகப் பதிப்பிக்கப்பட்டது. 'இது வெளிவந்தபோது இதைப் பலரும் பாராட்டினார்கள். பாராட்டியவர்களில் பெரும்பான்மையானவர்கள் இந்தக் கதையின் நோக்கத்தைச் சந்தேகித்தார்கள். இப்படிச் சந்தேகித்தவர்களே இந்தக் கதையை எழுதி யாரையோ தனிப்பட்ட முறையில் நான் தரம் தாழ்த்தி விட்டதாகக் குறை கூறினார்கள்' என்று முன்னுரையில் எழுதியிருக்கிறார் ஜெயகாந்தன். சினிமா எவ்வாறு ஒரு கூலித் தொழிலாளியின் குடும்பத்தை கலைத்துப் போடுகிறது என்பதைத்தான் இந்த நாவல் வெளிப்படுத்துகிறது. இந்நாவல் எழுதப்பட்ட காலத்தில் தமிழ் சினிமாவின் வணிகத்தைத் தீர்மானிக்கும் ஒரு பிரதிநிதியாக இருந்த எம்.ஜி.ஆர். சினிமாவுக்கான ஒரு குறியீடாக்கப்பட்டார். 'இந்நாவலில் வரும் சம்பவங்கள், கதாபாத்திரங்கள் அனைத்தும் கற்பனையே! யாரையும் குறிப்பிடுவன அல்ல' என்று ஜெயகாந்தன் எழுதியிருந்தாலும் இந்நாவலில் வரும் 'வாத்தியார்' எம்.ஜி.ஆர். அல்ல என்று யாரும் நம்பப் போவதில்லை. ஜெயகாந்தனைத் தவிர இப்படி ஒரு நாவலை அக்காலத்தில் எவரும் எழுதியிருக்கவும் முடியாது என்பதையும் இந்நேரத்தில் கவனத்தில் கொள்ளவேண்டும். எவரையும் நேருக்கு நேராக எதிர்க்கும் துணிவும் அதற்குப் பின்வரும் விளைவுகளை எதிர்கொள்ளும் ஆற்றலையும் ஜெயகாந்தன் இயல்பிலேயே பெற்றிருந்தார்.

சென்னையில் வசிக்கும் செல்லமுத்து இரவில் ரிக்ஷாவை வாடகைக்கு எடுத்து ஓட்டுபவன். செல்லமுத்துவின் மனைவி கம்சலை; சித்தாளாக வேலை செய்கிறாள். கிராமத்திலிருந்து திருமணம் செய்து அழைத்து வந்திருக்கிறான். செல்லமுத்து தீவிர 'வாத்தியார்' ரசிகன். வாத்தியாருடன் நடித்த நாயகிகளைப் போல கம்சலை இல்லை என்ற வருத்தம் செல்லமுத்துக்கு உண்டு. இந்த எண்ணம் தமிழ் சினிமா அவனுக்குக் கொடுத்த கொடை. கம்சலையைத் தொடர்ந்து 'வாத்தியார்' படத்திற்கு அழைத்துச் செல்கிறான். அந்த நாயகிகளைப் போல கம்சலையும் உடல் நளினங்களை வெளிப்படுத்துவாள் என செல்லமுத்து எதிர்ப்பார்க்கிறான். ஆனால் கம்சலையின் ஒவ்வொரு

அசைவிலும் 'வாத்தியார்' நிரம்பி வழிகிறார். வாத்தியாரை விரும்பும் நாயகியாகக் கம்சலை மாற்றமடைகிறாள்.

ஒருநாள் 'வாத்தியார்' உருவம் வரைந்த பனியனோடு காலை நேரத்தில் செல்லமுத்து தூங்கிக்கொண்டிருக்கிறான். வேலைக்குப் புறப்பட்ட கம்சலை, 'வாத்தியார்' உருவம் பதித்த பனியனுக்கு முத்தமழை பொழிகிறாள். செல்லமுத்துவுக்கு எல்லாம் புரிகிறது; ஆத்திரமடைகிறான். பனியனைக் கிழித்து எறிகிறான். அவளை இனி வேலைக்கு அனுப்புவதில்லை என முடிவெடுக்கிறான். கம்சலை 'வாத்தியார்' புகழ் பாடுகிறாள். 'நம்ப தலை எயுத்து பயேது தான் துண்றோம். அதுக்கோசரம் பிரியாணிய நெனச்சிக்கக் கூடாதா?' என தன்னுடைய உண்மையான நிலைப்பாட்டை வெளிப்படுத்துகிறாள். 'பாத்தா பளபளன்னு இருக்கானேன்னு நெனிச்சிக்கினியா? எல்லாம் மேக்கப்பும்மே' என்று செல்லமுத்து எதிர்த்தாக்குதல் தொடுக்கிறான்.

வாத்தியாரின் புதுப்படம் ஒன்று வெளியாவதற்கான போஸ்டர் ஒட்டப்பட்டதைக் கம்சலை பார்க்கிறாள். எப்படியாவது அந்தப் படத்திற்குச் செல்லவேண்டுமெனத் தவிக்கிறாள். கம்சலையின்மீது ஆசைகொண்ட சிங்காரம் இச்சந்தர்ப்பத்தைப் பயன்படுத்திக்கொண்டு அவளைச் சினிமாவிற்கு அழைத்துச் செல்கிறான். படம் முடிந்தபிறகு அவளைப் பாலியல் தொழில் செய்யும் மனோன்மணி வீட்டிற்கு அழைத்துச் செல்கிறான். அந்த வீட்டில் 'வாத்தியார்' படங்கள் ஒட்டப்பட்டிருக்கின்றன. பிராந்தி அருந்துகிறாள். அன்றிலிருந்து அவளது வாழ்க்கை தடம் மாறுகிறது. கம்சலையைச் செல்லமுத்து எல்லா இடங்களிலும் தேடுகிறான். இறுதியில் சிங்காரத்தின் வழிகாட்டலில் அவளைத் தேடி மனோன்மணி வீட்டிற்கு வருகிறான். வேறு ஆளாக மாறிப்போன கம்சலை செல்லமுத்துவோடு வர மறுக்கிறாள். 'வாத்தியார்' பட சூட்டிங் பார்க்க மனோன்மணி கம்சலையை அழைத்துச் செல்கிறாள். அங்கு நடக்கும் சண்டையில் 'வாத்தியார்' கத்தியால் குத்தப்படுகிறார். கம்சலை பைத்தியமாகிறாள். அவளைத் தேடிக் கண்டுபிடித்துச் செல்லமுத்து ரிக்ஷாவில் வீட்டிற்கு அழைத்து வருகிறான். இதுதான் *சினிமாவுக்குப் போன சித்தாளு*வின் கதை.

*சினிமாவுக்குப் போன சித்தாளு*வைப் போன்ற ஒரு நாவலை ஜெயகாந்தன் எழுதவேண்டிய தேவை ஏன் உருவானது என்ற அடிப்படையான கேள்விக்கான பதிலை நாம் தேடவேண்டும். *சினிமாவுக்குப் போன சித்தாளு* கதையை முதலில் ஜெயகாந்தன்

சிறுகதையாகத்தான் எழுத நினைத்திருக்கிறார். தமிழ் சினிமாவின் மீதான கசப்புணர்வு குறுநாவல் அளவுக்கு நீட்டித்திருக்கிறது. சினிமா குறித்து எழுதுவதற்கும் விமர்சனம் செய்வதற்கும் முழுமையான தகுதி உடையவர் ஜெயகாந்தன் என்பது அனைவருக்கும் தெரியும். தனக்கும் சினிமாவுக்குமான உறவை தனி நூலாக்கும் அளவுக்கு சினிமா அவருக்கு நிறைய படிப்பினைகளைக் கற்றுக் கொடுத்திருக்கிறது. ஓர் எழுத்தாளனை முழுமையான சுதந்திரத்தோடு தமிழ் சினிமா இன்றுவரை பயன்படுத்திக் கொண்டதில்லை என்பதை மறுக்கக்கூடிய காலம் இனியும் கனியப்போவதில்லை. தமிழ்ச் சமூகத்தின் யதார்த்தத்தைப் பிரதிபலிக்கக்கூடிய காத்திரமான கதைகளுக்குக்கூட அரிதாரம் பூசி மொண்ணையாக்கும் தொழிற்கூடங்கள் இன்று முன்பைவிட அதிகம் வளர்ச்சி அடைந்துள்ளன.

'உன்னைப்போல் ஒருவன்', 'யாருக்காக அழுதான்', 'புதுச்செருப்பு கடிக்கும்' 'சில நேரங்களில் சில மனிதர்கள்' 'ஒரு நடிகை நாடகம் பார்க்கிறாள்', 'கருணை உள்ளம்' 'காவல் தெய்வம்', 'ஊருக்கு நூறு பேர்', 'சினிமாவுக்குப் போன சித்தாளு' போன்ற ஜெயகாந்தனின் பல கதைகள் திரைப்படங்களாக்கப் பட்டுள்ளன. ஜெயகாந்தனின் கதைகள், தமிழ் சினிமாவின் வியாபாரக் கணக்குப்படி ஒருசில வெற்றியையும் பல தோல்வியையும் சந்தித்தன. தமிழ் சினிமா தனக்கென வகுத்துக் கொண்டிருக்கிற இலக்கணத்தை இவருடைய படங்கள் மீற முயற்சி செய்தன. முந்தானையைப் பிடித்துக்கொண்டு சுற்றிச் சுற்றி வரும் பாடல் காட்சிகளும் மூன்று அடிகளை வாங்கிக்கொண்டு பார்வையாளனின் இரக்கத்திற்குப் பின்னர் முந்நூறு பேரை அடித்துத் துவைத்துக் கதாநாயகிகளைப் கைப்பற்றும் சண்டைக் காட்சிகளும் இவரது படங்களில் இல்லை. ஜெயகாந்தனின் படங்கள், பாமரனின் கைகளிலும் மார்பிலும் பச்சை குத்தி அமர்ந்திருந்த கதாநாயகர்களுக்கு அதிர்ச்சியை ஏற்படுத்தின. ஆனாலும் தொடர்ந்து புனைவு மொழிக்கும் திரை மொழிக்குமான இடைவெளியைக் குறைக்கும் முயற்சிகளை ஜெயகாந்தன் செய்தார்.

ஜெயகாந்தன் *உன்னைப் போல் ஒருவன்* கதையை 1964ஆம் ஆண்டு திரைப்படமாக எடுத்தார். அந்த வருடம் சிறந்த படத்திற்கான ஜனாதிபதி விருது இப்படத்திற்கு வழங்கப்பட்டது. இந்தப் படத்துடன் போட்டிபோட்ட வெகுசன இயக்குநர்களின் தமிழ்ப் படங்கள் தேர்வுக் குழுவினரால் புறக்கணிக்கப்பட்டன.

ஆனாலும் அவர்கள் மகிழ்ச்சி அடைந்தனர். காரணம், 'உன்னைப்போல் ஒருவன்' திரைப்படத்திற்கு முதற்பரிசு வழங்கப்படவில்லை; மூன்றாம் பரிசுதான் வழங்கப்பட்டது. முதல் பரிசு சத்யஜித்ரேயின் 'சாருலதா'விற்கு வழங்கப்பட்டது. ரேயின் படங்கள் ஏற்படுத்திய தாக்கத்தின் காரணமாகத் திரைப்படம் இயக்கிய ஜெயகாந்தனுக்கும் இம்முடிவு மகிழ்ச்சியைத்தான் ஏற்படுத்தியது. எம்.ஜி.ஆரிடம் 'உன்னைப் போல் ஒருவன்' படம் குறித்து பத்திரிகையாளர்கள் கேட்டனர். 'உன்னைப் போல் ஒருவன் படம் தமிழ் நாட்டின் தரித்திரத்தையும் கேவலங்களையும் வெளிநாட்டில் போட்டுக் காட்டிப் பணம் பண்ணப் பார்க்கிறது' என்ற கருத்தைத் தெரிவித்தார். இன்னும் சிலர் இந்தப் படத்தை திரையரங்குகளில் ஓடவிடாமல் பார்த்துக் கொண்டனர். ஜெயகாந்தன் எதிர்கொண்ட இதுபோன்ற விமர்சனங்களுக்கும் அவரது படங்கள் எதிர்கொண்ட பிரச்சினைகளுக்கும் என்ன காரணம் என்பது வெளிப்படையானவை. எம்.ஜி.ஆரை மையமிட்டே அன்றைய சினிமா உலகம் இயங்கிக்கொண்டிருந்து. எம்.ஜி.ஆர்., தான் நடிக்கும் திரைப்படங்களில் தன்னிகரில்லாத தலைவனாக உலா வந்துகொண்டிருந்தார். இத்தகைய நாயக பிம்பத்தை உடைக்கும் தன்மையிலான ஜெயகாந்தன் கதைகள் எம்.ஜி.ஆருக்கு உவப்பை ஏற்படுத்தவில்லை. மேலும் தமிழ் சினிமா கட்டமைத்திருக்கும் மாயத்திலிருந்து வாசகனை விடுவிக்கும் முயற்சியை ஜெயகாந்தன் செய்தார். நாயக பிம்பத்தைச் சிதைக்கும் கதைகளைப் படமாக்கும் முயற்சியில் தொடர்ந்து ஈடுபட்டார். இதுபோன்ற ஜெயகாந்தனின் நடவடிக்கைகள் அவரது பட முயற்சிகளைப் பாதித்தன. இதுபோன்ற துரோகங்களையெல்லாம் ஜெயகாந்தன் எதிர்கொள்ளாமல் இருந்திருந்தால் இவருடைய பெரும்பான்மை புனைவுகள் திரைப்படங்களாக உருமாற்றம் அடைந்திருக்கும். தமிழ் சினிமாவிற்கு ஒரு புதிய அடையாளம் கிடைத்திருக்கும்; தமிழ் சினிமா ரசனை மேம்பட்டிருக்கும். ஜெயகாந்தன் சினிமா மொழியில் புனைகதைகள் எழுதுகிறார் என்ற கருத்து பரவலாக்கப்பட்டிருக்கும்.

சினிமாவுக்குப் போன சித்தாளுவை ஜெயகாந்தன் எழுத கண்ணதாசனும் ஒரு வகையில் காரணமாக இருந்திருக்கிறார். கண்ணதாசன் தி.மு.க.வின் மீதுகொண்ட அபிமானம் இந்த வேலைக்கு மறைமுகமாக உதவியிருக்கிறது. ஏற்கனவே தமிழ் சினிமாவை ஆளுகிறவர்கள்மீது ஜெயகாந்தனுக்கு இருக்கும் கோபமும் கண்ணதாசனின் தூண்டுதலும் இப்புனைவு உருவாகக்

காரணமாக இருந்திருக்கிறது. 'இந்நாவல் தனிப்பட்ட முறையில் எவரையும் தரம் தாழ்த்தவில்லை' என்று கூறிய கண்ணதாசன், ஓர் இடைத்தேர்தலில் எம்.ஜி.ஆருக்கு எதிராக ஜெயகாந்தனின் அனுமதியின்றி இந்நாவலைப் பயன்படுத்திக் கொண்டார் என்பதுதான் சுயநலத்தின் உச்சம். ஆனாலும் 'வாத்தியார்' என்கிற பிம்பம் இந்நாவலுக்குப் பிறகு எந்தவித சரிவையும் சந்தித்ததாகத் தெரியவில்லை. காரணம், இந்நாவல் பெரிய அளவில் விவாதிக்கப்படவில்லை. எம்.ஜி.ஆரால் பலனடைந்தவர்களுக்கு முன்பு இந்த நாவல் என்ன செய்துவிட முடியும்? எம்.ஜி.ஆருக்கும் தனக்கும் பெரிய அளவில் நட்பும் இல்லை; பகையும் இல்லை என்பதை ஜெயகாந்தன் தன்னுடைய எழுத்தில் பல இடங்களில் குறிப்பிட்டுச் செல்கிறார். ஆனாலும் இந்நாவலைப் பலர் தங்களுடைய ஆதாயத்திற்காகப் பயன்படுத்திக்கொண்டனர். இந்நாவல் எழுதப்பட்ட காலகட்டத்தில் தமிழ் சினிமாவில் எம்.ஜி.ஆர். தனக்கென்று ஒரு நடிப்புப் பாணியை உருவாக்கி வைத்திருந்தார். தன்னை வைத்துப் படம் இயக்கும் இயக்குநர்கள் இந்த பாணியை மீறாமல் பார்த்துக்கொண்டார். அதே நேரத்தில் அக்காலகட்டத்தில் தன்னைப் போன்று இன்னொருவர் உருவாகாமல் இருக்க எல்லா வழிமுறைகளையும் எம்.ஜி.ஆர். பயன்படுத்தினார் என்ற விமர்சனமும் இவர்மீது வைக்கப்படுகிறது. வெளி உலகத்திற்குத் தங்களைப் புனிதர்களாகக் காட்டிக்கொண்டு பிறரை நம்ப வைக்கும் பலர், அகவாழ்க்கையில் அதனைத் துளியும் பின்பற்றுவதில்லை என்ற உண்மையை ஜெயகாந்தனால் ஏற்றுக்கொள்ள முடியவில்லை. மது ஒழிப்பு குறித்துத் தீவிரப் பிரச்சாரம் செய்த பலர், அதற்கு அடிமைகளாகக் கிடப்பதை ஜெயகாந்தன் நேரிடையாகக் கண்டார். 'நமது இன்றைய சமூகத்தில் வேடங்களிட்டுத் தம்மையும் பிறரையும் ஏமாற்றிக்கொள்கிற இந்த நடிகர்கள் என்போர் பொதுவாகவே பொய்யர்கள்; சுயநலமிகள்; பணத்தையே பெரிதாக வைத்துப் பிறரை அழிப்பதில் இன்பம் காண்பவர்கள்; தொழில் துறையில் தன்னை மிஞ்சி வருபவர்களை அழிக்க நினைக்கும் கொடுமைக்காரர்கள்; ஆண்களாய்ப் பிறந்த வேசைகள்; தளுக்கும் மினுக்கும் எத்தும் ஏய்ப்பும் இவர்களுக்கு இயல்பாய்ப் போன இலக்கணம். தத்தமது முயற்சிகளைத் தவிர, பிறர் முயற்சிகளை ரசிக்கக்கூடத் தெரியாதவர்கள்' என்று கடுமையான விமர்சனத்தைச் சினிமா நடிகர்கள்மீது வைத்தார். தான் ஆதர்சனமாக நினைத்த பலர் உண்மையிலேயே அதற்குத் தகுதி உடையவர்களாக இல்லை

என்பதை ஜெயகாந்தனால் ஜீரணிக்க முடியவில்லை. ஜெயகாந்தன் தமிழ்சினிமா நடிகர்கள்மீது வைத்த விமர்சனம் இன்றுவரை நிதரிசனமானது.

ஜெயகாந்தன் சினிமாவுக்குப் போன சித்தாளு நாவலில் செல்லமுத்து, கம்சலை என இரண்டு முரண்களைக் கொண்ட பாத்திரங்களை உருவாக்கியிருக்கிறார். சினிமாவில் காட்டப்படும் பொய்யான முகங்களை அடையாளம் கண்டுகொண்ட செல்லமுத்து, கடுமையான விமர்சனங்களை வெளிப்படுத்து கிறான். வாத்தியாருக்காகத் தன்னை இழந்து இறுதியில் மனம் பிறழ்ந்துபோன கம்சலையையும் ஜெயகாந்தன் உருவாக்கி யிருக்கிறார். ஆனால் தன்னுடைய பொய்யான நடவடிக்கைகளை எல்லாம் உண்மையென நம்பிய கம்சலையை 'வாத்தியார்' எந்தச் சூழ்நிலையிலும் காப்பாற்ற முயற்சிக்கவில்லை என்பதுதான் ஜெயகாந்தன் இந்நாவலின்மூலமாகத் தமிழ் சினிமாவின்மீது வைக்கும் மிகப்பெரிய விமர்சனம். கம்சலையின் ஒவ்வொரு வீழ்ச்சிக்குப் பின்னும் வாத்தியாரின் பிம்பம் இருந்திருக்கிறது. செல்லமுத்துவின் பனியனில் இருந்த வாத்தியாரின் உருவம் கம்சலையைத் தன்னிலை இழக்க வைக்கிறது; வாத்தியாரின் புதுப்படம் வீட்டை விட்டு வெளியேற்றுகிறது; வாத்தியாரின் பாடலைப் பாடும் சிங்காரத்தை நல்லவனென நம்ப வைக்கிறது; வாத்தியாரின் உருவங்கள் ஒட்டப்பட்டிருந்த மனோன்மணியின் வீடு அவளை அங்கேயே தங்க வைக்கிறது; இறுதியில் வாத்தியாரின் சூட்டிங் அவளிடமிருந்த ஆடைகளையும் பறித்துக் கொள்கிறது.

தமிழில் பழிப்பதுபோலப் புகழ்தல் என்று இலேசவணியில் ஒருவகை உண்டு. இது இந்த நாவலுக்குப் பொருந்தும். வாத்தியாரை விமர்சிக்கும் ஜெயகாந்தன், ஒடுக்கப்பட்ட மக்களுக்காக அவர் செய்த சில அறச்செயல்களையும் நேர்மையோடு பதிவு செய்கிறார்.

'சினிமா பாத்தா சினிமாவோட... வூட்டுலே இன்னாமே?' என்று செல்லமுத்து கம்சலையைக் கண்டிக்கிறான்.

'உனக்கு இன்னா அம்மாங் கடுப்பு அவரு மேலே? ஏன்... நெருப்புப் பிடிச்சிக்கினா, மய பேஞ்சா அள்ளி அள்ளி குடுக்கறாரே அதனாலியா... வாங்கித் துன்ன கொயுப்பா? அவரு இல்லேன்னா இந்த கெவுருமெண்டே இல்லே நெனச்சிக்கோ' என்று வாத்தியாரின் புகழ் பாடுகிறாள் கம்சலை.

இறுதியில், ‘எனக்கு அவுரு மேலே ஒண்ணும் இல்லெம்மே! நீ நிக்கிற நெலதான் புடிபடல’ என்று சமாதானமடைகிறான் செல்லமுத்து.

‘நீ இன்னாமே என்னே பாடுகாப் பையன்னு நெனச்சிக்கினியா? சும்மா பேருக்கு நானு... நெனச்சிக்கிறது அவனியாம்மே - த்தூ’ன்னு காறித் துப்பினான் செல்லமுத்து.

‘நெயலே பாத்து நெனிச்சிக்கினி... பொட்டமே அவன். பாத்தா பளபளன்னு இருக்கானேன்னு நெனிச்சிக்கினியா? எல்லாம் மேக்கப்பும்மே. அவன் கெயவம்மே.’

‘அவன் படத்திலே தாம்மே வீரன். நான் நெசம்மாலுமே வீரம்மே.’

மேற்கண்ட உரையாடல்களில் ‘வாத்தியார்’ எனும் உன்னத கதாநாயக பிம்பம் உடைத்து நொறுக்கப்படுகிறது. அந்த உரையாடலில் ‘அவன்’ என்ற சொல் வாத்தியாரைக் குறிப்பிடுகிறது என்று ஒரு புரிதலுக்காகத்தான் குறிப்பிடுகிறோம். ஆனால் ‘அவன்’ என்ற சொல் ஒரு பொதுவெளி. அந்த இடத்தில் இன்றுள்ள ஸ்டார்கள் முதல் தளபதி வரையான எந்த நடிகரையும் நிரப்பிப் பார்க்கலாம்; அப்படியே பொருந்திப்போவார்கள். ‘எனக்கு அவுரு மேலே ஒண்ணும் இல்லெம்மே!’ என்ற செல்லமுத்துவும் ‘அவன் படத்திலே தாம்மே வீரன்’ என்ற செல்லமுத்துவும் ஒருவரல்ல. ஜெயகாந்தனுக்குள்ள தமிழ் சினிமாவின் மீதான ஏமாற்றம் செல்லமுத்துவை இயக்குகிறது என்று கருதுவதற்கு இடமிருக்கிறது. தான் குருவாக மதித்த புதுமைப்பித்தனுக்குச் சினிமாவால் ஏற்பட்ட சீரழிவை ஜெயகாந்தன் முழுமையாக உள்வாங்கிக் கொண்டிருந்தார். தமிழ்ச்சமூகத்தின் மீதான அக்கறையின் காரணமாகவும் இன்னபிற உன்னத நோக்கத்திற்காக வும் பெரும்பான்மையோர் சினிமாவுக்கு வரவில்லை என்பதை அனுபவபூர்வமாக ஜெயகாந்தன் உணர்ந்துகொண்டார். சினிமாவால் கிடைக்கக்கூடிய உல்லாச வாழ்க்கைக்கு ஆசைப்பட்டே பலர் இந்தத் தொழிலுக்கு வருகின்றனர். உயர்ந்த நோக்கத்திற்காக இந்தத் துறைக்கு வருபவர்களையும் அவர்கள் வளர விடுவதில்லை. அரிதாரம் பூசும்போது ஒரு பேச்சும் அதனைக் கலைக்கும்போது அதற்கு நேரெதிரான நடத்தையும் உள்ள நடிகர்கள் ஜெயகாந்தனை வெறுப்படையச் செய்தனர். *ஜெயகாந்தன் எழுதிய ஓர் இலக்கியவாதியின் கலையுலக அனுபவங்கள்* என்ற நூலை வாசித்துவிட்டு இந்த நாவலை வாசிப்பவர்களுக்கு நாவல் எழுதப்பட்டதற்கான நோக்கம் புரியும்.

‘சினிமா என்னும் அதுவும் தமிழ் சினிமா என்னும் நவீன கலை, இலக்கிய, சமூக, அரசியல் விஞ்ஞான சம்பந்தமுடைய ஒரு சாதனத்தை நமது தமிழகத்தில் வியாபார வெறியர்கள் எவ்வாறு பயன்படுத்திச் சீரழித்துக் கொண்டிருக்கிறார்கள் என்கின்ற எதார்த்தமான ஒரு நிலைமை மாறவேண்டும் என்னும் நோக்கில் விமர்சனம் செய்யலானேன்’ என்ற தன்னுடைய நிலைப்பாட்டை ஜெயகாந்தன் இறுதிவரை கடைபிடித்தார்.

முகமூடிகளோடு அலைந்துகொண்டிருக்கும் இவர்கள்தாம் நம் ஒவ்வொருவரின் வீட்டையும் ஆட்சி செய்கிறார்கள். பாத்ரூம் முதல் படுக்கை அறை வரையிலான எல்லா பொருட்களிலும் இவர்கள் தங்களுடைய போலியான முகங்களைக் காட்டி இளித்துக் கொண்டிருக்கிறார்கள். இவர்கள் சொல்லக்கூடிய பொருட்களைப் பயன்படுத்தினால்தான் நம்முடைய சமூக மதிப்பு உயரும் என்ற பொதுப்புத்தி மனநிலைக்கு இன்று அனைவரும் அடிமை. இவர்களின் நடவடிக்கைகளை விமர்சிக்கும் ஒரு தலைமுறை உருவாகும்போது, இவர்கள் குழந்தைகளைக் குறிவைத்து வணிகத்தில் இறங்குகிறார்கள்.

தங்களின் படுக்கை அறை முழுக்க இன்றைய இளம் நடிகர்களின் புகைப்படங்களை ஒட்டிவைத்து வெறித்து வெறித்துப் பார்த்து யதார்த்தத்திலிருந்து விலகிப்போகும் இன்றைய பெண்களின் முன்னோடிதான் கம்சலை என்று கருதுவதில் என்ன தவறிருக்கிறது. யதார்த்தத்தை வெறுத்து மாயத்தில் மயங்கிக் கிடக்கும் சமூகத்தை உருவாக்கிய பெருமை தமிழ் சினிமாவைச் சாரும். புதுப்படம் வெளியானால் பாலூற்றி அபிஷேகம் செய்வதும் வெளியாவதில் சிக்கல் இருந்தால் சாலைகளை மறித்துப் போராட்டம் நடத்துவதுமான செயற்பாடுகள் இவர்கள் உருவாக்கிய மாயப்பிம்பத்தின் வெளிப்பாடு. ‘ஆ... நெனிச்சிக்கினா உனுக்கின்னா பூடுச்சாம். என் இஸ்டம். நானு எத்தியோ நெனிச்சிக்கிறேன்’ என்ற கம்சலையில் வாதம், தமிழ் சினிமா இச்சமூகத்தின்மீது கட்டியெழுப்பி வைத்திருக்கும் போலியான மதிப்பீடுகளுக்கான ஒப்புதல் வாக்குமூலம். சினிமா என்பது போலியான முகமூடிகளை அணிந்துகொண்டு நடமாடும் வியாபாரிகள் அடங்கிய தொழிற்சாலை என்பதை கம்சலையால் உள்வாங்கிக்கொள்ள முடியவில்லை. அவளுக்குள் இருக்கக்கூடிய நாயகித் தன்மையைத் தொடர்ந்து வாத்தியார் சீண்டிக்கொண்டே இருக்கிறார். வாத்தியாருடன் தான் சேரமுடியாது என்ற நிலையில் அவரின் நிழல்களோடு வாழப் பழகிக்கொள்கின்றாள். வாத்தியாரைத் தொட்ட செல்லமுத்துவின் விரலை ஆசையுடன்

கடித்ததற்கு இதுதான் காரணம். இது அவளுக்குத் தவறாகப் படவில்லை. இச்செயலுக்கு அவள் கற்பிக்கும் அறம்தான் பழைய சோறு - பிரியாணி.

பனைமரத்தில் சாறுண்ணியாக முளைத்த ஆலமரம், தன்னுடைய அசுர வளர்ச்சியின் காரணமாக அந்த மரத்தையே அழித்து வளருவதைப் போன்றதுதான் சினிமா நடிகர்களின் நடவடிக்கை. இதைத்தான் எம்.ஜி.ஆரும் தான் சினிமாவில் உச்சத்தில் இருந்த காலத்தில் செய்தார்; தனக்குக்கீழ் எந்த மரமும் முளைத்து விடாதபடி பார்த்துக்கொண்டார். ஜெயகாந்தனின் எழுத்துக்கு ரசிகர்களாக இருந்த சந்திரபாபு, ஸ்ரீகாந்த், நாகேஷ் உள்ளிட்ட சிலர் அவருக்கு நெருக்கமான நண்பர்களாகவும் இருந்தனர். புகழின் உச்சத்தில் இருந்த அவர்கள், எம்.ஜி.ஆரின் சில நடவடிக்கைகளால் கொஞ்சம் கொஞ்சமாக தங்களுடைய இருப்பை இழந்து கொண்டிருப்பதையும் ஜெயகாந்தன் நேரிடையாகக் கண்டார். கம்சலை, வாத்தியார் பட சூட்டிங் பார்க்கப்போன இடத்தில் வில்லன் நடிகருக்கும் வாத்தியார் நடிகருக்கும் வாக்குவாதம் நடக்கிறது.

'ம்... உன் வேலை மட்டும் கெடக்கூடாது... மத்தவன் குடியே உன்னாலே கெட்டாலும் பரவாயில்லே... என்ன... அப்படித்தானே?'

'நீங்க என்ன அண்ணே சொல்றீங்க'ன்னு அப்பிடியே அசந்து நின்னுப்பிட்டாரு இவுரு.

'நான் சொல்லணுமா? யோசிச்சுப் பாரு, இந்தத் தொழில்லே உன்னாலே போண்டியானவன் எவ்வளவு பேருன்னு லிஸ்டே வெச்சிருக்கேன்... எத்தனை குடியெக் கெடுத்திருக்கே நீ... கதாநாயகன்... பெரிய கதாநாயகன், படத்திலே தான் உன்னெவிட வில்லன் உண்டா?'

சென்னையில் கூலிகளாகவும் உதிரிகளாகவும் உள்ள பலர் சினிமாவின்மீது கொண்ட மோகத்தின் காரணமாகத் தங்களுடைய ஊரைவிட்டு வெளியேறியவர்களாக இருப்பார்கள். அடுக்குமாடி குடியிருப்புகளில் வாட்ச்மேன்களாக இருக்கும் பலரிடம் சினிமா ஆசையால் சீர்கெட்டுப்போன பல கதைகளைக் கேட்டுப்பெற முடியும். விபச்சார வழக்கில் கைதாகும் இளம் பெண்களின் கதை எல்லாவற்றையும்விட அதிர்ச்சியளிக்கூடியது. குழல் விளக்கின் வெளிச்சத்தைப் பருக நினைக்கும் பூச்சிகளாக நகரத்தை நோக்கி ஆண்களும் பெண்களும் நிலம் பெயர்ந்துகொண்டே

இருக்கிறார்கள். தமிழ் சினிமா தொடர்ந்து முன்னிறுத்தும் மாய யதார்த்தம், போலியான வாழ்க்கை மதிப்பீடுகளைக் கட்டமைத்துக் கொண்டே இருக்கிறது. இத்தகைய போலியான மதிப்பீடுகளில் தமிழ்ச்சமூகம் மூழ்கிவிடக் கூடாதென அடிக்கப்பட்ட எச்சரிக்கை மணிதான் *சினிமாவுக்குப் போன சித்தாளு*. ஜெயகாந்தன் புனைவுகளைப் பொறுத்தவரை உண்மைக்கு மிக நெருக்கமாக இருக்கக்கூடியவை. அவருக்கு எந்தவிதத்திலும் தொடர்பில்லாத ஒரு கதையை எழுதியிருப்பதற்கு வாய்ப்புகள் குறைவு என்ற கோணத்திலும் இந்நாவலை அணுகவேண்டும்.

இந்நாவல் இதைத் தவிர நிறைய விடயங்களை நம்முடன் பகிர்ந்து கொள்கிறது. புழுக்கம் நிறைந்த நகர வாழ்க்கை, கற்பு, ஒழுக்கம், அன்பு, நம்பிக்கை துரோகம், ஏமாற்றம் என வாசகர்கள் பயணப்படவும் விவாதிக்கவும் நிறைய வெளிகளை நாவல் உருவாக்கி வைத்திருக்கிறது. ஆனாலும் இன்றுவரை மீளமுடியாத சினிமாவின் ஆதிக்கத்திற்கு எதிராக காத்திரமான விமர்சனங்களை முன்வைத்த இந்நாவல் வெளிப்படையாக விவாதிக்கப்படாத ஒன்றாகவே இருக்கிறது. 'சில நேரங்களில் சில மனிதர்கள்', 'ஒரு நடிகை நாடகம் பார்க்கிறாள்' 'பாரிஸுக்குப் போ' போன்ற நாவல்கள் விமர்சிக்கப்பட்ட அளவுக்கு *சினிமாவுக்குப் போன சித்தாளு* பேசப்படாததற்குக் காரணம் 'வாத்தியார்' என்னும் பிம்பம். வாத்தியார் என்னும் பிம்பம் உச்சத்தில் இருந்த காலத்தில் எழுதப்பட்ட இந்நாவல் இன்றும் வாசிக்கத் தகுந்தது; விமர்சிக்கப்பட வேண்டியது. தமிழ் சினிமாவின் வீழ்ச்சியை முன்னோக்கிக் கணித்த ஜெயகாந்தன் ஒரு தீர்க்கதரிசி.

'கேவலம் பிழைப்புக்காகக் கிருஷ்ணன் மாதிரி வேஷம் போட்டுக்கொண்டு தெருவில் திரிகிற பகல் வேஷக்காரனைக் கண்டு மயங்கிவிடுகிற பேதைகளுக்கு மீராவுக்குக் கொடுத்த ஸ்தானத்தை தருவது ஒரு சமுதாய வீழ்ச்சிக்கு அடையாளம்' என்ற ஜெயகாந்தனின் முன்னுரையோடு இக்கட்டுரையை முடித்துக்கொள்வோம்.

பி.கு - இக்கட்டுரையில் இடம்பெறும் 'வாத்தியார்' என்ற சொல் கண்டிப்பாக எம்.ஜி.ஆரைக் குறிக்காது; ஆனால் எம்.ஜி.ஆர். என்ற சொல் வாத்தியாரைத்தான் குறிக்கும். எக்காரணத்தைக் கொண்டும் நீங்கள் நினைப்பதுபோல அது எம்.ஜி.ஆரைக் குறிக்காது.

மேன்மை, செப்.2016

தண்ணீர்:
அசோகமித்திரனுக்குத் தெரியாது!

நவீன தமிழ் இலக்கியத்தின் தவிர்க்கமுடியாத ஆளுமைகளுள் ஒருவர் அசோகமித்திரன். புனைவு, அ-புனைவு என இரு தளங்களிலும் குறிப்பிடத்தகுந்த படைப்புகளைத் தமிழ் இலக்கியத்திற்கு வழங்கியவர்; தமிழ் இலக்கியத்தை உலகத் தரத்திற்குக் கொண்டுசென்றவர். இவரெழுதிய இரண்டாவது நாவல் *தண்ணீர்*. தமிழில் எழுதப்பட்ட முதல் குறியீட்டு நாவல் என்று இதனை விமர்சகர்கள் மதிப்பிடுகின்றனர். சிறுகதையாக எழுத நினைத்த தண்ணீர், வளர்ந்து நாவலாகி 1971இல் கணையாழியில் தொடராக வெளிவந்தது. பின்னர் 1973இல் நூல் வடிவம் பெற்றதென அசோகமித்திரன் முன்னுரையில் குறிப்பிடுகிறார்.

இந்நாவலுக்கு அசோகமித்திரன் *தண்ணீர்* எனப் பெயர் வைத்திருந்தாலும் தண்ணீர்ப் பிரச்சினை குறித்து நாவல் விரிவாகப் பேசினாலும் இந்நாவலின் மையம் தண்ணீர்ப் பிரச்சினை இல்லை. நாவல் முழுதுவம் சென்னை நகரின் வறட்சியும் தண்ணீருக்காக மக்கள் குடத்தைத் தூக்கிக்கொண்டு வீடுவீடாக அலைந்து இறுதியில் குடத்தில் அவமானத்தையும் புறக்கணிப்பையும் சுமந்து கொண்டு வீடடைவதும்தான் நாவல் வெளிப்படுத்தும் புறப்பிரச்சினைகள். நாவலுக்கு ஓர் அகம் இருக்கிறது.

அதில்தான் ஜமுனா என்பவளின் வாழ்க்கை வருகிறது. அவள்தான் நாவலின் மையம். அவள் தன் தங்கை சாயாவுடன் ஒரு வீட்டில் ஒண்டுக் குடித்தனம் இருக்கிறாள். அவளை சினிமாவில் நடிக்க வைப்பதாக ஆசைகாட்டி பாஸ்கர்ராவ் என்பவன் கொஞ்சம் கொஞ்சமாகச் சுரண்டிக்கொண்டிருக்கிறான். அவனது தொடர்பை விரும்பாத சாயா, ஜமுனாவை விட்டுப் பிரிந்து ஹாஸ்டலுக்குச் சென்றுவிடுகிறாள். சாயாவின் பிரிவாலும் பாஸ்கர்ராவின் சுயநலப் போக்காலும் தடுமாற்றத்தில் இருக்கும் ஜமுனா தற்கொலைக்கு முயற்சிக்கிறாள். இதனையறிந்த ஜமுனா குடியிருக்கும் வீட்டுக்கார அம்மாள் அவளை வீட்டைக் காலி செய்யச் சொல்கிறாள். குழாயடியில் பரிச்சயமான டீச்சரம்மாள் அவளைத் தேற்றி வாழ்க்கை விளையாடும் பகடை ஆட்டத்தின் விதிமுறைகளை விவரிக்கிறாள். அவளால் பிரக்ஞை பெறும் ஜமுனா, அதன்பிறகு அவள் எதிர்கொள்ளும் துன்பங்களை மன முதிர்ச்சியுடன் ஏற்கும் பக்குவத்தை அடைகிறாள். இதுதான் தண்ணீர் நாவலின் புறவடிவம்.

இந்நாவலில் வரும் ஜமுனா காவியத்தில் வரும் கதாபாத்திரத்திற்கு நிகரான ஒரு பாத்திரம் என்பது என்னுடைய புரிதல். இச்சமூகத்தில் அவளுக்கென்று யாரும் இல்லை; ஆனால் அவள் எல்லோரிடமும் அன்பு காட்டுகிறாள். இவளோடு சமமாக வைத்துப் பார்க்கவேண்டிய மற்றொரு கதாபாத்திரம் டீச்சரம்மா. வாழ்க்கை தரும் கசப்பின் சாற்றை அதே தன்மையோடு பருகிக்கொண்டிருப்பவள்; இருத்தலியலுக்காகப் போராடுபவள். இவ்விருவரும் எங்குமே சந்திக்க முடியாதவர்கள் அல்லர்; எங்காவது வாழ்ந்து கொண்டிருப்பவர்கள்; எங்காவது வாழ்ந்துமுடித்தவர்கள். அடிபம்ப்பில் தண்ணீர் வரும் நுட்பமான ஓசையை ஜமுனாவால் அடையாளம் காணமுடிகிறது. குடத்தைத் தூக்கிக்கொண்டு வரிசையில் நிற்க ஓடுகிறாள். இவளை வீட்டுக்காரர்கள் ஒரு பொருட்டாகவே மதிக்கவில்லை. ஜமுனாவிற்குப் பின்பு வந்தவள் அவளுக்கு முன்பு குடத்தை வைக்கிறாள். ஜமுனா அவள் தவலையைத் தள்ளி வைக்கிறாள். 'நீயே அடிச்சுண்டு போ, சனியனே' என்று அவள் கூறுகிறாள். 'நான் விசாரிச்சா நீங்கள்லாம் எங்கே பதில் சொல்லறேள்? நீங்க ஆகறது ஆகாதது எது கேட்டாலும் நான் மட்டும் நின்னு நிதானமா எல்லாம் சொல்லணும்' என்று வீட்டுக்கார அம்மாவின் கேள்விக்குப் பதில் கூறுகிறாள் ஜமுனா. ஆனால் ஜமுனாவைத் தண்ணீர்ப் பிரச்சினைக்காக மட்டும் அவர்கள் புறக்கணிக்கவில்லை.

அவளது ஒழுக்கம் அங்கே மலினப்படுத்தப்படுகிறது. மனிதர்கள் சக மனிதர்கள்மீது வைத்திருக்கும் நேயத்தையும் தண்ணீர்ப் பிரச்சினை வற்றச்செய்து விடுகிறது என்பது பொதுவான புரிதல். ஆனாலும் அவள் அந்த வீட்டில் குடியிருக்க அனுமதிக்கப் படுகிறாள். காரணம் மிக எளிமையானது; அவளையும் வீட்டைவிட்டு வெளியேற்றிவிட்டால் தண்ணீரே இல்லாத அந்த வீட்டிற்குக் குடியிருக்க யார் வருவார்கள்?

பாஸ்கரராவ் உடனான தொடர்பைச் சாயா வெறுக்கிறாள். ஜமுனாவிற்கும் தான் செய்வது சரியல்ல என்பது தெரியாமல் இல்லை. ‘கல்யாணம் ஆனவனை நம்பி எவளாவது ஓடுவாளா?’ என்று சாயா கேட்கிறாள். ‘அவன் கல்யாணம் ஆனவன்னு எனக்குத் தெரியாது’ என்று ஜமுனா சொல்கிறாள். ஆனால் சாயாவுடனான உரையாடலைத் துண்டிக்கவே ஜமுனா இதனைச் சொல்கிறாள். பாஸ்கரராவ் குறித்து அனைத்தும் ஜமுனாவிற்குத் தெரியும். ஆனாலும் அவனை அவளால் விட முடியவில்லை. சாயாவிற்கும் பாஸ்கரராவிற்கும் இடையிலான சண்டையில்கூட ஜமுனாதான் அவமானப்படுத்தப்படுகிறாள். சாயா, ‘சீ வெட்கங் கெட்டவளே!’ என்று ஜமுனாவைத் திட்டுகிறாள். ‘தூ’ என்று ஜமுனாவின் முகத்தில் துப்புகிறாள். எல்லாவற்றையும் ஜமுனா தாங்கிக்கொள்கிறாள். தன்னுடைய அக்காவின் நலனுக்காகப் பாஸ்கரராவை மிதமாக எதிர்த்த சாயா, தன்னை அவன் கொச்சையாக விமர்சித்ததற்காகக் கடுமையாக எதிர்க்கிறாள். செருப்பைக் கழட்டிக்கொண்டு ஓடுகிறாள். இந்த இடத்தில் சாயா தன் இருப்பைத் தக்கவைத்துக்கொள்வதில் அக்கறை கொள்ளும் ஒரு சராசரி பெண்ணாகவே படைக்கப்பட்டிருக்கிறாள். ஜமுனா, சாயாவின் முகத்தைத் திருப்பி ‘கோச்சுக்காதே’ என்று இரங்குகிறாள். ‘எனக்கென்ன கோபம்? நீ எப்படிப் போனா எனக்கென்ன?’ என்று சாயா தன் இருப்பை உறுதிப்படுத்துகிறாள். ‘எனக்கும் யாராவது வேண்டாமா?’ என்கிறாள் ஜமுனா. ‘இந்த லோஃபரோடதான் சுத்திண்டு அலையணுமா?’ என்று கேட்கும் சாயாவிற்கு ஜமுனா கூறும் பதில் விரக்தியின் உச்சம். ‘எனக்கு வேறே யார் இருக்கா? யாருமில்லேன்னு உனக்குத் தெரியாதா?’ என்கிறாள். ‘போகாதே அக்கா, உன்னைத் தெரு நாயாக்கித் தெருவிலே விட்டுடுவாங்க இவங்கல்லாம்’ என்று சாயா கூறுகிறாள். இதற்கு ஜமுனா கூறும் பதில்தான் சாயா குறித்த ஜமுனாவின் மதிப்பீடு. ‘என்னை இப்பவே நாய் மாதிரித்தானே நீ நடத்தறே’ என்கிறாள்.

ஹாஸ்டலுக்குப் போன சாயாவைத்தேடி ஜமுனாதான் செல்கிறாள். சாயாவின் காலில் விழுந்தாவது அவளைத் தன்னுடன் அழைத்துவர வேண்டும் என்று ஜமுனா எண்ணுகிறாள். ஜமுனாவின் ஒழுக்கவியலைக் குத்திக் காட்டுகிறாள் சாயா. 'நான் உனக்கு வேளா வேளைக்குச் சமைச்சுப் போடறேன். உன் துணிமணிக்குச் சோப்பு போட்டுத் தோய்க்கறேன். வீட்டைப் பாத்துக்கறேன். தண்ணி கொண்டுவந்து கொட்டறேன்' என்னோடு வந்துவிடு என்று அழைக்கிறாள். டீச்சரம்மாவின் நட்பு ஜமுனாவிற்குப் புதிய வாசல்களைத் திறந்து விடுகிறது. தன்னை மட்டும்தான் எல்லோரும் புறக்கணிக்கிறார்கள் என்ற எண்ணத்திலிருந்து ஜமுனா விடுபடுகிறாள். யாரும் யாருக்கும் பிடித்த மாதிரி இருக்க முடியாது என்ற வாழ்க்கையின் நிதர்சனத்திற்கு வந்தடைகிறாள். அனைவரிடமும் அன்பாக இருக்க முயற்சி செய்கிறாள். சாயாவிற்கு முன்பைவிட அதிகமாக முத்தமிடுகிறாள். எதுவும் இன்றோடு முடியவில்லை; நாளை என்று ஒன்று இருக்கிறது என்ற புரிதலை சாயாவிடம் முன்வைக்கிறாள். தன்னை ஏமாற்றிக் கர்ப்பமாக்கிய பாஸ்கர ராவைக்கூட ஜமுனாவால் மன்னிக்க முடிகிறது. அவனுடைய இயலாமையை உணர்ந்துகொள்ள முடிகிறது. இந்தச் சூழ்நிலையிலும் அவனுக்குக்காக இரக்கப்பட முடிகிறது.

தண்ணீர் நாவலைப் பொறுத்தவரை சாயா என்கிற கதாபாத்திரம் அசோகமித்திரனால் உருவாக்கப்பட்டதே தவிர, வளர்த்தெடுக்கப்படவில்லை; ஜமுனாதான் தொடர்ந்து சாயாவை முன்னிலைப்படுத்துகிறாள். சாயாவிற்குத் தன்னை ஊடுருவி அறியும் ஆற்றல் இருப்பதாக ஜமுனா நம்புகிறாள். படித்தவள்; வேலைக்குச் செல்பவள்; ஒழுங்காக ஒருவனைத் திருமணம் செய்துகொண்டவள் எனச் சாயாவின் பெருமையை ஜமுனா அடுக்குகிறாள். அசோகமித்திரன் சாயாவை ஓர் அறிவுஜீவியாக தொடக்கத்தில் உருவாக்க முயற்சி செய்திருக்கிறார். ஆனால் பாஸ்கரராவை எதிர்ப்பதற்கு மட்டுமே சாயா பயன்படுகிறாள். ஜமுனாவின் மனநிலையைச் சாயாவைவிட டீச்சரம்மாவால் மிக ஆழமாக ஊடுருவ முடிகிறது.

வாழ்க்கை மீதான அவநம்பிக்கையின் காரணமாக ஜமுனா தற்கொலையைத் தேர்ந்தெடுக்கிறாள். இந்த முயற்சி வீட்டுக்கார அம்மாவால் தடைபட்டுப் போகிறது. ஜமுனா ஆறுதல் தேடி சாயாவிடம் செல்லவில்லை. மாறாக இவளை மிக நெருக்கமாகப் புரிந்துகொண்ட டீச்சரம்மாவைத் தேடித்தான் செல்கிறாள்.

‘இன்னிக்கு என் செல்லக்கண்ணுக்கு என்ன வந்தது’ என்று ஜமுனாவின் முகவாய்க்கட்டையைப் பிடித்துக்கொண்டு டீச்சரம்மா கேட்கிறாள். ‘நான் உன்கூட இப்போ இல்லைன்னா நீ வீட்டுக்குப் போக மாட்டேன்னு தெரியும்’ என்று ஜமுனாவின் அகத்தைக் கண்ணாடியாக வெளிப்படுத்துகிறாள். ஆக, ஜமுனாவிற்கு வாழ்க்கையின் யதார்த்தத்தைப் புரியவைக்கும் பாத்திரமாக டீச்சரம்மாதான் இருக்கிறாள்.

சாயா பல இடங்களில் சராசரியாகவே நடந்துகொள்கிறாள். காலம் தனக்கெதிராகக் காய்களை நகர்த்துவதாக எண்ணி நிலைகுலைகிறாள். கணவனுக்குச் சென்னைக்கு மாறுதல் கிடைக்கவில்லை என்றவுடன் நொடிந்துபோகிறாள்; விரக்தி யடைகிறாள்; ஜமுனாவைக் கட்டிக்கொண்டு அழுகிறாள். ஜமுனா சாயாவைத் தேற்றுகிறாள். வாழ்க்கையின் யதார்த்தங்களைப் பல இடங்களில் உள்வாங்கிக்கொள்ள முடியாமல் சாயா தவிக்கிறாள். ஜமுனாவிற்கு விடுதலையின் பாதையைக் காட்டக்கூடிய மீட்பராக சாயா இல்லை; அந்தப் பணியை டீச்சரம்மாதான் செய்கிறாள். எனவே ஜமுனாவிற்கு அடுத்து இந்நாவலில் முக்கியமானப் பாத்திரமாக இருப்பது டீச்சரம்மாதான்.

குழாய் அடியில் அறிமுகமாகும் டீச்சரம்மாவின் பாத்திரம் ஈரம் நிறைந்தது. கை பம்ப் வைத்திருக்கும் வீட்டுக்காரம்மாள் பம்ப்பைப் பாதுகாக்கும் பொறுப்பை டீச்சரம்மாவிடம் விடுகிறாள். தண்ணீர்ப் பிடிக்க வந்தவர்கள் அனைவரும் வாழ்க்கையை வெறுப்போடு அணுகுகிறார்கள். தண்ணீர்ப் பிரச்சினை அவர்களின் வாழ்க்கையில் ஒருவித பதற்றத்தை உருவாக்கிவிடுகிறது. உடனிருப்பவர்களைக் கையாளும் வழியறியாது தடுமாறுகிறார்கள். இந்த நிலையிலும் டீச்சரம்மா தன்னிலை பிறழாது இருக்கிறாள். வீட்டுக்கார அம்மாள் டீச்சரம்மாவின் கன்னத்தைக் கிள்ளுகிறாள். டீச்சரம்மா அவளை அப்படியே அணைத்துக் கொள்கிறாள்.

டீச்சரம்மாவிற்கு அன்பையும் கருணையையும் படிப்பு பெற்றுத் தரவில்லை. ஈரமற்ற சக மனிதர்கள் அவளுக்குள் அன்பையும் கருணையையும் மறைமுகமாக விதைத்துச் செல்கிறார்கள். பதினைந்து வயதில் நாற்பத்தைஞ்சு வயது நிரம்பிய ஒருவருக்கு இவளைத் திருமணம் செய்து வைக்கிறார்கள். மணவாழ்க்கை குறித்த எவ்வித புரிதலும் இல்லாத இவளுக்கு, தன்னுடைய கணவன் உடல் அதிர இருமிக்கொண்டே இருக்கும் ஒரு நோயாளி என்று தெரியவரும்போது முதல் முறையாக

அவனைப் பார்த்து இவள் இரக்கப்படுகிறாள். பதினைந்து வயதுப் பெண்ணிடம் இந்த நிலையிலும் தன்னுடைய ஆண்மையை நிரூபிக்கப் போராடும் அவனைப் பார்த்து இவளுக்குக் கோபம் வரவில்லை; வெறுப்பு வரவில்லை; பரிதாபப்படுகிறாள். ஜமுனா குடியிருக்கும் அறுபது வயதான வீட்டுக்காரருக்கு ஜமுனாவின்மீது சபலம் உண்டு. சர்க்கரைத் தொந்தரவு. நடந்தாலே மூச்சு வாங்கும். ஆனாலும் ஆசையைக் கட்டுப்படுத்த முடியவில்லை. 'ஏன், தன்னைப் பார்த்த மாத்திரத்தில் எந்த ஆணுக்கும் மனித உணர்ச்சிகளில் வேறு எதுவும் தோன்றாமல் அது மட்டும் தோன்றுகிறது?' என்ற பரிதாபம் இவளைக் காமத்தோடு அணுகும் எல்லோரிடமும் எழும். இதே கழிவிரக்கம் டீச்சரம்மாவிற்கும் தன் கணவனிடம் வருகிறது. டீச்சரம்மா கோபப்படும் ஒரே நபராக அவளுடைய மாமியார் இருக்கிறார். ஆனாலும் அந்தக் கோபத்திலும் அன்பே நிரம்பியிருக்கிறது.

டீச்சரம்மா ஜமுனாவிற்கு அறிவுரை கூறும் இடம் நாவலில் மிக முக்கியமானவை. 'பொண் ஜென்மம் எடுத்தா அழலாமா? அழாம பல்லைக் கடிச்சுண்டு இருக்கிறதுக்குத்தானே இல்லாத அவதிகளோட பெண்ணாய்ப் பிறக்கிறது.' 'நான் சாகணும் அக்கா' என்கிறாள் ஜமுனா. 'எல்லோரும் சாகத்தான் போகிறோம். எல்லாரும் செத்துண்டுதான் இருக்கோம். உனக்கு இந்த ஆசை ரொம்ப லேட்டா வந்திருக்கு. எங்களுக்கெல்லாம் உனக்குப் பாதி வயசு இருக்கறப்பவே வந்தாச்சு' என்கிறாள். வாழ்க்கை மீதான ஜமுனாவின் தவறான கற்பிதங்களை டீச்சரம்மா புரிய வைக்கிறாள். பாஸ்கரராவ் உன்னைப் பயன்படுத்திக் கொள்வதைப்போல நீ அவனால் பயனடைய விரும்புகிறாய். அதனால்தான் அவனை முழுமையாக விட்டு விலக முடியவில்லை என்கிறாள். ஜமுனா மறுக்கிறாள். ஆனால் அந்த மறுப்பு காத்திரமானதாக இல்லை. பாஸ்கரராவ் வருகை ஜமுனாவுக்குப் பிடிக்கவில்லை என்றாலும் தடுக்க முடியவில்லை. ஏனெனில் சினிமாவில் நடிக்க அவன்மூலமாக ஏதாவது வாய்ப்பு வராதா என்ற ஜமுனாவின் நம்பிக்கை. அந்த நம்பிக்கையை டீச்சரம்மா கண்டுபிடிக்கிறாள்.

'என்னைப்பத்தி யாரு கவலைப்படறாங்க' என்ற ஜமுனாவின் கேள்விக்கு டீச்சரம்மா கூறும் பதில் கவனிக்கத் தகுந்தவை. 'உன்னைப் பற்றிக் கவலைப்படுபவர்களை உனக்கு அடையாளம் தெரியவில்லை; அடுத்தவர்கள் தன்னைப் பற்றிக் கவலைப் பட்டால்தான் நான் அடுத்தவர்களுக்காக வருத்தப்படுவேன்

என்பது குழந்தைத்தனமானது. உன் கண்ணாடி பூதங் காட்டற கண்ணாடி. ஏன் உனக்குள்ளே இவ்வளவு சுயநலமே நிறைஞ்சிருக்கு? உனக்கு ஏன் மத்தவங்களைப் பார்க்கவே முடியலை? ஏன் உனக்கு மத்தவங்களைப் பத்தி நினைக்க முடியலை? மத்தவங்களைப் பத்தி கவலைப்பட முடியலை? ஏன் இப்படி ஏழையாயிருக்கே?' என்கிறாள். மனிதனின் பெரும் கவலையே அடுத்தவர்கள் தன்னைப் பற்றி என்ன நினைக்கிறார்கள் என்பதுதான். இதிலேயே அவர்களுடைய காலம் கழிந்து விடுகிறது. எல்லோரும் தன்னைப் பற்றி உயர்வாக நினைக்க வேண்டும் என்பதைப் போன்ற முட்டாள்தனமான எண்ணம் வேறொன்று இருக்க முடியாது என்பதுதான் டீச்சரம்மாவின் வாதம்.

பெண்களின் துக்கங்கள் எழுதித் தீராதவை. இதற்கு இந்நாவலும் விதி விலக்கல்ல. ஜமுனாவும் டீச்சரம்மாவும்தான் இந்நாவல் முழுக்க நிறைந்திருக்கிறார்கள். கசப்பின் சாற்றை இனிப்பு கலக்காமல் பருகிக் கொண்டிருப்பவர்கள். காவியங்களில் வரும் நாயகிகளுக்கு நிகரான பாத்திரங்கள் இவ்விரண்டும். இந்நாவல் குறித்து எழுதப்படும் கட்டுரைகள் சாயாவையே தொடர்ந்து முதன்மைப்படுத்துகின்றன. சாயா நீர்த்துபோன கதாபாத்திரம். அவளுக்கென்று துன்பம் வரும்போது அப்பாத்திரம் நிலை பிறழ்ந்துவிடுகிறது; சாதாரண தன்மையை அடைந்து விடுகிறது; நெருக்கடியை எதிர்கொள்ளும் ஸ்திரத்தன்மை சாயாவிற்கு இல்லை. ஆனால் ஜமுனா மற்றும் டீச்சரம்மாவின் மூலமாகத்தான் வாழ்க்கையை அதன் வலிகளோடு கடந்துசெல்ல கற்றுக்கொள்ள வேண்டும். தண்ணீர் மனிதர்களிடையே நிலவும் மனதின் வறட்சியையும் பிரதானப்படுத்துகிறது. எதிர்காலத்தில் மனிதத்தைக் கொன்று புதைக்கும் பணியைத் இந்தத் தண்ணீர் செய்யும் என்ற அசோகமித்திரனின் எச்சரிக்கை இந்நாவல். மூத்திரத்தோடும் துருவோடும் கலந்துவரும் தண்ணீரைப் பயன்படுத்த மக்கள் பழகிக் கொள்கிறார்கள். காலமெனும் தண்ணீர் வாழ்க்கை தரும் எல்லா வலிகளையும் அடித்துக்கொண்டு ஓடும்.

இப்பிரதியின்மீது சில விமர்சனங்களும் உண்டு. பெண்களால் நிரம்பிவழியும் இந்நாவலில் பாஸ்கரராவ் தவிர வேறு ஒருவரும் மனதில் நிற்கக்கூடிய ஆண்கள் இல்லை. அசோகமித்திரனின் படைப்புகளில் இத்தன்மையைக் கூடுதலாகக் காணலாம். பல நேரங்களில் இத்தன்மை படைப்பைத் தட்டையானதாக

மாற்றிவிடுகின்றன. அசோகமித்திரன் உருவாக்கும் எதிர்முரண்களைக் கொண்ட கதாபாத்திரங்கள் படைப்பின் இறுதியை அடைவதற்குள் நீர்த்துபோய் விடுகின்றன. ஜமுனாவும் சாயாவும் இருவேறு குணங்களைக் கொண்ட கதாபாத்திரங்கள் என்பதை நாவலின் தொடக்கத்தில் அசோகமித்திரன் முன்னிறுத்துகிறார். ஆனால் நாவலின் இறுதியில் இவ்விரண்டு கதாபாத்திரங்களும் ஒரே நேர்க்கோட்டில் பயணம் செய்ய வேண்டிய சூழ்நிலைக்குத் தள்ளப்படுகின்றன. வாழ்க்கைமீது எந்தவித எதிர்வினையும் இல்லாமல் அப்படியே ஏற்றுக்கொள்ளும் கதாபாத்திரங்களை தொடர்ந்து தம் புனைவுகளில் அசோகமித்திரன் உருவாக்கிக்கொண்டிருக்கிறார் என்ற விமர்சனத்திற்கு தண்ணீர் நாவலும் வலுசேர்க்கின்றன. பாஸ்கரராவின் சுரண்டலுக்கெதிராக இறுதியில் இரு பெண்களுமே மௌனம் காக்கிறார்கள். ஜமுனா, சாயாவைக் கட்டுப்படுத்துகிறாள். அநியாயங்களுக்கெதிராகப் போராடும் காத்திரமான பாத்திரங்களை அசோகமித்திரனுக்குப் புனையத்தெரியாது; அவரின் வாழ்க்கைச்சூழல் அதற்கு இடமளிக்க வில்லை. இதில் வரும் டீச்சரம்மா அசோகமித்திரன்தான் என்ற அனுமானமும் எனக்குண்டு. ஆசிரியரின் இயல்பு பலநேரங்களில் கதாபாத்திரங்களைக் கட்டுப்படுத்துகிறது என்ற விமர்சனத்தையும் இப்படைப்பைக் கொண்டு கட்டுடைக்க வழியேதும் இல்லை.

அடவி, ஆகஸ்ட் 2016

மரப்பசு:
முந்நூறு பாய்கள்

தி.ஜானகிராமன் எழுதி, கணையாழியில் தொடராக வெளிவந்த நாவல் மரப்பசு. 1975ஆம் ஆண்டு இந்நாவலின் முதல் பதிப்பு வெளியானது. தொடராக வெளிவந்த காலத்திலிருந்தே பலராலும் கவனிக்கப் பட்ட நாவலாக மரப்பசு இருந்திருக்கிறது. தி.ஜா.வின் நாவல்கள் வரவேற்கப்பட்ட அளவிற்கு விமர்சனமும் செய்யப்படும்; குறிப்பாக அவர் சார்ந்த பிராமணச் சமூகத்திலிருந்துதான் முதல் கல் எறியப்படும். ஆனால், அவரது சிறுகதைகளின்மீது பெரும்பாலும் கல்லெறிந்ததாகத் தெரியவில்லை. அதனால்தான் தி.ஜா. சிறந்த நாவலாசிரியர் என்பதைவிட, சிறந்த சிறுகதையாசிரியர் என்று நிறுவுவது பலருக்கும் வசதியாக இருக்கிறது. சாகித்ய அகாதெமிகூட அவரைச் சிறுகதை ஆசிரியராகத்தான் அங்கீகரித்திருக்கிறது. அவரது நாவலுக்கு விருது வழங்குவதில் குழுவிற்குப் பல்வேறு மனத்தடைகள் இருந்திருக்கக்கூடும். சிலரின் அதிருப்திகளுக்கு இடையேதான் அவர் அகாதெமி விருதைப் பெற்றார். தி.ஜா.வின் மோகமுள் தமிழில் எழுதப்பட்ட பத்து சிறந்த நாவல்களுள் ஒன்று; ஞானபீட விருது அந்நாவலுக்கு அளித்திருக்க வேண்டும் என்ற பரிந்துரைகள் அடுத்த தலைமுறை வாசகர்களால் முன்வைக்கப்பட்டன. எனவே, தி.ஜா.வின் எழுத்துக்களை மீள்வாசிப்பு

செய்பவர்களின் எண்ணிக்கை இரண்டாயிரத்திற்குப் பிறகு அதிகரித்திருக்கிறது. அவரது படைப்புகள் தொடர்ந்து பதிப்பிக்கப்படுகின்றன.

தி.ஜா.வின் எழுத்துக்கள் நாற்பதுகளுக்குப் பிறகு வெளிவரத் தொடங்கினாலும் 1960-70 காலகட்டத்தில்தான் தீவிரமடைந்திருக் கிறது. அவர் எழுதிய ஒன்பது நாவல்களில் ஆறு நாவல்கள் இக்காலத்தில் வெளிவந்திருக்கின்றன. தவிர, நான்கு குறுநாவல்களையும் இதே காலத்தில் எழுதியிருக்கிறார். அரை நூற்றாண்டுக்கு முந்தைய அவரது ஆக்கங்களையே தற்போது மீள்வாசிப்பு செய்கிறோம்; மதிப்பிடுகிறோம். தி.ஜா.வின் எழுத்துகள் காலத்திற்குக் கட்டுப்படாமல் இயங்கியிருக்கின்றன. அவர் தமது நாவல்களில் தொடர்ந்து பண்பாட்டு மீறலை நிகழ்த்திக்கொண்டே இருந்தார். அந்த மீறல் வெற்றிகரமாக நிகழ்ந்திருக்கிறதா என்பதைப் பற்றியெல்லாம் அவர் கவலைப் பட்டதாகத் தெரியவில்லை; மீறுவதுதான் இவரது புனைவின் இயல்பாக இருந்திருக்கிறது. இவரது நாவல்களில் வரும் முக்கியமான கதாபாத்திரங்கள் அனைத்தும் உண்மையுருவங்கள் என்று அவரின் நண்பர்கள் பல்வேறு சந்தர்ப்பங்களில் நினைவுகூர்கிறார்கள். ஒன்றுக்கு மேற்பட்டவருக்குள்ள குணத்தை ஒரே கதாபாத்திரத்தின்மீது ஏற்றும் பணியைத் தி.ஜா. தம் படைப்புகளில் நுட்பமாகச் செய்தார். இருட்டில் நின்று கொண்டிருப்பவர்களை வம்படியாக அழைத்துவந்து விளக்குக் கம்பத்தின் அடியில் நிறுத்தும் முயற்சிதான் தி.ஜா.வின் நாவல்கள் என்றுகூடத் தோன்றுகிறது. தி.ஜா. ஒரு பிரம்மாண்டத்தின் பிம்பம்; அந்தப் பிம்பத்தின்மீது ஏற்கெனவே பல மதிப்பீடுகள் கட்டப்பட்டுள்ளன. இதனை உடைப்பதென்பது கடினமான செயல். ஆனால் அந்தப் பிம்பத்தை அசைத்துப் பார்க்கும் விமர்சனங்கள் தொடர்ந்துகொண்டுதான் இருக்கின்றன.

தி.ஜா. பெண்களைப் பற்றிதான் அதிகமும் எழுதியிருக்கிறார். ஆண்கள் அவர்களுடன் பயணிக்கும் துணைப்பாத்திரங்கள். யமுனா, அலங்காரத்தம்மாள் பாத்திரங்களைத் தொடர்ந்து மரப்பசு நாவலில் இடம்பெறும் அம்மணியும் இன்றுவரை பேசு பொருள்தான். இந்த ஒற்றைப் பாத்திரத்தினூடாகத்தான் நாவல் பயணிக்கிறது. கோபாலி, பட்டாபி, மரகதம், பச்சையப்பன் உள்ளிட்ட கதாபாத்திரங்கள் அனைத்தும் அவளுடைய வாழ்க்கையில் குறுக்கீடுகளை நிகழ்த்துபவர்கள் மட்டுமே. 'இன்னும் நூறு வருஷங்கள் ஆனபிறகும் இப்படி ஒருபெண்

பிறக்கமாட்டாள்; அதுவும் கும்பகோணத்தைச் சுற்றியுள்ள பகுதிகளில் பிறக்கவே முடியாது' என்று தி.ஜா.வின் அணுக்க நண்பர் கரிச்சான்குஞ்சு (தி.ஜானகிராமன் - சில நினைவுகள்) குறிப்பிடுகிறார். கும்பகோணம் பகுதிக்கு அழுத்தம் கொடுப்பதற்குக் காரணம், வேறு எந்தச் சாதியில் பிறந்தாலும் பிராமணச் சாதியில் பிறக்கமாட்டாள் என்ற தொனிப்பொருள்தான் காரணமாக இருக்கக்கூடும். ஆனால், 'என் மரப்பசு என்னைப் பெற்று உருவாக்கிய சமுதாயத்திற்குத் தண்டனை' என்று தி.ஜா. கடிதம் எழுதியதாகவும் கரிச்சான்குஞ்சு குறிப்பிடுகிறார். தி.ஜா. தாம் சந்தித்திராத மனிதர்களைத் தம் புனைவுகளில் முன்னிலைப்படுத்துவதில்லை என்பதையும் நினைத்துப் பார்க்க வேண்டும். அம்மணி போன்றவர்கள் எத்தனைபேர் இருப்பார்கள்? இவர்களெல்லாம் விதிவிலக்குகள். இந்த விதிவிலக்குகளைத்தான் தி.ஜா. தொடர்ந்து தம் புனைவுகளினூடாக முன்னிறுத்துகிறார். அம்மணி இச்சமூகத்தில் ஏற்படுத்திய மாற்றம் ஒன்றுமில்லை; அவள் இறுதியில் மரபின் பக்கமே திரும்பி நிற்கிறாள். இப்படித்தான் இருக்க முடியும் என்பதையும் தி.ஜா. ஏற்றுக்கொள்கிறார் என்றும் புரிந்துகொள்ளலாம். மரத்தைச் சாய்ப்பதல்ல காற்றின் பணி; அசைத்துப் பார்ப்பது மட்டும்தான். இதனைத்தான் அம்மணியும் செய்கிறாள். அவள் மரத்தை அசைக்க நினைத்ததன் காரணத்தைத் தேடுவதாக இந்தக் கட்டுரை அமையும்.

திட்டமிட்டு உருவாக்கப்பட்ட கதாபாத்திரம்தான் அம்மணி. அதனால்தான் அவளின் எதிர்காலச் செயல்பாடுகளுக்கான களத்தை அம்மணியின் இளம் பருவத்திலேயே கட்டமைத்து விடுகிறார் தி.ஜா. இது ஓர் உத்தி. சிறுவயதில் ஆடையின் தேவை குறித்த புரிதலை உள்வாங்கிக்கொள்ள மறுக்கிறாள். அவள் உறுப்பை மறைக்க அணிவிக்கப்பட்ட அணிகலன் விலகியே கிடக்கிறது. பெண்களுக்கான சடங்குகளைக் கண்டு சிரிக்கிறாள். எதிர்வீட்டில் வசிக்கும் கண்டுசாஸ்திரிமீது அளப்பரிய அன்பு கொள்கிறாள் சிறுவயது அம்மணி. அவரின் தோற்றத்தின்மீது அப்படியோர் ஈர்ப்பு. அவரது உள்ளங்கால் அழுக்கைக்கூடத் துணியால் துடைத்துவிடுகிறாள். கண்டுசாஸ்திரியின் மருமகன் இறந்தபிறகுதான் அவரொரு பழைய உருப்படி என்பதை அம்மணி உணருகிறாள். மகளுக்கு மொட்டையடித்து நார்மடிப் புடவையை அணியச் செய்து தன் மரபைக் காப்பாற்றிக்கொள்ளும் கண்டுசாஸ்திரிமீது, அவரது உள்ளங்கால் அழுக்கை எடுத்து உடல்முழுக்கத் தேய்க்க எண்ணுகிறாள் சிறுமி அம்மணி. இந்தச்

சம்பவம் அவள் மனதில் ஒரு வடுவாகப் பதிந்துவிடுகிறது. பிற்காலத்தில் மரபானச் சடங்குகள்மீதும் திருமணத்தின் மீதும் நம்பிக்கையற்றுப் போவதற்கு இந்த நிகழ்வும் ஒரு காரணமாக அமைந்துபோகிறது. இந்தச் சம்பவத்தை அவள் இறுதிவரை நினைத்துப் பார்க்கிறாள். இது அவள் தேர்ந்துகொண்ட வாழ்க்கைமீதுள்ள கசப்பை மறைப்பதற்கான வழிதான். அம்மணி, தன் பாதையைப் பூக்களால் அலங்கரிக்கச் செய்யும் முயற்சியாகவும் இதனைப் பார்க்கலாம். தி.ஜா.வின் சகோதரிகள் இருவரும் ஒருவரையே மணக்கவேண்டிய நிர்பந்தம் ஏற்பட்டிருக்கிறது. சகோதரிகளின் கணவர் இறந்தபோது புடவைபோடும் சடங்கு நடத்தப்படுகிறது. அதனைத் தி.ஜா. கடுமையாக எதிர்த்திருக்கிறார். சடங்கு செய்யவந்த புரோகிதர்கள்மீது கோபத்தைக் காட்டினார் என்று கரிச்சான்குஞ்சு பதிவு செய்திருக்கிறார். ஒரு சிறுவனால் மரபை எதிர்த்து என்ன செய்துவிட முடியும்? எல்லோரையும் ஒரு கணம் திரும்பிப் பார்க்கச் செய்யும் சத்தம் எழுப்பலாம். கண்டுசாஸ்திரியின் கடைசி மகன் அதனைத்தான் செய்கிறான். அது தி.ஜா.வின் குரல். அவருடைய தந்தைக்கு எதிராக எழுப்பிய குரல். அந்தச் சிறுவனால் ஒன்றும் செய்ய முடியவில்லை; மரபு மிகப்பெரியது. ஆனால் தி.ஜா. தனக்குக் கிடைக்கும் சந்தர்ப்பங்களில் எல்லாம் அந்த இளம்வயது குரலைத் திரும்பத் திரும்ப எழுப்பிக்கொண்டே இருந்தார்.

அம்மணி, திருமணச் சடங்கின்மீதான நம்பிக்கையை இழப்பதற்குக் கண்டுசாஸ்திரி செய்த சடங்கு போதுமான காரணமாகப் படவில்லை; தி.ஜா.வுக்கும் இந்தச் சந்தேகம் இருந்திருக்கிறது. கண்டுசாஸ்திரி வீட்டுக்கு மருமகளாகப் போகமாட்டேன் என்றுதான் அம்மணி சொல்கிறாள். ‘நன்னாப் படிச்சுட்டு, வேர்வையோட கடலைமாவு வேகம் வீசற ஒரு ஏழை ஹோட்டல்காரனைக் கலியாணம் பண்ணிப்பேன். படிப்புச் சொல்லிக் கொடுப்பேன். கழுத்திலே வெத்துச் சரடோட நிற்பேன்’ என்று அவள் அம்மாவிடம் கூறுகிறாள். தன்னைக் குருவாக ஏற்றுக்கொள்ளாத விச்வம்மீது வெறுப்பு கொள்கிறார் கண்டுசாஸ்திரி. இந்தத் தகவல் அவள் அப்பாவின் மூலமாகத் தெரிய வருகிறது. கண்டுசாஸ்திரியின் அகங்காரம் அம்மணியைத் தூண்டி விடுகிறது. அந்தக் கணத்திலிருந்து வெற்றுச் சரடுகூட என் கழுத்தில் ஏறக்கூடாது என்று தீர்மானிக்கிறாள். பார்ப்பவர்களையெல்லாம் ஆறுதலாகத் தழுவிக்கொள்ள வேண்டும் என்ற எண்ணம் அவளுக்குள் பரவுகிறது. ஆனால், விச்வத்தின் புறக்கணிப்புக்கும் அம்மணி திருமணத்தை

வெறுப்பதற்கும் என்ன தொடர்பிருக்கிறது என்ற ஐயம் எழுகிறது. கணவன் இறப்புக்குப் பிறகு மனைவிக்கு நடைபெறும் சடங்குகள்மீது கோபம் கொள்வதற்குத் தார்மீக நியாயம் இருக்கிறது. ஊறுகாய் ஜாடிக்கும் புளிப்பானைக்கும் இடையில் அமர்ந்திருக்கிற மொட்டையடித்த கண்டுசாஸ்திரி மகளின் சித்திரம் இதற்குக் காரணமாக இருக்கலாம். ஆனால் விச்வம் சம்பவம் எப்படி என்று புரிந்துகொள்வதில் சிக்கல் இருக்கிறது.

அம்மணியின் சிறுவயது கதாபாத்திரம் அவ்வளவு அருமையாக வடிக்கப்பட்டிருக்கிறது. அன்பும் துடுக்குத்தனமும் நிறைந்த பாத்திரம். 'நீ அப்படியே சாஞ்சுக்கோயேன் பெஞ்சிலே, நான் தலையை அழுத்திவிடறேன்' என்று சக மாணவன் சண்முகநாதனின் துயரத்தைப் பகிர்ந்துகொள்ளும் இடம் கிளாசிக். அதற்குப் பிறகு அவள் பள்ளியிலும் வீட்டிலும் எதிர்கொள்ளும் பிரச்சினைகளைக்கூடத் துணிச்சலாகக் கடந்து விடுகிறாள். ஒவ்வொருவரின் மனதையும் ஆரத்தழுவ நினைத்த அந்த அம்மணிதான் கோபாலியின் சந்திப்புக்குப் பிறகு முந்நூறு பேருடன் உறவுகொண்ட கணக்கைச் சரிபார்த்துக் கொண்டிருக்கிறாள். இசைக் கச்சேரிக்குத் தேதி கேட்டுக் கோபாலியைப் பார்க்கச் செல்கிறாள் அம்மணி. கோபாலியின் மனைவி குஞ்சாளியைப் பார்க்கிறாள். தி.ஜா. அழகை மட்டும்தான் எழுதுவார். அழகின்மைக்குள்ளும் ஓர் அழகைக் கட்டியெழுப்பும் ஆற்றல் அவரது பேனாவுக்கு உண்டு. இந்நாவலின் மரகதமே இதற்குச் சான்று. இதுதான் தி.ஜா. குறித்து அவரின் வாசகர்களால் உருவாக்கப்பட்ட சித்திரம். ஆனால் இதற்கு நேரெதிராக இருக்கிறது கோபாலியின் மனைவி குறித்த வர்ணனை. 'அந்த அம்மாளின் முக அமைப்பு குரங்கு முக அமைப்பு' என்று எழுதுகிறார். 'எப்படி இவளைக் கோபாலி கலியாணம் செய்துகொண்டார்? எப்படி இந்த முகத்தை நெருங்கி, கிட்ட மூச்சுபடப் பார்க்கிறார் - கண்ணை மூடிக்கொள்கிறாரா?' என்று அம்மணி யோசிக்கிறாள். 'முகம் எப்படியிருந்தா என்ன, உடம்புதான் விறு விறுன்னு இருக்கே - போராதா - மனுஷாளுக்குள்ளே ஏது வித்தியாசம் இடுப்புக்குக் கீழே' என்று தொடர்கிறது உரையாடல். இந்த இடத்திலிருந்துதான் அம்மணியின் மனமும் குப்பையாகிறது.

கோபாலி ஒரு இசைமேதை இல்லை. இதனை அம்மணியும் உணர்ந்துதான் இருக்கிறாள். கோபாலிக்கு அம்மணியுடன் மட்டும் உறவில்லை என்பதும் அம்மணிக்குத் தெரியும். அம்மணி தன்

தோழியாகக் கருதிய பச்சையப்பனின் மனைவி மரகதத்தையும் அடைய முயற்சி செய்கிறார் கோபாலி. இறுதியில் பட்டாபிக்கு எழுதும் கடிதத்தில்கூட, 'தியாகய்யரையும் ராமனையும் பாடிக்கொண்டு நீ ஊர்ப் பெண்டுகளை மேய மாட்டாய்' என்று கோபாலியை மனதில் வைத்துதான் எழுதுகிறாள். 'நான் குஞ்சாளிகிட்ட ரண்டு குழந்தைகளைப் பெத்ததே, இதைச் சாப்பிட்டு, மறந்து போனதினாலே தான்' என்று மதுவைச் சுட்டிக் காட்டுகிறார் கோபாலி. அம்மணியின் உடல் இச்சையைத் தீர்க்கக்கூடிய யோக்கியதையும் கோபாலிக்கு இல்லை. இதனை அம்மணியே உணருகிறாள். பிறகு ஏன் சேர்ந்திருக்கிறாள்? என்ற வினா தொடர்ந்துகொண்டே இருக்கிறது. இவர்கள் இருவரும் இணைந்து இருப்பதற்கு வலிமையான காரணங்களைப் பிரதி முன்வைக்கவில்லை. இசைதான் இருவரும் இணையக் காரணமாக இருந்ததா என்ற கோணத்தில் ஆராய்ந்தாலும் கண்டுபிடிக்க முடியவில்லை. ஏனெனில் கோபாலியை இசையின் சாம்ராட் என்று சொல்வதற்கும் முகாந்திரமில்லை.

திருமணம் குறித்த உரையாடலை இந்நாவல் காத்திரமாக முன்னெடுத்திருக்கிறது. 'நீ பெரியப்பாவைக் கலியாணம் பண்ணிண்டு, என்ன சுகத்தைக் கண்டே?' என்று அம்மணி கேட்கிறாள். இதில் அவள் குறிப்பிடும் 'சுகம்' என்பது என்ன? சுகத்தை வரையறுக்க முடியுமா? பெரியம்மாவின் சுகத்திற்கான எல்லையும் அம்மணியின் சுகத்திற்கான எல்லையும் ஒன்றாக இருக்க முடியுமா? தன்னுடைய பாதைதான் ஒட்டுமொத்தப் பெண்களின் சுகத்திற்கான பாதையாக அம்மணியால் தீர்மானிக்க முடியுமா? தவிர, பெரியம்மா சுகமாக இல்லை என்பதற்கான தடயங்கள் பிரதியில் இல்லை; ஆக, எதனை வைத்துப் பெரியம்மாவின் சுகத்தை அம்மணி அளவிடுகிறாள் என்பது போன்ற பல கேள்விகள் எழுகின்றன. 'நாமெல்லாம் சந்தோஷமா இருக்கப் பிறந்திருக்கோம். எனக்குக் கோபாலி. கோபாலி பிடிக்கலேன்னா வேற யாராவது' என்று அம்மணி வாதிடுகிறாள். திருமணம் செய்துகொள்ளாமலே பலருடன் தொடர்பில் இருந்த அம்மணி, இறுதியில் சுகத்திற்கான அளவுகோலை அடைந்தாளா என்பதைப் பட்டாபிக்கு அவள் எழுதும் கடிதத்தை வைத்து உணரலாம்.

அம்மணியைத் தேடி அவளின் பெரியப்பா வருகிறார். 'அம்மணி வர மாட்டா. நான் மொசப்பயல்னு எனக்கே தெரியும். அவ அதுக்கா வந்து இருக்கலே என்னோட. அது உனக்குப்

புரியாது. உனக்குப் புளி பருப்புதான் புரியும்' என்று கோபாலி பேசுகிறார். இதனை வாசிக்கும் எனக்கும் புரியவில்லை. இருவரும் சேர்ந்து என்ன மாற்றத்தை இச்சமூகத்துக்குக் கையளித்தார்கள்? புனைவின் இறுதிவரை இந்தக் கேள்விக்குப் பதில் இல்லை. அம்மணிக்கு இயல்பிலேயே மீறல் குணம் உண்டு. மூன்று சம்பவங்கள் அவளின் குணத்திற்குத் துணை நிற்கின்றன. மனதைத் தழுவுவதிலிருந்து உடலைத் தழுவுவதற்கு முன்னேறுகிறாள். அதுதான் அவளின் தனிப்பட்ட வளர்ச்சி. இதனை அவள் ஒரு கலகமாகத்தான் செய்கிறாள். பழி தீர்த்தல் என்றுகூடச் சொல்லலாம். 'காம இச்சை அகங்காரத்துடன் கலந்து சிக்கலான வடிவம் கொண்டு மனித இயல்பின் அடிப்படைத் தீமையாக உருவெடுப்பதை தி.ஜானகிராமன் தம் படைப்புகளின் வழியாக மீண்டும் மீண்டும் காட்டுகிறார்' என்று ஜெயமோகன் (*சென்றதும் நின்றதும்*) மதிப்பிடுகிறார். இம்மதிப்பீடு அம்மணிக்குப் பொருந்திப்போகிறது. இதனைப் பிரதியின் இன்னொரு இடத்தில்கூடத் தி.ஜா. அருமையாக எழுதியிருப்பார். நண்பர் சுந்தரத்தைக் கோபாலி ஒருமுறை அவமானப்படுத்தி விடுகிறார். அந்த அவமானத்தைக் கோபாலியின் உடைமையான அம்மணியைத் தழுவுவதன் மூலமாகத்தான் இறக்கிவைக்க முடியும் என்று சுந்தரம் நினைக்கிறார்.

கோபாலிக்கு இயல்பிலேயே பெண்களின்மீது ஈர்ப்பு உண்டு. அம்மணியின் உடல்மீதான இச்சைதான் அவளுடன் சேர்ந்திருக்கச் செய்கிறது. அறுபது வயதைக் கடந்தும் பெண்ணுடல் மீதான ஈர்ப்பு கோபாலிக்குக் குறையவில்லை. முகமும் (மனைவி) நிறமும் (மரகதம்) பொருட்டல்ல; உடல்தான் முக்கியம். அம்மணியைச் சந்தேகப்படுவது; பட்டாபியை வீட்டைவிட்டு அனுப்புவது; மரகதத்தின் பார்வைக்காக நொடிந்து நிற்பதென ஆண்களுக்குள்ள எல்லாப் பலவீனங்களும் கோபாலிக்கும் உண்டு. அதனால் அந்த இருவரின் உறவிலும் எந்தப் புனித அடுக்குகளும் இல்லை என்பதுதான் எனது அவதானிப்பு. இதனை அம்மணியே கண்டுகொள்கிறாள் என்பதுதான் உச்சமான இடம்.

தனது மிகச்சாதாரண நடன அசைவுகளை அங்கீகரிப்பதற்குப் பின்னுள்ள ஆண்களின் ஆசையை அம்மணி புரிந்துகொள்கிறாள். பலருடன் வெளிப்படையாகப் பழகுவது ஆண்களுக்கு வசதியாக இருக்கிறது. அதனால் ஒருகூட்டம் அம்மணியின் இந்தப் பாதையை ஆமோதிக்கிறது. 'நீ முந்நூறு பேரோடு படுத்துக் கொண்டிருக் கலாம். மூவாயிரம் பேரை முத்தமிட்டிருக்கலாம். ஆனால் நீ

மிக மிகத் தூய்மையான மனுஷி' என்று ப்ரூஸ் சொல்லுவதற்குப் பின்புகூட அரசியல் இருக்கிறது. இவன் மூலமாகத்தான் உடலிலிருந்து விடுதலை அடைகிறாள் அம்மணி. அடுத்தடுத்த பரிசோதனை முயற்சிகளை நிறுத்திக் கொள்கிறாள். இதில் கோபாலியும் அடக்கம். ப்ரூஸின் பாராட்டுதல் எதிர்காலத்தில் அம்மணியுடன் மீண்டும் இணைவதற்கான ஒரு வாசலைத் திறந்தே வைத்திருக்கிறது. 'நான் திருமணம் செய்துகொண்டால்கூட நீ என்னுடன் இருப்பாய்' என்று கடிதத்தில் குறிப்பிடுகிறான். இதுதான் அவன் பாராட்டுதலுக்குப் பின்புள்ள எதிர்பார்ப்பு.

அம்மணி இனக்குழுச் சமூக பெண்களுக்கான வாழ்க்கை முறையை மீட்டெடுக்க நினைக்கிறாள். ஆடவனைத் தேர்ந்தெடுக்கும் உரிமை மீண்டும் பெண்களிடம் வரவேண்டும் என்று ஆசைப்படுகிறாள். அதற்கான முன்மாதிரியாகவும் தன் நடவடிக்கைகளை அமைத்துக்கொள்கிறாள். அதாவது அவளுடைய விருப்பமில்லாமல் அவளை ஓர் ஆண் தொட முடியாது. பெண்ணின் கட்டளைக்குச் செயல்படும் ஆண்களால் நிரம்பிய உலகத்தை உருவாக்க வேண்டும் என்ற தொல்குடிப் பெண்ணின் சாயையாகத் தன்னை நிறுவிக்கொள்ள முயலுகிறாள். குறிப்பாக, ஆணுக்குமேல் பெண் இருக்கவேண்டும்; எல்லா இடத்திலும். ப்ரூஸினுடனான ஒருநாள் உறவு இவளை மடைமாற்றம் செய்துவிடுகிறது. திருமணத்தை வெறுத்த அம்மணி ப்ரூஸிடம், 'உனக்குப் பிடித்த பெண்ணாகப் பார்த்துத் திருமணம் செய்துகொள்' என்கிறாள். அம்மணிக்குத் திருமண உறவின்மீது நம்பிக்கை ஏற்படுகிறது. தன் வாழ்க்கையிலிருந்து சில முடிவுகளைக் கண்டடைகிறாள். 'அவளுக்கு என்றைக்கு உன்னைப் பிடிக்கவில்லையோ, அன்று உன் பாயைத் தூக்கி வாசலில் வீசி எறியச் சொல். சண்டை போடாமல், அந்தப் பாயை எடுத்துக்கொண்டு வேறு ஜாகை பார்த்துக் கொள். இஷ்டமிருந்தால் அந்தப் பாயை எடுத்துக்கொண்டு இன்னொருத்தி வீட்டுக்குப் போ. இல்லாவிட்டால் அதையும் தூக்கி எறிந்துவிட்டுத் தரையில் படுத்துக்கொள்' என்பதுதான் அவளின் உபதேச மொழிகள். இதனைக் கண்டுபிடிப்பதற்குத்தான் அம்மணி முந்நூறு பாய்களை மாற்றியிருக்கிறாள். இதுதான் இப்பிரதி இச்சமூகத்துடன் நடத்த விரும்பும் உரையாடலாகவும் புரிந்துகொள்ளலாம்.

மரபுகள்மீது கல்லெறிய நினைப்பவர்கள், அந்தக் கல்லை முதலில் கடவுள்மீது எறிய வேண்டும். கடவுளை

எதிர்ப்பதினூடாகத்தான் ஒழுங்கைச் சிதைக்க முடியும்; கடவுளை எதிர்ப்பதினூடாகத்தான் குற்றவுணர்ச்சியிலிருந்து வெளியேற முடியும். அம்மணி அதனையும் செய்கிறாள். இதெல்லாம் அவள் செயற்கையாக உருவாக்கிக் கொண்டவை. இறுதியில் இயற்கையை நோக்கித் திரும்புகிறாள். வயது அந்தப் புரிதலைத் தருகிறது. தன் வெள்ளை முடியின் அழகிலிருந்து அதனைக் கண்டடைகிறாள். இதுவரையான தனது நடவடிக்கைகள் அனைத்தும் செயற்கையாக அமைந்தவை என்ற குறிப்புணர்த்தலும் இதில் உண்டு. இறுதியில் மரபுதான் வெற்றிபெறும் என்று அம்மணியின் மனத்திருப்பத்தை அங்கீகரித்ததால் தி.ஜா.வின் பழிவாங்கும் கணக்கைப் பிரதி நேர் செய்யவில்லை என்றே புரிந்துகொள்ள வேண்டியிருக்கிறது. ஆனால் அம்மணி என்றொரு கதாபாத்திரத்தைக் கொண்டு இச்சமூகத்தின் மரபுக்கு எதிராகத் தி.ஜா. நிகழ்த்திய உரையாடல் காத்திரமானது; அவள் உண்டாக்கிய அசைவு முக்கியமானது.

திருமணம் உள்ளிட்ட மரபுகளை வெறுத்துச் செயல்பட்ட அம்மணி இறுதியில் மரபுக்கே திரும்புகிறாள். உடல்தூய்மை குறித்த புரிதலைக் கறுத்த பெண்ணான மரகதத்திடமிருந்து அம்மணி பெற்றுக் கொள்கிறாள். ஆக ப்ரூஸும் மரகதமும் அம்மணியை மரபை நோக்கித் திருப்பி விடுகிறார்கள். பட்டாபியைத் திருமணம் செய்துகொள்ள விரும்புகிறாள். மரபான குடும்பப் பெண்களுக்கேயுரிய குணத்தைப் ‘பட்டாபியைக் கேட்டுச் சொல்கிறேன்’ என்ற இடத்தில் அடைகிறாள். ஆனாலும் அவளிடம் ஒரு கலகப் பண்பு கடைசிவரை இருக்கத்தான் செய்கிறது. அப்பாவின் இடத்தில் இருக்கும் கோபாலியுடன் திருமணம் செய்துகொள்ளாமல் சேர்ந்து வாழ்ந்தவள், தன்னைவிடப் பல வருடங்கள் சிறியவனான பட்டாபியைத் திருமணம் செய்துகொள்ள முடிவெடுக்கிறாள். ஆணின் வயது பெண்ணின் வயதைவிடக் கூடுதலாக இருக்கவேண்டும் என்ற பலவருடக் கணக்கை உடைக்கிறாள்; அந்த வகையில் தி.ஜா.வின் அம்மணி கலகத்தின் அடையாளமாக நினைவு கூரப்படுவாள்.

காகித மலர்கள்:
ஆழ்மனதின் உரையாடல்கள்

நகரங்களில் வாழும் நடுத்தர மக்களின் அகப்பிரச்சி னைகளைக் காத்திரமாக எழுதியவர் ஆதவன். அத்தகைய எழுத்து தமிழில் நிலைபெறுவதற்கு முன்பே ஆதவனின் எதிர்பாராத மரணம் நிகழ்ந்து விட்டது. ஆதவன், திருநெல்வேலி மாவட்டத்தின் கிராமமொன்றில் பிறந்திருந்தாலும், இவரது வாழ்க்கை டெல்லி, பெங்களூர் ஆகிய பெருநகரங் களில்தான் கழிந்திருக்கிறது. அறுபதுகளுக்குப் பிறகு ஆதவன் எழுதத் தொடங்கும்போது, கூட்டுக் குடும்பம் என்கிற அமைப்பு சிதைந்து, ஆடம்பர வசதிகள் சார்ந்து தனிக்குடும்பம் என்ற அமைப்பு நகரங்களில் உருவாகத் தொடங்கிவிட்டது. இதன் சிக்கல்கள் சார்ந்தே இவர் எழுதத் தொடங்கினார். தொழில் வளர்ச்சி, நகர உருவாக்கம், இடப்பெயர்ச்சி ஆகியவை சார்ந்து எழுபதுகளுக்குப் பிறகு பாதுகாப்பும் வழிகாட்டுதலுமற்ற ஒரு சமூகம் பெருநகரங்களில் தன்னிச்சையாக உருவாகத் தொடங்கியிருந்தது. தன்னியல் மனப்பான்மையுடன் எதிலும் தீவிர கவனம் செலுத்தாமல் மரபான குடும்ப அமைப்பின்மீது இந்நவசமூகம் தொடர்ந்து விமர் சனங்களை எழுப்பிக்கொண்டே இருந்தது. தான் செய்வதுதான் சரி என்கிற மனப்பான்மை இச்சமூகத்திடம் தீவிரமாகச் செயல்பட்டது.

தொன்மையின்மீது விமர்சனங்களை முன்வைப்பதன் மூலமாக மரபை எளிதாகத் தகர்த்துவிடலாம் என்ற எண்ணமும் இவர்களிடம் மேலோங்கியிருந்தது. பெற்றோர்களின் அரவணைப்பில் வளர்ந்த இளைஞர்கள் இக்காலகட்டதில் சுயமாகச் சிந்திக்கத் தொடங்கினர். இந்தச் சுயசிந்தனை குடும்ப அமைப்பில் பெரும் விரிசலை ஏற்படுத்தியது. இந்த இடத்தில்தான் ஆதவன் கவனம் செலுத்தத் தொடங்கினார்.

1977ஆம் ஆண்டு ஆதவன் எழுதிய நாவல் *காகித மலர்கள்*. *தீபம்* இதழில் தொடராக வெளிவந்தது. டெல்லியில் வாழும் தமிழரான பசுபதியின் குடும்பக் கதைதான் இந்நாவல். விசுவம், செல்லப்பா, பத்ரி ஆகிய மூவரும் பசுபதியின் மகன்கள். இவர்கள் மூலமாக ஒட்டுமொத்த இளைஞர்களின் மன ஆழத்தை இப்புனைவுமூலம் வெளிக்கொணர ஆதவன் முயன்றிருக்கிறார். மூன்று மகன்களும் மூன்று வெவ்வேறு மனநிலைகளின் பிரதிநிதிகளாக இருக்கின்றனர். இவர் மனைவி பாக்கியம், மருமகள் பத்மினி ஆகிய இருவரும் பெண்களின் மரபு எல்லைகளைத் தகர்த்து, புதிய வெளியை உருவாக்க முயல்கிறார்கள். தங்கள் வாழ்க்கையையே இதற்குப் பணயமாக வைத்துச் செயல்படுகின்றனர். இக்குடும்பத்துடன் நட்புரீதியில் தொடர்புடைய கணேசன், தாரா உள்ளிட்ட வேறுசில கதாபாத்திரங் களும் இந்நாவலின் கதையாடலுக்குப் பயன்பட்டுள்ளனர்.

காகித மலர்கள் ஒரு குடும்பத்தைப் பற்றிய புனைவாக மட்டும் சுருக்கிவிட முடியாது. இக்குடும்பம் சமூகத்தின் ஓர் அங்கம். ஒவ்வொரு கதாபாத்திரமும் பணி சார்ந்தும் அன்றாட வாழ்க்கைமுறை சார்ந்தும் இப்பெரும் மக்கள் திரளுடன் பின்னிப் பிணைந்துள்ளது. பசுபதி மத்திய அமைச்சகத்தின் பெரும் பொறுப்பில் இருப்பவர். இவரினூடாக அமைச்சுப் பணியின் மூடுதிரையை விலக்கிப் பார்த்துள்ளார் ஆதவன். இவரின் ஒவ்வொரு பதவி உயர்வுக்குப் பின்னும் இவருடைய மனைவி பாக்கியம் துணையாக இருக்கிறாள். பதவி உயர்வென்பது திறமையின் அடிப்படையில் மட்டுமே கிடைத்துவிடாது; அவ்வளவு உள்ளடி வேலைகளைச் செய்ய வேண்டும். இதனை உணர்ந்த பாக்கியம், அதற்குத் தன் அறிவையும் உடலையும் பயன்படுத்திக்கொள்கிறாள். பசுபதிக்குப் பதவி உயர்வைப் பெற்றுத் தருவதினூடாகப் பாக்கியம் தன் எல்லைகளை விரித்துக் கொள்கிறாள். மரபான பிராமணக் குடும்பத்திலிருந்து இன்னொரு மரபான பிரமாண குடும்பத்திற்கு வாழ்க்கைப்பட்ட பாக்கியத்திற்கு

தலைநகரம் மரபை உடைப்பதற்கான தந்திரங்களைக் கற்றுத் தருகிறது. தன் மாமியார்போல தான் இருக்கக் கூடாது என்பதில் பாக்கியம் உறுதியாக இருக்கிறாள். மாமியாரின் வாழ்க்கையிலிருந்தே அதற்குரிய தரவுகளைப் பெற்றுக்கொள்கிறாள். மரபின்மீதான கோபம் பாக்கியத்தின் மாமியாருக்கும் இருந்தது; நடைமுறையில் அதனை வெளிப்படுத்த முடியவில்லை. அடுத்த தலைமுறையைச் சார்ந்த பாக்கியத்திற்கு அதற்கான வெளி கிடைக்கிறது. டெல்லி எனும் நகர வாழ்க்கை அதனைச் சாத்தியப்படுத்துகிறது.

விசுவம், நவீன சிந்தனைகளுடன் இச்சமூகத்தை எதிர்கொள்கிறான். கல்வியும் உலகத்தின்மீதான அபிமானமும் இவனைத் தரப்படுத்துகின்றன. ஆனால் சொந்த நாடு இவனது சிந்தனைகளைப் புரிந்துகொள்ள மறுக்கிறது. பழமைவாதத்தால் இறுகிப்போன இந்த அமைப்பிற்குள் விசுவத்தால் பொருந்திப் போக முடியவில்லை. நாட்டைவிட்டு வெளியேறுகிறான். அமெரிக்கா அரவணைத்துக் கொள்கிறது. இப்போது அவன் விஸ்கான்ஸின் பல்கலைக்கழக ஆய்வாளன். 'இந்திய நகரங்களின் சூழ்நிலைகளில் யந்திர நாகரிகத்தின் பாதிப்புகளும் விளைவுகளும்' குறித்த ஆய்வில் ஈடுபட்டுள்ளான். சுற்றுச்சூழல் குறித்த எவ்விதப் புரிதலும் இல்லாத ஆட்சியாளர்கள், தங்கள் அரசியல் இலாபத்திற்காக எப்படி ஒவ்வொரு திட்டத்தின் நோக்கத்தையும் சிதைக்கிறார்கள் என்பதை விசுவம் நேரடியாக உணர்ந்து கொள்கிறான். இளம் தலைமுறையின் சிந்தனைகளைத் தனதாக்கிக்கொள்ளும் அரசியல்வாதிகளின் சூழ்ச்சிகளை வெளிப்படையாக எதிர்க்க முடியாமல் இறுதியில் பொருந்திப் போக முயல்கிறான். விசுவம் இப்போது இளைஞன் இல்லை. அவன் ஒரு குழந்தைக்குத் தந்தை. ஆதவன் இதுபோன்ற இடங்களில்தாம் தவிர்க்க முடியாத எழுத்தாளராகிறார். இச்சமூகம் உற்பத்தி செய்யும் இழிவுகளை ஒரு குறிப்பிட்ட வயதுவரைதான் எதிர்க்க முடியும்; அந்த எல்லையைக் கடக்கும்போது, இச்சமூகம் ஏற்கனவே தயாரித்து வைத்துள்ள பொதுத்திரளுக்கான முகமூடிகளில் ஒன்றைத்தான் ஒவ்வொருவரும் அணிந்துகொண்டு இறுதிக்காலத்தைக் கழிக்க வேண்டும். திருமணத்திற்குப் பிறகு 'தன் குடும்பம்' என்ற கருத்தாக்கம் வலிமைபெறத் தொடங்கி விடுகிறது.

பசுபதியின் இரண்டாவது மகனான செல்லப்பாவை, 'எனது பாத்திரங்களிலேயே மிக அதிகமாக எனது சாயலைக் கொண்டு

உருவானவன் செல்லப்பா' என்று ஆதவன் குறிப்பிட்டிருக்கிறார். பாக்கியத்திற்கும் இவன் பிடித்தமானவன் என்று அவளே கூறுகிறாள். ஓர் இளைஞனின் மேல்நிலை மனதையும் அடிநிலை மனதையும் ஒன்றோடொன்று மோதவிட்டு உரையாடும் பாத்திரமாகச் செல்லப்பா வார்க்கப்பட்டிருக்கிறான். பொங்கிப் பெருகும் பெண்கள் மீதான வேட்கைகளை இவனது மேல்நிலை மனம் அடக்கிக்கொண்டே இருக்கிறது. அம்மாவின் அங்க அசைவுகளும் இவனுக்குக் காமவேட்கையைத் தூண்டுகின்றன. இதனால் இவன் பாக்கியத்தைவிட்டு விலகிச் செல்லவே முயல்கிறான். நகரங்கள் இளைஞர்களுக்கு உருவாக்கிக்கொடுத்த கேளிக்கை வசதிகளும் திரைப்படங்களில் இடம்பெறும் நடிகர் நடிகைகளின் செயற்கையான நடிப்புகளும் அவர்களின் பார்வையை மாற்றியிருக்கின்றன. வன்மையான செயல்பாடுகளின் வழியாகவே தங்களது இருப்பை இச்சமூகத்தில் நிரூபிக்க முடியும் என்ற மனநிலைக்கு அவர்கள் தள்ளப்படுகின்றனர்; குறிப்பாக இளம்பெண்களை ஈர்க்க முடியும் என்ற திரைக்கற்பனைக்கு நிகழ் வாழ்க்கையில் செயல் வடிவம் கொடுக்கின்றனர். செல்லப்பாவிற்கும் இதனையெல்லாம் செய்யவேண்டும் என்ற ஆசை இருக்கிறது. ஆனால் அவனது இயலாமை இதனைத் தடுக்கிறது. அவன் நண்பன் இதனைச் செய்யும்போது அவனால் எதிர்க்க முடியவில்லை; மறைமுகமாக அங்கீகரிக்கிறான். சுயசிந்தனையை இழந்து ஒவ்வொருவரும் ஒவ்வொரு நடிகர்களின் பிம்பங்களாகத் தங்களை இக்காலத்தில் உணரத் தொடங்கினர். செல்லப்பா இக்குழுவில் ஒருவன்.

பசுபதியின் மூன்றாவது மகனான பத்ரி, குடும்ப அமைப்பிலிருந்து முழுமையாகத் தன்னை வெளியேற்றிக் கொண்டவன். கண்மூடித்தனமான எதிர்ப்புகளின் மூலமாகச் சமூக அங்கீகாரத்தைப் பெற நினைக்கும் தலைமுறையின் குறியீடு இவன். பசுபதி, குடும்பத்தைக் கவனிக்காமல் தன் மகிழ்ச்சியில் மட்டுமே கவனம் செலுத்திக் கொண்டிருக்கிறார். பாக்கியம், சமூகத்தில் வலிமையானவர்கள் எனக் காட்டிக்கொள்பவர்களைத் தன்முன் மண்டியிடச் செய்யும் சாகச விளையாட்டில் ஆர்வம் காட்டுகிறாள். இவ்விருவரின் நடவடிக்கைகள் பத்ரிக்குச் சாதகமாக அமைந்துவிடுகின்றன. யாரும் யாரையும் சார்ந்திராத குடும்பமாகப் பசுபதியின் குடும்பம் இந்நாவலில் புனையப் பட்டுள்ளது. இந்தச் சிதைவு அடுத்த தலைமுறையை எப்படிப் பாதிக்கும் என்ற அறத்தைக் கற்பிப்பது ஆதவனின் நோக்கமாக இருக்க வாய்ப்பில்லை. ஆனால், கண்காணிக்கப்படாத இளம்

தலைமுறை இச்சமூகத்தில் தன்னை எவ்வாறு அடையாளப் படுத்திக்கொள்ள முயற்சி செய்யும் என்பதற்குப் பத்ரி கதாபாத்திரம் ஓர் உதாரணம். தன்னைப் பொதுவெளியில் நிலைநிறுத்திக்கொள்ள அல்லது தன் குடும்பத்தின் மீதான கசப்பை வெளியேற்றிக்கொள்ள பேருந்தை உடைக்கிறான். இதனால் அப்பாவியான இரு உயிர்கள் பலியாகின்றன. அதைப் பற்றிய கழிவிரக்கம்கூட அவனுக்கு இல்லை. பசுபதி தன் அதிகாரத்தைப் பயன்படுத்தி மகனைக் காவல்துறையிடம் இருந்து மீட்டுவருகிறார். பசுபதி தனது செல்வாக்கை நிலைநிறுத்திக்கொள்ளவே இதனைச் செய்கிறார் என்பது பத்ரியின் அவதானிப்பு. தந்தை என்கிற உறவு இவ்விடத்தில் கேலிப்பொருளாகிறது. தந்தை எதிர்க்கவேண்டிய ஒரு நபர் என்பது பத்ரி போன்றவர்களின் எண்ணமாக இருக்கிறது. உறவுகளுக்கு முக்கியத்துவம் கொடுக்காத ஒருதலைமுறை எழுபதுகளிலேயே உருவாகிவிட்டது என்பதைத்தான் ஆதவன் நிறுவ முயன்றிருக்கிறார் என்றும் இப்பிரதியை அணுகலாம்.

இப்புனைவில் அனைவருமே தங்களுக்கான இடத்தை உறுதி செய்வதிலேயே தீவிரம் காட்டுகின்றனர். யாரும் யாருடனும் உண்மையான அன்புடன் இல்லை; குறைகளுடனேயே வாழ்கின்றனர்; நிறைவாக வாழ்வதற்கு வாழ்க்கை அவ்வளவு வசதிகளைக் கொடுத்திருப்பினும் திருப்தியில்லாத ஒரு தலைமுறையை ஆதவன் இந்நாவலில் படைத்துக் காட்டி யிருக்கிறார். அவர்களால் எதிலும் நிறைவைக் காணமுடியாது. அவர்களனைவரும் காகித மலர்கள். பார்ப்பதற்கு அழகாகத் தெரியும் வாசனையற்ற மலர்கள் அவர்கள். மரபில் சில குறைபாடுகள் இருந்தாலும் ஒரு சமூக ஒழுங்கு அதிலிருந்தது. அதற்கு இணையான ஒரு மாற்றைக் கண்டறியாமல் அதிலிருந்து வெளியேறும்போது இப்படித்தான் உள்ளீடுகளற்று ஒரு சமூகம் உருவாகும். பாக்கியம், பசுபதியின் உயரதிகாரிகளைச் சரிக்கட்டுவதிலேயே தன் முழுக்கவனத்தையும் செலுத்துகிறாள். அதன் மூலமாகப் பசுபதிக்குச் சில சலுகைகள் கிடைக்கின்றன. அதனால் பாக்கியத்தைக் கட்டுப்படுத்தும் அதிகாரத்தை இழந்து விடுகிறார். அவர்களிருவரும் கணவன் மனைவியாக நடந்துகொண்ட தருணங்கள் மிகக் குறைவு. தங்களுக்கான மகிழ்ச்சியை இருவரும் வெளியில் தேடிக்கொள்கின்றனர். இவர்கள் உற்பத்திச் செய்யும் அடுத்த தலைமுறை போதாமைகளுடன்தான் இருக்கும். தன்னை முன்னிலைப் படுத்துவதில் பாக்கியம் மருமகளுடனும் போட்டிப் போடுகிறாள். காலத்துடன் தானும் முன்னோக்கி நகரவேண்டும் என்கிற

தன்முனைப்பு பாக்கியத்தை ஆட்டி வைக்கிறது. விசுவத்துக்கும் பத்மினிக்கும் இருக்கும் உறவுகூட விவாதப் பொருளாகிறது. யார் யாரைவிட உயர்ந்தவர்கள் என்று ஒருவரையொருவர் நிறுவுவதிலேயே கவனம் செலுத்துகின்றனர். விசுவத்துக்கும் அவனுடைய பெற்றோருக்கும் இருக்கும் உறவுகூட சொல்லிக் கொள்ளும்படி இல்லை. விசுவத்துக்கு அவனுடைய தாத்தாவுடன் இருந்த பிணைப்புகூட அப்பாவுடனும் அம்மாவுடனும் இல்லை என்பதைப் பாக்கியமே பத்மினியிடம் கூறுகிறாள். செல்லப்பாவும் பத்ரியும்கூட விருந்தினரைப் போன்றுதான் சொந்த வீட்டிற்கு வந்து போகின்றனர். யாரும் யாரையும் சார்ந்திருக்க வேண்டியதில்லை என்பதை நவீனத்துவத்தின் அடுத்தகட்ட நகர்வாகப் பார்க்க முடியாது. வேரில்லாத ஒரு தலைமுறையைச் சமூகம் உற்பத்தி செய்திருக்கிறது என்ற அறச்சீற்றம் புனைவின் மறைவிலிருந்து வெளிப்படும் உண்மை. பசுபதியின் குடும்பத்தினர் அனைவரும் சிகரெட் பிடிக்கின்றனர்; மது அருந்துகின்றனர். இவை அனைத்தும் ஒவ்வொருவருக்கும் தெரிந்தேதான் நடக்கிறது. யாரும் யாரையும் கேள்வி கேட்க முடியவில்லை. இதனை ஒரு சோசலிச சமூகத்தின் முன்மாதிரியாக ஏற்றுக்கொண்டு புளகாங்கிதம் அடைய முடியாது. ஒவ்வொருவருக்குமான எல்லைகளைத் தகர்க்கும்போது குடும்ப அமைப்பு இப்படித்தான் சிதைந்துபோகும் என்ற எச்சரிக்கையும் இதற்குள்ளே இருக்கிறது.

இளம் தலைமுறைக்கு முன் தலைமுறையிடம் ஒரு தீர்க்கமுடியாத கோபம் இருப்பதை ஆதவன் தொடர்ந்து தன் ஆக்கங்களினூடாக நினைவு படுத்திக்கொண்டே இருக்கிறார். இந்நாவலிலும் பல இடங்களில் அது வெளிப்படுகிறது. பெரியவர்களின் உலகத்தை வேண்டுமென்றே இத்தலைமுறை அலட்சியம் செய்கிறது. பெரியவர்களுக்கு முன்பே சிகரெட் பிடிப்பது அத்தகைய அலட்சியத்தின் ஒரு வெளிப்பாடுதான். பொறுப்புகளோ கவலைகளோ அற்ற இவர்கள்தாம் பொதுச்சொத்தின்மீது கல்லெறிகிறார்கள். தட்டிக்கேட்கும் பேருந்து நடத்துநர்களைக் குழுவாகச் சேர்ந்து தாக்குகிறார்கள். ஏறக்குறைய நாற்பத்தைந்து ஆண்டுகளுக்கு முன்னர் ஆதவன் இந்நாவலை எழுதியுள்ளார். ஒரு தீர்க்கதரிசியின் சொற்களாக இப்புனைவு இன்றைய நடைமுறை யதார்த்தத்துடன் அப்படியே பொருந்திப்போகிறது. கணேசனுக்கு அவனுடைய அப்பாவைக் கொஞ்சமும் பிடிக்கவில்லை. வாழ்க்கையின் நெளிவு சுளிவுகளைக் கடந்து முன்னேறும் சூட்சுமம் தெரியாதவர் அவர் என்பது, கணேசன் அப்பாவின் மீதான கோபத்திற்குச் செய்துகொள்ளும்

நியாயம். கடவுள்மீது பாரத்தைப் போட்டுவிட்டுக் காலத்தைக் கடத்திக்கொண்டிருக்கும் தன் தந்தையின் இயலாமையால் தனக்குரிய வாய்ப்புகளும் பறிபோகின்றன என்ற எரிச்சல் கோபமாக வெளிப்படுகிறது.

பெண்கள் குறித்த உன்னத மதிப்பீடுகளும் இவர்களிடம் சுத்தமாக இல்லை. 'எந்தப் பெண்ணும் அதிகமாகப் போனால் ஒரு வாரம் அல்லது பத்து நாட்களுக்குமேல் சகித்துக் கொள்ளப்படக் கூடியவள் அல்ல. பெண் ஆணுக்குச் சில சமயங்களில் தேவையானவள்; சில சமயங்களில் மட்டும்' என்ற கொச்சையான மதிப்பீடுகள்தாம் இளம் தலைமுறையிடம் உருக்கொண்டிருக்கின்றன. பெண்களை இடிப்பதினூடாகவும் அணைப்பதினூடாகவும் மகிழும் இவர்களிடம், அதனைக் கடந்த ஒரு பார்வை உருவாகவில்லை. பசுபதிக்கும் இது பொருந்தும். தன் செல்வாக்கை உயர்த்திக்கொள்ள மனைவியைப் பயன்படுத்திக் கொள்கிறார். தன் மனைவி, தான் பேசுவதையெல்லாம் பிரமிப்புடன் ரசித்துக் கேட்கும் இந்தியக் கலாச்சாரத்துடனும் அடுத்தவரின் மனைவி, அமெரிக்க கலாச்சாரத்தை உள்வாங்கிய வளாகவும் இருக்க வேண்டும் என்பது ஆண்களின் பொதுப்புத்தி மனநிலை. விசுவம் இவர்களில் விதிவிலக்கு எனலாம். விசுவம், பத்மினியின் மீறல் குணத்தால் கவரப்பட்டுதான் அவளைத் திருமணம் செய்துகொள்கிறான். ஆனால் அவ்வப்போது அவனுக்குள்ளும் இந்தியக் கணவனின் நிழல் பிரக்ஞையில் அசைந்துகொண்டே இருக்கிறது. இவர்களிருவருக்கும் இடையில் நடக்கும் ஆண் பெண் இருப்பு குறித்த உரையாடலை ஆதவன் தனித்துவமாக எழுதியிருக்கிறார். ஆதவன் ஓரிடத்தில், 'ஆணும் பெண்ணும் தம்முடைய இயற்கையான நாற்றங்களை ரசிக்கத் தொடங்கினால் காஸ்மெடிக் இன்டஸ்ட்ரியே தவிடு பொடியாகிவிடும்' என்று எழுதியிருக்கிறார். குறிப்பாகப் பெண்களின் நாற்றம்தான் இன்றைய பெருநிறுவனங்களின் முதலீடு. நகரக் கலாச்சாரத்தின் வெளிப்பாடுகளுள் இதுவுமொன்று என்பதை நாவல் சுட்டிக்காட்டுகிறது.

இந்நாவல் ஒவ்வொருவரின் மனதிலும் பதுங்கியிருக்கும் ஆழ்மன அபிலாசைகளைப் பொதுவெளியில் நிறுத்தி விவாதிக்கிறது. அரசியல்வாதிகள்; அவர்களுக்கு வேலைசெய்யும் அதிகாரிகள்; அதிகாரிகளுக்குக் கீழ் மட்டத்தில் பணிபுரியும் எழுத்தர்கள் என ஒவ்வொருவரின் மனதையும் பிரதி திறந்து பார்த்திருக்கிறது. அவ்வளவும் நடிப்பு; அத்தனையும் கபட

நாடகங்கள். ஒருவரின் மனதும் தூய்மையானதாக இல்லை. நம் ஒவ்வொருவருக்குள்ளும் ஒரு கொலையாளி; ஒரு கற்பழிப்பவன் ஒளிந்திருக்கிறான். மேல்நிலை மனம்தான் இந்த இழிகுணத்தை ஒடுக்கிக்கொண்டே இருக்கிறது. மேலும், ஒன்றைவிட மற்றொன்று உயர்ந்தது என்ற அலைச்சல் அனைவரின் மனதையும் ஆக்கிரமித்திருக்கிறது. பாக்கியம் தன் இறப்பில் அமைதி காண்பதைப் போன்றதுதான் ஒவ்வொருவரின் வாழ்க்கையும். மனிதர்களின் உண்மை முகங்களைவிட முகமூடிகளையே நேரத்திற்கும் இடத்திற்கும் தகுந்தபடி அணிந்துகொண்டிருக்கிறார்கள். நேர்மை, பரிவுணர்ச்சி, சகோதர பாசம் அற்ற ஒரு தலைமுறை உருவாகிவிட்டது. இரக்கமற்ற சுயநலமும் வஞ்சகமும் முரட்டுத்தனமும் இந்தத் தலைமுறையின் அடையாளங்கள். அண்ணனின் தோல்வியில் தம்பியும் அப்பாவின் துயரத்தில் மகனும் மகிழ்ச்சி அடையும் தலைமுறை. இதுதான் காகித மலர்கள்.

ஆத்துக்குப் போகணும்:
வீடெனும் பெண் வெளி

காத்திரமாக எழுதக்கூடிய பெண் எழுத்தாளர்களில் அம்பையைத் தொடர்ந்து கவனம் பெற்றிருக்க வேண்டியவர் காவேரி. இவரெழுதிய ஆத்துக்குப் போகணும் என்ற நாவல் 1986ஆம் ஆண்டு வெளிவந்தது. ஆனால் போதிய வாசக கவனத்தைப் பெறவில்லை என்றே அறிகிறேன். கால் நூற்றாண்டுக்குப் பிறகு மறுபதிப்பைக் (2011) கண்டிருக்கிறது. இந்நாவல் தற்போதைய வாசிப்பிலும் புத்தம் புதியதாக இருக்கிறது. ஆண்மையச் சமூகம் குறித்துப் பிரதி முன்வைத்த விமர்சனங்கள் அனைத்தும் தற்போதும் தொடர்கின்றன. தொண்ணூறுகளுக்கு முன்பு பெண்ணியம் சார்ந்து எழுதப்பட்ட மிக முக்கியமான நாவலாக ஆத்துக்குப் போகணும் நாவலைச் சொல்லலாம்.

பெண்கள் இச்சமூகத்தில் எதிர்கொள்ளும் காத்திரமான மூன்று பிரச்சினைகள் குறித்து இந்நாவல் விவாதிக்கிறது. தந்தைவழிச் சமூகத்தில் பெண்களுக்கும் அவர்கள் பிறந்து வளர்ந்த வீட்டிற்குமான உரிமைகளைப் பற்றிப் பேசுகிறது. காயத்ரி என்ற பெண் தன்னுடைய தாய்வழி தாத்தா வீட்டின் நினைவுகளைச் சுமந்துகொண்டு வாழ்பவள். மைசூரில் உள்ள அந்த வீடு இவளுக்கு வழங்கிய

மகிழ்ச்சியை அசைபோட்டு அவ்வப்போது புளகாங்கிதம் அடைகிறாள். அந்த வீட்டின் தோற்றமும் பரப்பும் இவளுக்குள் ஒரு சந்தன மரமாக வளர்ந்து வாசனையைக் கிளர்த்துகிறது. ஆனால் தந்தைவழிச் சமூக நடைமுறைகள் அந்த வீட்டை இவளுடைய தாய்மாமாவிற்குப் பெற்றுத் தருகிறது. காயத்ரிக்கு அந்த வீடு தன் தாத்தாவின் வாசனையை அடைகாத்து வைத்திருக்கும் பொக்கிஷமாகத் தெரிகிறது. மாமாவிற்கு அதுவொரு சொத்து. கல்லையும் மண்ணையும் சேர்த்து உருவாக்கப்பட்ட ஒரு கட்டடம்; அந்த வீட்டில் வசிக்கும் பெண்களால்தான் வீடு என்ற உன்னத நிலையை அடைகிறது என்ற வாதத்தை நாவல் மிக வலிமையாக முன்வைக்கிறது. நெகிழ்வுத் தன்மையுள்ள சொத்துக் குறித்த சட்டங்கள் ஆண்களுக்குச் சாதகமாகவே செயல்படுகிறது. காயத்ரியின் அம்மா அந்த வீட்டை இழக்கிறாள். தான் பிறந்து வளர்ந்த பாரம்பரியமிக்க அந்த வீட்டின் எண்ணங்களைக் காயத்ரியின் அம்மாவால் எளிமையாக அழித்துவிட முடிகிறது; காயத்ரிக்கு அது முடியவில்லை.

வேகமாக ஓடக்கூடாது; நிலம் அதிர நடக்கக் கூடாது; சத்தமாகப் பேசக்கூடாது; ஆண்களின் எதிரில் அமரக்கூடாது போன்ற இன்னாத செயல்கள் ஐந்திலேயே பெண்களுக்குப் பயிற்றுவிக்கப்படுகின்றன. இவற்றைக் கடைபிடிக்கும் சிறுமியர்கள் 'சமர்த்து' என்ற பட்டத்தைப் பெறுவர். இவ்வாறு மரபின் சாறை ஊற்றி வளர்க்கப்பட்டவள் காயத்ரியின் அம்மா. ஆனால் அடுத்த தலைமுறை, ஆண்களுக்கும் பெண்களுக்கும் இடையே மரபு கட்டி வைத்திருக்கும் சுவரைத் தகர்க்க நினைக்கிறது. இந்த எண்ணத்தை உருவாக்கியது அவர்களுக்குக் கிடைத்த கல்வி வாய்ப்பு. காயத்ரிக்குக் கிடைத்த இந்த வாய்ப்புதான் சொத்துரிமை கோரி அம்மாவை வழக்குத் தொடுக்க வைக்கிறது. அவள் தோற்றுப்போகிறாள் என்பது பிரதிக்கு முக்கியமில்லை. ஆனால் அந்த வீட்டில் எனக்கும் உரிமை இருக்கிறது; அது என் தாத்தாவின் வீடு என்ற அடுத்தகட்ட நகர்வை நோக்கி காயத்ரி செல்வதுதான் முக்கியம். ஆண்மையச் சமூகம் உருவாக்கியுள்ள கருத்தாடல்களை ஏற்றுக்கொள்வதி னூடாகக் காயத்ரியின் அம்மா சமூக அமைப்பிற்குள் தன்னை வசதியாகப் பொருத்திக்கொள்கிறவளாகிறாள். 'பெண்ணான எனக்கு இந்த ஆஸ்தியில் பங்கு கிடையாது என்ற சட்டத்தை ஒரு இயற்கையான மரபு என்று ஏற்றுக்கொண்டு உன்னையே கொஞ்சம் தளர்த்திக் கொள்ளேன்' என்பதுதான் அவள் அம்மாவின்

தர்மம். கட்டுகளை மீறுவதில் அவளுக்குச் சில சங்கடங்கள் இருக்கின்றன. காயத்ரிக்கு அந்தப் பிரச்சினை இல்லை. எல்லா இடங்களிலும் பெண்கள் இரண்டாம் இடத்துக்குத் தள்ளப்படுவதை ஒரு சமூகத்தின் பிரச்சினையாகப் பார்க்கிறாள் காயத்ரி. சக தோழியரின் வாழ்க்கை இந்தப் பார்வையை அவளுக்கு அளிக்கிறது. நிறுவனமயமாகிவிட்ட தந்தைவழிச் சமூகத்தில் பெண்கள் மீதான ஒடுக்குமுறைகளை, பொதுவெளியில் நிறுத்த சொத்துரிமை என்பது காயத்ரிக்கு ஒரு சாக்கு; அவ்வளவுதான்.

டெல்லியில் டி.டி.ஏ.வின் மூலம் அடுக்குமாடிக் குடியிருப்பில் வீடு ஒன்றை வாங்குகிறாள் காயத்ரி. அந்தப் புறாக்கூண்டு போன்ற வீடு மீண்டும் மைசூர் வீடு குறித்த நினைவுகளை ஸ்தூலமாக எழுப்புகின்றன. குறுகலான குளியலறை சிறிய வயது வாழ்க்கையின் இனிமைகளை அசைபோட வைக்கிறது. கற்றுக்கொண்ட பரத நாட்டியத்தைப் பயிற்சிசெய்துகூட பார்க்க டெல்லி நகரத்தின் வீடுகள் அனுமதிப்பதில்லை என்ற எண்ணமும் காயத்ரியை அரித்துக்கொண்டே இருக்கிறது. வீட்டைப்போன்று நடனமும் நினைவுகளாக மட்டுமே தேங்கிக் கசிகிறது. நம்முடைய மரபைப் பேணிக்காப்பதில் வீட்டின் பங்கும் முக்கியமானது என்ற குரலும் பிரதியைப் பின்தொடர்ந்தே பயணிக்கிறது.

1984ஆம் ஆண்டு இந்திராகாந்தி படுகொலை செய்யப்பட்டார். அவரது படுகொலையைத் தொடர்ந்து சீக்கியர்கள் பலர் படுகொலை செய்யப்பட்டனர். அந்தச் சமயங்களில் எரிக்கப்படும் சீக்கியர்களின் வீடுகளுக்காகக் காயத்ரியின் மனம் பதற்றமடைகிறது. அந்த வீட்டை அவர்கள் உருவாக்கியதற்குப் பின்புள்ள உழைப்பை அவள் புரிந்துகொள்கிறாள். அந்தச் சமயத்தில் அவளுக்கு ஓர் உண்மை பிடிபடுகிறது. இறுதியில் வீடும் மனிதர்களைக் கைவிடும்; அந்த வீடுகளால் ஸர்தார்களைக் காப்பாற்ற முடியவில்லை. முகத்தில் கரியைப் பூசிக்கொண்டு அவர்களின் வீடுகள் நிர்வாணமாக நிற்கின்றன என்ற உண்மைதான் அது. இந்த இடத்திலிருந்து காயத்ரியின் மனம் வீடு குறித்த பார்வையை மறுபரிசீலனை செய்கிறது.

காயத்ரி, மார்க்ஸியம் பயின்றவள்; அறிவுத்தளத்தில் செயல்படுபவள். அதனால்தான் தன் மகன் விரும்பியவளைக் குறைகளுடன் ஏற்றுக்கொள்கிறாள். இளம் தலைமுறைப் பெண்களின் குறியீடாக நிற்கும் மருமகள் கிரிஜா, விட்டேத்தியான மனநிலை கொண்டவள். எதிலும் பிடிப்பு இல்லாதவள். கிரிஜாவினூடாக மேற்கத்திய கலாச்சாரத்தை உள்வாங்கிக்கொண்ட

அரைவேக்காட்டுத் தலைமுறை உருவாகிவிட்டதாக காயத்ரி உணர்கிறாள். கிரிஜாவுக்கு வீடு என்பது ஒரு சொத்து. அந்தச் சொத்தை அனுபவிக்க மாமியாரும் மாமனாரும் தடையாக இருப்பதாகப் புழுங்குகிறாள். 'யார் என்ன சொன்னாலும் இது நம்ப வீடுதான்' என்று கணவன் சங்கர் கூறினாலும் காயத்ரியின் மனம் நிலையாமை குறித்துச் சிந்திக்கிறது. வீட்டை மட்டுமல்ல, உடலெனும் இந்தக் கூட்டை விட்டும்கூட நான் பறந்துவிடத் தயாராக இருக்கிறேன் என்ற இடத்திற்கு நகர்கிறாள். வீடு என்பது பெண்களுக்கு ஒரு தளை என்பதை உணர்கிறாள். அப்பா, கணவன், மகன், பேரன் என அடுத்தடுத்த உறவுகளால் பெண்கள் கட்டப்படுகிறார்கள். பெண்களால் வீடெனும் தளையிலிருந்து விடுவித்துக்கொள்ள முடியாது என்ற நிலைக்குத் தள்ளப்படுகிறாள் காயத்ரி. ஒரு பெண் தன் உடலையும் வீட்டையும் கடக்க வேண்டும் என்ற அகத்தூண்டலை நோக்கி நகர்கிறது காயத்ரியின் மனம்.

தற்காலத்தில், சாதிய அடையாளமும் பால் அடையாளமும்கூட ஒரு பிரதியின் இருட்டடிப்புக்குப் பின்னால் அரசியலாகச் செயல்படுகிறது. முன்பு, பெண்கள் தங்களுக்கான உரிமைகளை மீட்டெடுப்பதற்காக நடத்தப்பட்ட பல்வேறுகட்டப் போராட்டங்களில் பால் அடையாளம் குறித்து விரிவாகப் பேசியிருக்கின்றனர். அந்தப் பேச்சு இன்றுவரை தொடர்கிறது. ஒரு பெண் எழுத்தாளராக இருந்தால் அவளெழுதிய பிரதியையும் அவளின் உடலையும் ஒப்பிட்டுப் பார்க்கும் விமர்சனப்போக்கு உலகம் முழுக்கப் பரவலாக இருந்திருக்கிறது. 'பிரதியை எழுதிய ஆசிரியரின் பால் முக்கியமில்லை. எழுத்து வகைதான் முக்கியமானது. எழுதிய ஆசிரியரின் பாலையும் அவர் உற்பத்தி செய்த எழுத்தின் பாலையும் போட்டுக் குழப்புவதைப் பிரெஞ்ச் பெண்ணியலாளர் *Helan Cixous* எதிர்த்தார்' (*பெண்ணியம் வரலாறும் கோட்பாடும்*, மொ.பெ. ராஜ் கௌதமன்) என்ற கருத்தைக் கவனிக்க வேண்டும். காவேரியின் நாவலும் இந்தப் பிரச்சினையைப் பற்றி விவாதிக்கிறது. இந்நாவல், சாதி அடையாள இருட்டடிப்பை எதிர்கொண்டிருக்க வாய்ப்பிருக்கிறது. *ஆத்துக்குப் போகணும்* என்ற புனைவின் பெயரே குறிப்பிட்ட சாதியின் மொழியாகப் பார்க்கப்படுகிறது. இத்தன்மை இன்று தீவிர நோயாக மாறியுள்ளது. ஆண்களின் எழுத்துகளும் இந்தக் கோணத்தில் அணுகப்படுவதுண்டு.

காயத்ரியின் தோழி ரமா. பொருளாதாரத்தில் பின்தங்கியுள்ள பிராமணக் குடும்பத்தில் மூன்றாவது பெண்ணாகப் பிறந்தவள்.

'மூன்றாவது பெண்' என்ற தகவலும் நாவலுக்கு முக்கியம். புனைவில் இடம்பெற்றிருக்கும் ஒவ்வொரு சொல்லும் தவறவிடக்கூடாதவை. அதனால்தான் புனைவு தற்காலத்திற்கும் பொருந்திப்போகிறது. ரமாவின் கணவன் துரைசாமி. தந்தைவழிச் சமூகத்தின் அனைத்து உரிமைகளையும் பெற்றிருப்பவன். கல்லூரியில் பேராசிரியராகப் பணியாற்றும் ரமா, எழுத்தாளராகவும் அறியப்படுகிறாள். அவள் எழுதிய 'மிதவை மரம்' என்ற நாவல் அனைவராலும் பாராட்டப்படுகிறது. இந்தப் பாராட்டுகளைத் துரையால் ஜீரணிக்க முடியவில்லை. வீட்டின் புழுக்கங்களைக் கடந்து வெளிவரத் துடிக்கும் ரமா, விமர்சனம் என்ற பெயரில் தாக்கப்படுகிறாள். இதைப் பற்றியும் காவேரி விரிவாக விவாதித்திருக்கிறார். 'நமக்கும் பொதுவாக ஒரு எழுத்தாளருக்குத் தேவையான ஸ்தூலமான பார்வையும் புறநோக்குடன் விவரிக்கும் திறமுண்டு என்று ஒப்புக்கொள்வதேயில்லை' என்று எழுதியிருக்கிறார். பெண்களின் எழுத்து சமூக வெளியில் எத்தகைய நெருக்கடிகளையெல்லாம் எதிர்கொள்ளும் என்பதைச் சரியாக எழுதியிருக்கிறார். இந்த நாவலுக்கு முன்பு தமிழில் அவருடைய சிறுகதைத் தொகுப்பான 'ஓசைகள்' (1984) வெளியாகியிருந்தது என்பதையும் குறிப்பிட வேண்டும்.

அமெரிக்க எழுத்தாளரும் திறனாய்வாளருமான மேரி எல்மான் (Mary Ellmann) என்பவர் பெண்களின் படைப்புகளை மதிப்பீடு செய்வதற்கு ஆண்கள் பயன்படுத்திய விமர்சன வகைகள் குறித்து விரிவாக ஆராய்ந்திருக்கிறார். "பெண்களின் நூல்களைப் பற்றிய ஆண்களின் கலந்துரையாடல் கண்டிப்பாக பெண்மையை நோக்கி வந்து சேரும். பெண்களின் நூல்கள் பெண்கள் என்றே கொள்ளப்படும். ஆண்களின் விமர்சனம் அவற்றின் மார்பு, இடுப்பு பற்றிய அறிவார்ந்த அளவெடுப்பாக இருக்கும் (மேலது)" என்று ஆய்வின் முடிவில் கண்டடைகிறார். தமிழில் தொண்ணூறுகளுக்குப் பிறகு பெரும் அலையாக உருவான பெண் கவிஞர்கள் இந்த நெருக்கடிகளைத் தம் படைப்புகளுக்காக எதிர்கொண்டார்கள். தனிப்பட்ட தாக்குதல்களை நேரடியாகவும் மறைமுகமாகவும் சந்தித்தார்கள். பெரும் விவாதங்களுக்குப் பிறகு சற்றே அந்த விமர்சன உத்தி மௌனித்திருக்கிறது. பெண் எழுத்தாளர்களின் எண்ணிக்கை அதிகரித்ததும் இதற்குக் காரணமாக இருக்கலாம். அந்த நேரத்திலாவது இந்நாவல் மீள்வாசிப்புச் செய்யப்பட்டிருக்க வேண்டும். பெண் எழுத்து குறித்த காவேரியின் பார்வை, பெண் எழுத்துகளுக்கான தீர்க்க தரிசனமாக அமைந்திருக்கிறது. உலக அளவில் பெண் எழுத்துகள்

எதிர்கொண்ட நெருக்கடியின் எதிர்வினையாகத்தான் மேரி எல்மானின் ஆய்வு அமைந்திருக்கிறது. இவரின் நூல் (Thinking about Women) 1968இல் வெளிவந்திருக்கிறது.

ரமா தம் நாவலில் படைத்த இரண்டு ஆண் கதாபாத்திரங்கள் அவள் வாழ்க்கையுடன் தொடர்புடையதாக இருக்குமோ என்ற ஐயம் விமர்சகர்களுக்கு வருகிறது. 'நெருப்பில்லாமல் புகையாது' என்ற பழமொழியைப் படித்து வளர்ந்த துரைக்கு இந்தச் சந்தேகம் அரிக்கிறது. 'நீங்கதானே ரமாஜியின் கணவர்?' என்பதைத் துரையால் ஏற்கமுடியவில்லை. 'ரமாவை என் மனைவி என்றும் சொல்லலாம்' என்பது அவனது பதிலாக இருக்கிறது. இத்தனைக்கும் ரமா, 'ரமா துரைசாமி' என்ற பெயரில்தான் எழுதுகிறாள். எத்தனை ஆண்கள் தன்னுடைய பெயருக்குப் பின்னால் மனைவியின் பெயரைச் சேர்த்துக் கொள்கிறார்கள் என்ற கேள்வியையும் பிரதி தொனிப்பொருளாக முன்வைக்கிறது.

குடும்ப அமைப்பிற்குள் நின்று பெண்கள் எழுதுவது அரிதாக நிகழ்கிற செயலாக இருக்கிறது. திருமண முறிவுக்குப் பிறகுதான் பல பெண்கள் பொதுவெளியில் எழுத்துத் துறையில் துலக்கமடைந்திருக்கிறார்கள். ரமாவால் இதனையும் துணிந்துச் செய்ய முடியாது. அவள் இரண்டு குழந்தைகளுக்குத் தாயாகவும் இருக்கிறாள். 'நான் என் குழந்தைகளுக்கு ஒரு அம்மாவின் கடமைகளைச் செய்யத்தான் வீடு திரும்புகிறேன்' என்று ரமா கூறுகிறாள். 'வேலைக்குப் போற பொண்டாட்டி இருந்தா வீடு எப்படி உருப்படும்?' என்று மாமியார் கேட்கிறாள். பிறந்தவீட்டில் கடமை முடிந்ததெனக் கைகழுவப்படுகிறாள்; புகுந்த வீட்டிலும் ஆதரவில்லை. இந்தத் துக்கங்களுக்கெல்லாம் வடிகாலாக எழுத்தைப் பிடித்துக்கொள்கிறாள் ரமா. எழுத்துத் துறையில் ஏகபோக உரிமையைப் பெற்றிருக்கும் ஆண்களால் சீண்டப்படுகிறாள்.

ஒருபெண் இச்சமூகத்தில் எத்தகைய நெருக்கடிகளை யெல்லாம் எதிர்கொள்ள வேண்டியிருக்கிறது என்பதற்காக ஆசிரியரால் உருவாக்கப்பட்ட கதாபாத்திரமே ரமா. காயத்ரியைப் புரிந்துகொண்ட கணவனாக சங்கர் இருக்கிறான். ரமாவுக்கு அதுவும் இல்லை. ரமா ஒரு சந்தனமரம் என்பதை காயத்ரி உணர்கிறாள். கூடவே இருக்கும் துரைக்கு அவள் தனக்கு நிழல் தரும் ஒரு சாதாரண மரமாகக்கூட தெரியவில்லை. ரமாவைப் பிறர் பாராட்டுவதுகூட அவளுக்குக் குடும்ப வாழ்வில் சிக்கலை ஏற்படுத்துகிறது. எழுதுவதே சவாலாக உள்ள இச்சமூகத்தில்

அந்த எழுத்து உருவாக்கித் தரும் எதிர்வினைகள் பெண்களுக்கு மிக மோசமாக இருக்கின்றன என்பதை இப்புனைவின் இரண்டாம் பகுதியாக எடுத்துக் கொள்ளலாம்.

பெண்கள் பணிபுரியும் இடங்களில் எதிர்கொள்ளும் பாலியல் நெருக்கடிகளைப் பற்றியும் புனைவு பேசுகிறது. கல்வி கற்கும் உரிமை பெண்களுக்குப் பல்வேறு போராட்டங்களினூடாகத்தான் கிடைத்தது. சாதியிலும் பொருளாதாரத்திலும் செல்வாக்குப் பெற்றிருந்த குடும்பங்களைச் சார்ந்த பெண்களே படித்தனர். எழுபது, எண்பதுகளுக்குப் பிறகு இப்பெண்கள் பணிபுரியும் வாய்ப்பைப் பெற்றனர். எழுத்துத் துறையைப் போல அங்கேயும் அவள் ஒடுக்குதலை எதிர்கொள்ள நேரிடுகிறது. காயத்ரி போன்ற பெண்கள் இந்தப் பாலியல் சீண்டலைச் சாதுர்யமாக எதிர்கொண்டு கடக்கிறார்கள். கிரன் போன்றவர்கள் வேலையை இழக்கிறார்கள். சில பெண்களும்கூட ஆண்களின் சபலத்தைப் பயன்படுத்திக் கொள்கிறார்கள் என்று காயத்ரி கருதுகிறாள். இதனைப் பெண்களின் பலமாகப் பார்க்க முடியாது. காயத்ரியின் நகர்தல்களுக்குப் பின்னால் அவளைப் புரிந்துகொண்ட கணவன் இருக்கிறான். ஆனால் கிரனைப் போன்றவர்களுக்கு? ‘உன் பாஸிற்குச் சரியாக இசைந்து கொடுத்துண்டு, கொஞ்சம் ‘அட்ஜஸ்ட்’ பண்ணிக்கொள்ளக் கூடாது?’ என்று அறிவுறுத்தும் கணவர்கள்தாம் இதற்குக் காரணம். குறைந்த அளவே இந்த மூன்றாம் பகுதி நாவலில் இடம்பெற்றிருந்தாலும் பொருட்படுத்தி வாசிக்க வேண்டிய பகுதி. இன்றும் பணிபுரியும் இடங்களில் பெண்கள் எதிர்கொள்ளும் பாலியல் நெருக்கடிகள் ஏராளம். பலவேறு சட்டங்கள் இயற்றியபிறகும் இதனைத் தடுக்க முடியவில்லை. காவேரி மிக எளிமையாக இந்தப் பகுதியைக் கையாண்டிருப்பார். இந்நாவலில் இடம்பெறும் பெண்கள் அனைவரும் ஆதிக்கச் சாதியைச் சார்ந்தவர்கள். ஒடுக்கப்பட்ட சாதியைச் சார்ந்த பெண்கள் இன்னும் கடுமையான நெருக்கடிகளைப் பணிச்சூழலில் எதிர்கொள்கிறார்கள்.

சொத்து, எழுத்து, பாலியல் பிரச்சினை என்ற மூன்று புள்ளிகளில் நாவல் ஒன்றிணைகிறது. அவற்றை இணைக்கும் கண்ணியாக காயத்ரி இருக்கிறாள். இந்த மூன்று பிரச்சினைகளையும் எதிர்கொள்பவர்கள் மூன்று பெண்கள். அவர்கள் பெண்களாக இருப்பதால்தான் இதனை எதிர்கொள்கிறார்கள். வீடு பற்றிய ஒரு பெண்ணின் உணர்வுகளைப் பகிர்ந்துகொள்ளும் நாவலாக இதனைச் சுருக்க முடியாது. இந்நாவல் வெளிப்படுத்தும் ஒவ்வொரு உரையாடலையும்

பிடித்துக்கொண்டு அடுத்தடுத்த இடத்திற்கு நகரலாம். 'பிரதிகளில் ஆசிரியரின் குரல், செய்தி ஆகியன சங்கேதங்களாகப் பதிவாகியுள்ளன. இச்சங்கேத வடிவிலுள்ள செய்தியைச் சரியாக மீண்டும் உற்பத்தி செய்வதே விமர்சனப் பணி' (*மேலது*) என்பது மைரா ஜெஹ்லனின் (*Myra Hehlen*) கருத்து. எழுதிய பகுதிகளைவிட எழுதாத பகுதிகள் நாவலில் கூடுதலாக இருப்பதாக உணர்கிறேன். கிளைவிட்டுப் பிரியும் பல நுட்பங்களை நாவல் தன்னகத்தே கொண்டுள்ளது. வாசிப்புக்கு ஏராளமான வெளிகளை உருவாக்கிக் கொடுக்கிறது. ஒற்றை அர்த்தங்களை உருவாக்கி இந்தப் பிரதியை மூடிவிடக் கூடாது. வாசிக்கும் ஒவ்வொருவருக்கும் தன்னைத் திறந்து பார்த்துக் கொள்ளும் இடங்கள் புனைவில் அநேகம்.

பெண்கள் எதிர்கொள்ளும் பிரச்சினைகளைப் பற்றி எண்பதுகளிலேயே இவ்வளவு காத்திரமாக காவேரி எழுதியிருக்கிறார் என்பது ஆச்சரியமாக இருக்கிறது. அம்பையின் சிறுகதைத் தொகுப்பு '*சிறகுகள் முறியும் (1976)*' இந்நாவலுக்கு முன்பே வெளிவந்துள்ளது. அதற்கு அடுத்துத் தமிழில் வெளிவந்த காத்திரமான படைப்பாக *ஆத்துக்குப் போகணும்* நாவலை முன்னிறுத்தியிருக்க வேண்டும். 'பெண் தனக்கென்று இடம் ஒன்றை அமைத்துக்கொள்ளத் தொடர்ந்து முயல்வதையும் பெண் - ஆண் உறவுகளில் உள்ள சிறு முட்களைப் பற்றியும் ஆழத்துடனும் கனிவுடனும் எழுதுபவர்' (*உடலெனும் வெளி*) என்று காவேரியின் எழுத்தை மதிப்பிடுகிறார் அம்பை. இந்நாவல் ஏன் தகுந்த கவனத்தைப் பெறவில்லை என்பது ஆய்வுக்குரியதாக இருக்கிறது. செறிவான மொழியும் ஆங்காங்கே நாவலில் வெளிப்படும் தர்க்கபூர்வமான உரையாடல்களும்தான் நாவலின் இளமைத் தன்மைக்குக் காரணம் என்று நினைக்கிறேன். 'பெண்கள் படைப்புகளைப் படிப்பது என்பது, பெண்கள் என்ன உணர்ந்தார்கள், அனுபவித்தார்கள் என்பனவற்றை அறிவதற்காகத் தான் இருக்கவேண்டும்' என்ற எலைன் ஷோவால்டரின் (*பெண்ணியம் வரலாறும் கோட்பாடும்*) கோரிக்கைக்குச் செவி சாய்க்க வேண்டும். எனவே காவேரியின் இந்நாவல் மட்டுமல்ல, அவரது சிறுகதைகளும் மீள்வாசிப்புச் செய்யப்பட்ட வேண்டும். அதுதான் காலத்தைத்தாண்டி சிந்தித்த அவருக்கு நாம் செய்யும் நன்றிக்கடனாக இருக்கும்.

தாமரை, ஜன.2021

பறளியாற்று மாந்தர்: ஓர் இலக்கியச் சாதனை

ஈராயிரம் ஆண்டுகளுக்கு முற்பட்ட சங்க இலக்கியத்தின் தாக்கம் நவீன இலக்கியத்தின் வெவ்வேறு வடிவங்களில் இன்றும் தொடர்வதைக் காண்கிறோம். கவிதைதான் தொல் இலக்கிய வடிவம். இனக்குழுச் சமூகத்தில் கதையைச் செய்யுளில் சொல்லியிருக்கிறார்கள். பெரும்பாலான நவீன இலக்கிய படைப்பாளிகள் கவிதையிலிருந்து தான் தம் எழுத்தைத் தொடங்கியிருக்கிறார்கள். கவிதை எழுதாமல் நேரிடையாகக் கதை எழுதியவர் களுள் குறிப்பிடத்தகுந்தவர் மா.அரங்கநாதன். 'சிறுகதையே இன்னொரு விதத்தில் கவிதையோட விளக்கம்தான்' என்று கூறும் இவர், கவிதையின் நுண்மையையும் பருண்மையையும் மிகச் சாதாரணமாகப் தம் புனைகதைக்குள் கொண்டுவந்து தன் கருத்தை நிரூபித்துக் காட்டியவர். அவ்வகையில் மா.அரங்கநாதன், தொல் சமூக மனிதனின் தொடர்ச்சி எனலாம். அப்படித்தான் அவர் தன்னை வெளிப்படுத்திக் கொள்கிறார். அதன்மூலம் தமிழ்ச் சமூகத்தின் தத்துவ மரபு குறித்தும் பண்பாட்டுத் தொடர்ச்சி குறித்தும் ஆழமான உரையாடலை முன்னெடுக்க முடிந்திருக்கிறது.

புனைகதை வரலாற்றில் புதுமைப்பித்தன், மௌனி போன்று சிலர் மட்டுமே தனித்துத்

தெரிகிறார்கள். மா.அரங்கநாதனுக்கும் இவர்களுக்கு இணையான இடத்தை அளித்திருக்க வேண்டும். புதுமைப்பித்தன் படைப்புகளில் வெளிப்படும் எள்ளலும் நிலமொழியும் இவரது படைப்புகளிலும் அபாரமாக வெளிப்பட்டிருக்கின்றன. ஆனாலும் அரங்கநாதன் புதுமைப்பித்தனின் நகல் இல்லை; இவர் படைப்புகளில் வெளிப்படும் மரபுத்தமிழ் புதுமைப்பித்தனையும் கடந்து நிற்கிறது. மௌனியின் படைப்புகளைப் போன்று அரங்கநாதன் படைப்புகளிலும் தத்துவ மரபு ஊடாடுகிறது. ஆனால் மௌனியிடம் வெளிப்படுவது சமஸ்கிருத மரபு. இதனால், மௌனியை முழுமையாக ஏற்றுக்கொள்வதில் அரங்கநாதனுக்கு ஒரு நெருடல் இருந்திருக்கிறது என்பதை அவரது நேர்காணல்கள் உறுதிப் படுத்துகின்றன. இந்தப் பின்புலத்தை உள்வாங்கிக்கொண்டுதான் மா.அரங்கநாதன் 1991ஆம் ஆண்டு எழுதிய *பறளியாற்று மாந்தர்* நாவலை வாசிக்க வேண்டும். கதைகூறும் முறைமையில் தனித்தன்மை யுடைய ஒருசில தமிழ் நாவல்களுள் இந்நாவலும் ஒன்று. சுந்தர ராமசாமியின் *புளிய மரத்தின் கதை* நாவலுக்குக் கிடைத்த வெளிச்சம் இதற்கும் கிடைத்திருக்க வேண்டும். வைதிக மரபின் உருவாக்கப் பின்புலம் குறித்தும் தமிழ்மரபின்மீது அது ஏற்படுத்திய இடையீடுகள் குறித்தும் விரிவான உரையாடலை இந்நாவல்வழி முன்னெடுத்திருக்க வேண்டும். ஆனால் இவை எதுவுமே நிகழவில்லை. கோபி கிருஷ்ணன், ம.ராசேந்திரன், கோவை ஞானி போன்றவர்கள் இந்நாவல் குறித்துச் சுருக்கமாக எழுதியிருக்கிறார்கள்.

இந்நாவல் வெளிவந்து முப்பது ஆண்டுகளாகின்றன. தொல் குடிகள்மீது வைதிக சமயம் நிகழ்த்தும் அதிகாரம் தற்காலத்தில் கூடியிருக்கிறது. தொண்ணூறுகளுக்கு முன்பு அரங்கநாதன் இப்புனைவுவழி முன்வைத்த விமர்சனங்கள் தற்போது வாசித்தாலும் கூர்மையாகவிருக்கின்றன. மூன்று காலகட்டங்களில் இந்நாவலின் கதை நிகழ்வதாக எழுதப்பட்டுள்ளது. களக்காட்டிலிருந்து நிலம்பெயர்ந்து ஆரல்வாய்மொழிக்கு வந்த சிவசங்கரனின் குடும்ப உறுப்பினர்கள்தாம் மூன்று காலகட்டத்திலும் கதாபாத்திரங்களாக வருகிறார்கள். சிவசங்கரன், நமச்சிவாயம், சாந்தலிங்கத் தம்பிரான், நல்லசிவம், செந்தில், முத்துக்கறுப்பன், உமையொரு பாகன், சிதம்பரம் பிள்ளை, நீலகண்டம், மீனாட்சி, சரஸ்வதி, வடிவு, காந்திமதி போன்ற பெயர்கள் அனைத்தும் சைவப் பின்னணி கொண்டவை. கதாபாத்திரங்களுக்குப் பெயர் வைப்பதில்கூட

அரங்கநாதன் பிரக்ஞையுடன் செயல்பட்டிருக்கிறார். சரஸ்வதியால் செருப்படிபடும் கதாபாத்திரத்திற்குப் பெருமாள் என்று பெயர் வைத்திருப்பதன் அரசியலையும் இங்கே உள்வாங்க வேண்டும். முப்பதுகளுக்கு முன்பு பெயர்களால் அடையாளப்பட்டவர்கள் தொண்ணூறுகளில் பெயர்கள் அழிந்து பொதுவில் கலந்து விடுகிறார்கள். அப்பாவின் பெயரை மகனுக்கு வைக்கும் வேரும் அறுந்துவிடுகிறது. தண்ணீரின் சுவையினூடாக மண்ணை அடையாளம் காணுவதில் தொடங்கிய புதினம், இறுதியில் ஊர் மீதான ஈர்ப்பிலிருந்து தம் நினைவுகளை வெளியேற்றுவதில் முடிவடைகிறது.

சங்கப் பாடல்களின் சிறப்புகளுக்குக் காரணம், அப்பாடல்களில் பயன்படுத்தப்பட்டிருக்கும் உள்ளுறை, இறைச்சி, தொன்மம் போன்ற குறிப்புப் பொருள்கள்தாம். சங்கப் பாடல்களைத் தற்போது வாசித்தாலும் உரையாசிரியர்களால் வெளிப்படுத்தப்படாத ஏதோவொரு நுட்பம் இன்னமும் மறைந்திருப்பதை அவதானித்துப் புளகாங்கிதம் அடையலாம். காலத்தோடு சேர்ந்து அப்பாடல்களின் நுண்பொருட்களும் தங்களைத் தகவமைத்துக் கொள்கின்றன. பறளியாற்று மாந்தர் நாவலுக்கும் இது பொருந்தும். இருபதாம் நூற்றாண்டைச் சார்ந்த மாந்தர்களின் வாழ்க்கையை இந்நாவல் பேசினாலும், அம்மாந்தர்களின் வாழ்க்கையினூடாக அரங்கநாதன் முன்னெடுத்த உரையாடல்கள் மிக முக்கியமானவை.

சிவபெருமான்தான் தொன்மையான தெய்வம் என்பதைத் தம் படைப்புகள் மூலமாக அரங்கநாதன் தொடர்ந்து வலியுறுத்தி வருகிறார். முப்பதுகளுக்கு முன்பு தேவாரத்தை மிகச்சாதாரணமாக வீடுகளில் பாடியிருக்கிறார்கள். பயிர்களின் அசைவுகளைக்கூட சிவபெருமானின் நடனமாகக் கண்டு மக்கள் களித்திருக்கிறார்கள். 'எந்தத் தெய்வம்தான் ஆவுடையார்போல் இல்லை' என்பதுதான் அரங்கநாதனின் பார்வை. ஆனால் யாருக்கும் தாய்மொழியாக இல்லாத சமஸ்கிருதம், தொன்மையான தமிழ்ச் சமூகத்தின்மீது ஆதிக்கம் செலுத்துவதை மிக விரிவாகவே புனைவு விவாதிக்கிறது. 'பிராம்மணனாகப் பிறக்கத்தான் முடியும் - ஆக முடியாது' என்ற கருதுகோளைப் பற்றிக்கொண்டாவது விவாதம் நடைபெற்றிருக்க வேண்டும். வைதிகத்தை எதிர்ப்பது இப்புனைவின் நோக்க மில்லை; அது உருவாக்கியுள்ள பாவனைகளைச் சுட்டுவது இதன் நோக்கமாக இருக்க வேண்டும்.

தீர்க்கமான பார்வைகொண்ட எழுத்தாளர்கள் எதிர்காலத்தைக் கணித்து எழுதுகிறார்கள். சோதிடத்தில் ஆய்ந்த அறிவுள்ள அரங்கநாதனுக்கு இந்தப் பார்வை கொஞ்சம் அதிகமென்றே கருதுகிறேன். தமிழவனும் புதுமைப்பித்தனைப் போன்று மா.அரங்கநாதனுக்கும் எதிர்காலத்தைப் பற்றிய துல்லியமான பார்வை இருந்ததைக் குறிப்பிட்டுப் பேசியிருக்கிறார். 'தமிழ்நாட்டிலே புயல் அபாயம் வருதுன்னு இன்னும் கொஞ்ச நாளிலே இந்தியிலே மட்டும்தான் வானொலி சொல்லும் - சுதந்திரத்தின் அளவு எப்படிச் சுருங்கிப் போச்சு பாரு' என்று ஒரு கதாபாத்திரம் இந்நாவலில் பேசுகிறது. இன்று இந்த மொழித் திணிப்பு பெரும்பான்மை துறைகளில் நடந்திருக்கிறது. மைய அரசு தம் திட்டங்களுக்கு இந்தியிலும் சமஸ்கிருதத்திலும்தான் பெயர் வைக்கிறது. இந்தியைக் கொண்டு மாநில மொழிகளைச் சிதைக்கும் செயலை மைய அரசு மிகக் கவனமாகச் செய்து வருகிறது. அரங்கநாதன் இது குறித்து விரிவாக உரையாடி யிருக்கிறார். சமஸ்கிருதத்துக்கும் இங்கிலீஷுக்கும்தான் என்ன வித்தியாசம். இரண்டுமே ஐரோப்பிய மொழிகள் என்பது அவர் தரப்பு. நாட்டுப்பற்று என்ற பெயரில் பன்மைத்துவத்துக்கு ஆபத்து வரும் என்பது அரங்கநாதனின் தீர்க்கமான பார்வை. அது நடந்திருக்கிறது. ஓர் இனத்தின் பண்பாட்டைக் கட்டமைப்பதில் எப்போதும் மொழியின் பங்கு முக்கியமானது. சமஸ்கிருதத்தை உள் நுழைப்பதினூடாகச் சைவ சமயத்தை அழித்தொழிக்கும் செயலும் தொடர்ந்து நடைபெறும் என்ற பதற்றத்தை இந்நாவலில் நல்லசிவம் வெளிப்படுத்துகிறார்.

ராமநாதன் - நல்லசிவம் கதாபாத்திரங்களின் மூலம் அரங்கநாதன் நிகழ்த்தும் உரையாடல்கள் புனைவில் கவனிக்க வேண்டியவை. அர்ச்சகராகும் தகுதியும், கடவுள் இல்லை என்று சொல்லும் தகுதியும்கூட வைதிகர்களின் கையில் இருப்பதைப் புனைவு கவலையுடன் பதிவு செய்கிறது. இந்த உரையாடல்கள் அனைத்தும் புனைவின் எல்லைக்குட்பட்டே நடக்கின்றன. இனக்குழுச் சமூகத்தில் முருகன் குறிஞ்சி நிலத்தின் தெய்வம். இன்று குறிஞ்சி நில மக்கள் மலைச்சாதியினராக மதிப்பிறக்கம் செய்யப்பட்டார்கள். அவர்களின் தெய்வம் பூணூல் அணிவிக்கப் பட்டு உயர் சாதிக்குரியதாக மாற்றப்பட்டிருக்கிறது. இதன் பின்னணியில் வைதிகச் சமயத்தின் செல்வாக்குச் செயல்பட்டி ருப்பதை அரங்கநாதன் குறிப்பிடுகிறார். வைதிகம் என்பது குறிப்பிட்ட சாதியை எதிர்ப்பது இல்லை என்பதில் இவர் தெளிவாக இருந்திருக்கிறார். 'வைதிக எதிர்ப்புன்னா குறிப்பிட்ட

பிராமணர்களை எதிர்ப்பது என்பதாகாது. நமக்குள்ளேயே வைதிகம் இருக்கு. நம்மாள்கிட்டேயும் வைதிகம் இருக்கு' என்று எஸ். சண்முகம் நிகழ்த்திய நேர்காணலில் குறிப்பிட்டிருக்கிறார். கி.ரா.வும் தன் 'பிஞ்சுகள்' நாவலில் நெகிழ்வுத் தன்மையற்ற வைதிகச் சமயம் குறித்து எழுதியிருப்பதையும் நோக்க வேண்டும்.

ஊரின் நினைவுகளாக இந்நாவல் நீண்டாலும், இக்கதையில் செயல்படும் வெளி அகன்றது. சைவ உணவை உண்பவர்கள் உயர்ந்தவர்கள் என்ற பொதுப்புத்தி பாவனையையும் நாவல் தகர்க்க முயன்றிருக்கிறது. சோறு விளைவித்தவன்தான் மாமிசத்தை ஒதுக்கியிருக்க வேண்டும் என்ற மானிடவியல் பார்வையுடன் அரங்கநாதன் தம் கருத்தை முன்வைக்கிறார். குறவரும் கானவரும் மீனவருமே நம் நிலத்தின் முன்னோர்கள் என்ற இடத்தில்தான் நாவல் முடிவடைகிறது. இதில், சைவம் என்பது வாழ்க்கை முறை. இதனை உணவைக் கொண்டு கட்டமைக்க முடியாது என்பது குறிப்புப் பொருள். வைதிகம் என்பது ஓர் அதிகார மனநிலை. நவீனத் தன்மைகளை ஏற்றுக்கொள்ளாத இந்த மனநிலை சைவத்தை ஆட்சி செய்ய நினைக்கிறது. இங்குச் சைவம் என்பதைத் தமிழ் என்றும் வாசிக்கலாம். இந்நாவலின் மூன்றாம் பகுதியில் வரும் முதன்மைக் கதாபாத்திரத்திற்குப் பெயர் கிடையாது. அவன் பல சாதியினரின் கலப்பில் உருவானவன். அவன் சைவப் பிள்ளை கிடையாது. அவன் முன்னோரின் உணவு சைவமாக இருந்திருக்காது. அவனை விரும்பும் காந்திமதி இதனைப் புரிந்துகொள்கிறாள். யோசித்துப் பார்க்கும்போது, நம் ஒவ்வொருவர் முன்னோரின் அடையாளமும் இப்படித்தானே இருந்திருக்க முடியும்.

நாவலில், மா.அரங்கநாதனிடமிருந்து வெளிப்படும் அபாரமான எள்ளல் மொழியைத் தனியாகக் குறிப்பிட வேண்டும். 'ஆரல் மண்ணிலிருந்தான் மக்கள் எங்கும் சென்றனர் என்று சொல்லிவிடுவதால் வரலாற்றின் குடி முழுகிவிடாது' என்று ஓரிடத்தில் எழுதியிருக்கிறார். சைவ மடங்கள் உண்மைக் கவிகளுடன் சில போலிக் கவிகளையும் தயாரித்து வெளியே அனுப்புகிறது என்று போகிறபோக்கில் குறிப்பிடுகிறார். நாவலின் பல இடங்களில் உண்மைகளைப் பகடிகளாக மாற்றி சுயவிமர்சனமும் செய்திருக்கிறார். நாவலின் தொடக்கத்தில் எழுதியிருக்கும், 'பெயர்கள், சம்பவங்கள் யாவும் முற்றிலும் கற்பனையே - யாரையும் குறிப்பிடுவன அல்ல' என்பதும் ஒரு பகடிதான். ஏனெனில் நாவல் உண்மைக்கு மிக அணுக்கமாக

நின்றே எழுதப்பட்டிருக்கிறது. 'அவரது இயற்பெயர் தெரியவில்லை', 'அது அப்பர் பாடலாக இருக்கும்' என்பது போன்ற இடங்களெல்லாம் புனைவின்மீது ஒரு நம்பகத்தன்மையை ஏற்படுத்துகின்றன.

ஆரல்வாய்மொழி பகுதிக்கு வந்த மின்சாரம், நாஞ்சில் பகுதியில் நிகழ்ந்த மதமாற்றங்கள், இந்தி எதிர்ப்புப் போராட்டம், சென்னையில் எல்.ஐ.சி. கட்டடம் கட்டியது போன்ற சமகாலத்தில் நிகழ்ந்த சம்பவங்கள் அனைத்தையும் கதையுடன் இணைத்திருக் கிறார். நாவலின் மொழி கவிதைத் தன்மை உடையது. 'கவிதை எழுத முடியல, அதனால் நாவல் எழுதறாங்க' என்று மா.அரங்கநாதன் நேர்காணலில் குறிப்பிட்டிருக்கிறார். அவர் தன்னையும் உள்ளடக்கித்தான் கூறியிருக்கிறார். கவிதை குறித்து ஆழமான கட்டுரைகள் எழுதியவர்; கவிதை எழுதாதது ஆச்சரியமாகத்தான் இருக்கிறது. ஆனால் அவரது ஆக்கங்கள் அனைத்தும் பூடகங்களால் நிரம்பியவை. காத்திரமான வாசிப்பைக் கோருபவை. ஒவ்வொரு சொல்லும் புனைவுக்கு முக்கியமானவை யாக இருக்கும். அதனைத் தவற விடும்போது வாசகன் புனைவைவிட்டு வெளியேறியிருப்பான். இதனால்தான் 'புதுமைப்பித்தனையோ, மௌனியையோ தாண்டி முக்கியத்துவம் பெறுகிறார் மா.அரங்கநாதன்' என்று தமிழவனால் குறிப்பிட முடிகிறது.

மா.அரங்கநாதன் சித்தர் மரபிலிருந்து உருவாகி வந்தவர் என்பதையும் இந்நாவலைக் கொண்டு நிறுவ முடியும். வாழ்க்கையின் இறுதியை ஓர் இன்மையே சூழ்ந்துகொள்கிறது. எல்லாவற்றிலிருந்தும் விடுதலை பெறுதல் ஒரு பூரணம். எல்லா வசதிகளுடனும் வாழ்ந்த சிவசங்கரனும் மீனாட்சியும் இறுதியில் ஆரலைவிட்டு வெளியேறுகிறார்கள். அவர்களுக்கு எல்லாவற்றை யும் துறந்த ஓர் ஏகாந்தம் தேவையாகவிருக்கிறது. மீண்டும் ஓர் எளிய வாழ்க்கையை வாழ்வதிலேயே நிறைவைக் காணமுடியும் என்று நம்புகிறார்கள். சிவசங்கரனின் பேரனான முத்துக்கறுப்பனும் தன் சொத்துக்களை இழப்பதில் விடுதலையுணர்வை அடைகிறான். 'கொஞ்ச நேரத்தில் வீடு, தெரு, வயல் எல்லாம் ஒழிந்து போயின. நட்சத்திரமும் மலையும் மிக அருகில் அவனிடம் வந்தன' என்று மா. அரங்கநாதன் எழுதுகிறார். இழப்பிலிருந்து இழப்பின்மைக்கு நகரும் வாழ்க்கையை இவரது கதைமாந்தர்கள் முடிவில் அடைகிறார்கள். அண்ணன் - தம்பி; அக்கா - தங்கை; தாய் - மகன் போன்ற உறவுகள்மீது கட்டப்பட்டுள்ள தொல்

மதிப்பீடுகளைக்கூட நாவல் தகர்க்க முயன்றிருக்கிறது. ‘அப்பாவி என்று ஆகிவிட்டால் பெற்ற தாயும் ஒருவனைப் பயன்படுத்திக் கொள்ள முனைந்து விடுவாள்’ என்று எழுதியவர்கள் மிகக் குறைவு.

புனைவின் இரண்டாம் பகுதியில் வரும் முத்துக்கறுப்பன் - சரஸ்வதியின் காதலும் இறுதிப்பகுதியில் இடம்பெறும் முத்துக்கறுப்பனின் இரண்டாவது மகன் - காந்திமதியின் காதலும் செவ்வியல் தன்மை உடையவை. தமிழ்மரபின் பிரதிநிதிகளாக அரங்கநாதன் இவர்களை உருவாக்கியுள்ளார். குறிப்புகளின் துணைகொண்டே இவற்றை உள்வாங்கிக்கொள்ள முடியும். சங்க இலக்கியத்தின் நுட்பத்தை ஒவ்வொரு வரியிலும் அறியலாம். கதாபாத்திரங்கள் அதிகம்தான். இந்நாவலின் முதன்மைக் கதாபாத்திரங்கள் சந்தித்த ஒவ்வொருவரும் ஏதோ ஒருவகையில் கதையின் திருப்பத்திற்குக் காரணமாக இருக்கிறார்கள். காந்திமதிக்கு ஒரு சித்தி உண்டு. அவளுக்குப் பெயர் இல்லை. அவளின் நடத்தைதான் காந்திமதியை வீட்டைக் காலிசெய்ய வைக்கிறது. அதனால் எந்தக் கதாபாத்திரங்களும் வலிந்து திணிக்கப்பட்டதில்லை. பிரக்ஞையுடன் வாசிக்க வேண்டியது வாசகர்களின் பொறுப்பு.

இந்நாவலை எத்தனைமுறை வாசித்தாலும் நாம் புதியதாக அதிலிருந்து பெறுவதற்கு ஏதாவதொன்று இருந்துகொண்டே இருக்கும் என்பது என் நம்பிக்கை. ‘மீண்டும் புறப்படும்போது அது வேறு ஒரு பயணம்’ என்று அரங்கநாதன் இப்புனைவில் ஓரிடத்தில் எழுதியிருக்கிறார். அதுபோலதான் இந்நாவலும். ஒவ்வொரு மீள்வாசிப்பிலும் நாம் அரங்கநாதனின் வேறொரு பிரதியைத்தான் வாசிக்கிறோம். எல்லா நாவலுக்கும் இக்குணம் அமைந்துவிடுவதில்லை. சைவப் பின்புலத்திலிருந்து நாவலாசிரியர் இப்புனைவை எழுதியிருந்தாலும், மானுட அன்புதான் இவர் படைப்புகளின் இடுபொருளாக இருக்கிறது. மனிதனைத் தாண்டி தெய்வத்திற்கு முக்கியத்துவம் கொடுக்க வேண்டியதில்லை என்பதையும் இவர் தொடர்ந்து பேசி வந்திருக்கிறார். நம் காலத்தின் ஆகச்சிறந்த படைப்பாளி மா.அரங்கநாதன். அவரது ஆக்கங்கள்தாம் இதற்குச் சான்று.

இந்து தமிழ் திசை, 06.11.2021

காதுகள்:
தமிழ் நாவலில் ஒரு கலகம்

எம்.வி.வெங்கட்ராமின் புறத்தோற்றம் எனக்கு இசையமைப்பாளர் எம்.எஸ்.விஸ்வநாதனை நினைவூட்டுகிறது. என் நினைவுகளில் கொஞ்சம் புனைவும் கலந்திருக்கலாம். ஆனால், எம்.வி.வி.யின் அகத்தோற்றம் எம்.எஸ்.வி.யின் அகத்தோற்றத்தின் சாயையைக் கொண்டிருக்குமா? என்ற ஐயத்திற்கு விடை காண்பது அரிது. ஒருவர் தனது அகத்தையே இதுவென உறுதிசெய்ய முடியாதபோது, வேறொருவர் அகத்துடன் எப்படி இணைத்துப் பார்க்க முடியும்? ஸ்தூலத்தை ஒப்பிட முடியும்; சூக்குமத்தை எவ்வாறு ஒப்பிட முடியும்? ஆனாலும் இருபொருட்களும் ஒன்றன்மீது மற்றொன்று ஆதிக்கம் செலுத்திக்கொண்டே இருக்கும். எம்.வி.வி. ஸ்தூலத்தைக்கொண்டு சூக்குமப் பொருளை வாழ்நாள் முழுக்கத் தேடிக்கொண்டே இருந்திருக்கிறார். நிறைவில் அறிந்ததாக உணர்ந்திருக்கிறார். இதற்கு முருகப்பெருமானைத் தன் குருவாக வரித்துக் கொண்டார்; தொடர்ந்து வெளிப்படையாக இது பற்றிப் பேசியும் வந்தார்.

எம்.வி.வி. தேடலின் உலுக்கலில் பல புனைவுகள் உதிர்ந்தன. அதில் ஒன்றுதான் *காதுகள்* நாவல். *நித்ய கன்னி*, *வேள்வித் தீ* உள்ளிட்ட நாவல்களை அவர் எழுதியிருந்தாலும் *காதுகள்*

அவரது அடையாளப் புனைவாகிவிட்டது. சாகித்ய அகாதெமி விருதும் இதற்குப் பின்னணியாக விளங்குகிறது. விமர்சகர்களும் எம்.வி.வி.யின் அபிமானிகளும் இப்புனைவிற்குக் கூடுதல் வெளிச்சங்களைப் பாய்ச்சியிருக்கின்றனர். எம்.வி.வி.யின் காதுகளுக்குள் நுழைய இவ்வெளிச்சம் வழிகாட்டக்கூடும். இவர்களில் தஞ்சை ப்ரகாஷ் விதிவிலக்கு. 'முழுக்க முழுக்க ஆன்மீகத் தேடலை இலக்கியமாக்கிய முதல் நாவல் காதுகள் என்று சொல்லலாம்' என்று அவர் முன்னுரையில் (*காதுகள்*, அகரம், பதி.1997) எழுதியிருக்கிறார். 'காதுள்ளவன் கேட்கக்கடவன்' என்ற அவரது முன்னுரையைப் படிக்கும் ஒரு வாசகன், இந்நாவலை எடுத்த இடத்திலேயே மீண்டும் வைத்துவிட்டு நகரவே ஆசைப்படுவான். இந்தியத் தத்துவ மரபின் ஆழத்தை அறியாதவர்கள் இந்நாவலைப் புரிந்துகொள்ள முடியாது என்கிற தொனியில் இம்முன்னுரை அமைந்திருக்கிறது. 'ஒரு நரம்புத் தளர்ச்சி கேஸின் விஸ்தாரமான நோய் விவரம் என்று இதைக் கொள்ள முடியும்' என லா.ச.ரா. மிக எளிமையாக (மேலது) எழுதியிருக்கிறார். *காதுகள்*, சாகித்ய அகாதெமி விருது பெற்றதற்குப் பிறகு குவிந்த கவனத்தினூடான வாசிப்பில் கருக்கொண்ட கருத்து இது. 'காதுகளைத் தமிழின் முதல் பின்நவீனத்துவ நாவல் என்று கூறுகிறேன்' என்பது சாரு நிவேதிதாவின் (*பழுப்பு நிறப் பக்கங்கள்*, கிழக்கு, பதி. 2016) ஒப்புதல் வாக்குமூலம். எம்.வி.வி.யை உலக இலக்கிய கர்த்தாக்களில் ஒருவராகச் செருகும் விருப்பமிது. இவ்வாறாகக் *காதுகள்* குறித்த விமர்சனங்களும் மதிப்பீடுகளும் எம்.வி.வி.யைத் தமிழ் இலக்கியத்தின் மகத்தான சாதனையாளர்களுள் ஒருவராக நிலைநிறுத்தும் முயற்சிகள்தாம்.

பலரும் காதுகளை மாய யதார்த்தவாத நாவல் என்கிறார்கள். 'ஏதாவது ஒரு பெயர் வைக்கணும், என்ன உத்தி என்று சொல்வதற்காக. அதனால் மாஜிக்கல் ரியலிசம் என்று வைத்திருக்கிறார்கள்' என்று நேர்காணல் ஒன்றில் இதுபற்றிய கேள்விக்கு எம்.வி.வி. பதில் அளித்திருக்கிறார். எதிர்காலத்தில் உருவாகும் கோட்பாடுகளையும்கூட இந்நாவலுக்குப் பொருத்திப் பார்த்து விவாதிக்க முடியும்; அதற்கான களனை இப்புனைவு இயற்கையாகவே கொண்டிருக்கிறது. இவ்வளவு உள்முகங்களை இந்நாவல் கொண்டிருக்கிறதா என்பதில் எம்.வி.வி.க்கே சந்தேகம் இருந்திருக்கிறது. 'அப்படியெல்லாம் ஒன்றும் எழுதவில்லை. அதைப் பற்றியெல்லாம் நான் நினைத்துப் பார்த்ததும் கிடையாது. ரியலிசம் என்ற பெயர்களெல்லாம் தெரியுமே தவிர,

இதையெல்லாம் நான் நினைத்துப் பார்த்ததே கிடையாது' என்றும் அந்த நேர்காணலில் குறிப்பிடுகிறார். கையெழுத்துப் படியாகப் பல ஆண்டுகள் கிடந்து 1992ஆம் ஆண்டு வெளியான இந்நாவல், எம்.வி.வி.யின் நூற்றாண்டு இறுதியில் வாசிக்கும்போதும் நாவலின் கதையாடல் புதியதாகவே இருக்கிறது. கடந்த காலத்தை நினைவுகளினூடாகத் தேடுவதுதான் இந்நாவலின் மையம் என்று வரையறுத்துக்கொள்ளலாம். இரண்டாம் உலகப்போர் காலத்தை யொட்டி இப்புனைவின் கதை நடைபெறுவதாக எழுதப் பட்டுள்ளது.

இந்நாவலின் கதாநாயகன் மகாலிங்கம் (மாலி). எம்.வி.வெங்கட்ராம்தான் மகாலிங்கம். 'என் புற, அக வாழ்க்கையே என் இலக்கியமாகப் பரிணமித்தது. நான் பார்த்ததையும் கேட்டதையும் பேசியதையும் சுவைத்ததையும் தொட்டதையும் விட்டதையும் அறிந்ததையும் சிந்தனை செய்ததையும்தான் சுமார் அறுபது வருடங்களாக எழுதி வருகிறேன். என் படைப்புகள் எல்லாவற்றிலும் நான்தான் நிரம்பி வழிகிறேன்' என்று எம்.வி.வி. சாகித்ய அகாதெமி விருது ஏற்புரையில் (*காதுகள்*, அகரம், பதி.1997) பேசியிருக்கிறார். எனவே, அவரது இருபது ஆண்டுகால வாழ்க்கைதான் *காதுகள்* நாவல். மகாலிங்கத்தின் மத்திம வயதில் அவன் காதுகளில் இருந்து பலவிதமான ஒலிகள் கேட்கின்றன. ஒலிகள் ஒரு கட்டத்தில் நாடகமாக விரிகிறது. மாலி இந்நாடகத்தில் வெறும் பார்வையாளன் மட்டுமே. இவன் காதுகளைக் களமாகக்கொண்டு இயங்கும் அந்த அருவங்கள், ஆபாசமாகப் பேசுகின்றன; நடந்துகொள்கின்றன. அதற்குள் இவனையும் இழுக்கின்றன. அவற்றை மாலியால் கட்டுப்படுத்த முடியவில்லை. மாலியின் வியாபாரம் நொடிந்து போகிறது. குடும்பத்தை வறுமை கொஞ்சம் கொஞ்சமாகத் தின்னத் தொடங்குகிறது. மாலியின் வாழ்க்கை பெரும் துன்பத்துடன் நகர்கிறது. அவனைத் தன்வசப்படுத்த ஆதி தெய்வமான காளி முயற்சிக்கிறாள். காவல் தெய்வமான முருகன் அவனைக் காத்து நிற்கிறான். இதுதான் கதை. ஆனால், இந்தச் சுருக்கம் புனைவை முழுமையாகப் புரிந்துகொள்ள எவ்விதத்திலும் உதவாது.

தமது காதுகளில் கேட்ட ஒலிகள் குறித்து எம்.வி.வி.யே பின்வருமாறு எழுதியிருக்கிறார்: 'முருகன் என்னும் தெய்வத்தைக் குருவாக வரித்து, அவரைக் கண்டுபிடித்துவிடவேண்டும் என்று எனக்குத் தெரிந்த வழிகளில் முயற்சி செய்துகொண்டிருந்தேன்.

அதனால் அவர் மகிழ்ச்சியுற்று, ஒரு கோஷ்டி வேதாளங்களை அனுப்பிவிட்டார்போல் இருக்கிறது. அவை என்னுடைய மூளையின் மரைகளை ஒவ்வொன்றாய்க் கழற்றத் தொடங்கி விட்டன போலும். வேறு யாருக்கும் கேளாத ஒலிகளை நான் கேட்க ஆரம்பித்தேன். வேறு யாராலும் கற்பனை செய்ய முடியாத காட்சிகள் எனக்குத் தெரிந்தன. எனக்குப் பைத்தியம் பிடித்துவிட்டதா, பிடிக்கிறதா, பிடிக்கப் போகிறதா என்று என்னாலேயே நிர்ணயிக்க முடியாத நிலைமை. ஆக, வறுமை காலைக் கவ்விக்கொண்டிருந்த அதேநேரத்தில், என் தலையை யாரோ திருகிக்கொண்டிருந்தார்கள்' (*யாத்ரா இதழ், 40-41*). இந்தப் பிரச்சினையை மையப்படுத்தி எம்.வி.வி. பல சிறுகதைகளையும் எழுதியிருக்கிறார். இவரது சிறுகதைகளை ஒட்டுமொத்தமாக வாசிக்கும் வாசகர்கள் இதனை உணர முடியும். எழுதிக் கடக்கும் உத்தியைத்தான் எம்.வி.வி. கையாண்டிருக்கிறார். ஆனால் *காதுகள்* நாவலைப் பொறுத்தவரை, அந்தப் பிரச்சினை முடிந்த பிறகுதான் எழுதியிருக்கிறார். இந்நாவலின் கச்சிதமான உருவத்திற்கு இதுவும் காரணமாக இருக்கக்கூடும்.

நற்காரியங்களில் மனதைச் செலுத்துதல், மன அடக்கம், புலனடக்கம், துன்பங்களைப் பொறுத்துக்கொள்ளும் இயல்பு, விவேகம், வைராக்கியம், தவம், வாய்மை, கருணை, அகிம்சை, மகிழ்ச்சி, நம்பிக்கை, பாவம் செய்திட கூச்சப்படுதல், மனநிறைவு, மனத்தூய்மை, தன்னிலேயே மகிழ்ந்திருத்தல், பணிவு மற்றும் எளிமை ஆகியன சத்துவ குணத்தின் இயல்புகளாகக் கூறப்படுகிறது. இளம்வயதில் மகாலிங்கத்திடம் இந்தக் குணங்களெல்லாம் இருந்தன. காமம், வெகுளி, மயக்கம், கலக்கம், பேராசை, பொய் பேசுதல், இம்சை செய்தல், இரத்தல், கலகம், வருத்தம், தாழ்மை உணர்வு, உறக்கம், அச்சம், சோம்பல், பிறரிடம் பொருட்களை எதிர்பார்த்தல், பிறர்க்குக் கேடு விளைவிக்கும் செயல்களைச் செய்தல் போன்றவை தாமஸ குணத்தின் தன்மைகள். ஒவ்வொருவரின் அகத்திலும் சத்துவ குணமும் தாமஸ குணமும் இயல்பிலேயே இருக்கும். இந்த இரு குணங்களின் மோதல்தான் *காதுகள்* என்ற கோணத்திலும் ஆராயலாம். இந்தியத் தத்துவ மரபின் தொடர்ச்சி குறித்த புரிதல் இதற்கு அவசியமாகிறது. சத்துவ சக்தியின் குறியீடாக முருகனையும் தாமஸ சக்தியின் உருவமாகக் காளியையும் புனைந்து எம்.வி.வி. களமாடியிருக்கிறார். தாமஸ குணத்தின் துன்பங்களை எல்லாம் தம் குருவின் பாதுகாப்புமூலம் கடந்து கரை சேர்கிறார். முடிவிலே கிடைக்கக்கூடிய இன்பத்திற்காக

ஒருவன் இத்தனைத் துன்பங்களைப் பொறுத்துக்கொள்ள வேண்டுமா? என்ற கேள்வியையும் எம்.வி.வி. முன்வைக்கிறார்.

காளியை தாமஸ குணத்தின் பண்புள்ளவளாகவும் முருகனைச் சத்துவ குணத்தின் அடையாளமாகவும் எம்.வி.வி. கட்டமைக்கக் காரணம் என்னவாக இருக்கும்? இந்து மரபில் சக்தியின் மாற்று வடிவமே காளி. திணைமரபில் இவள் கொற்றவை என்ற பெயரில் பாலைத் திணையின் அணங்காகப் புனையப்பட்டுள்ளாள். பாலை வெம்மையின் குறியீடு. அமைதியின்மை நிலவும் நிலம். தவிர, பொதுப்புத்தியில் காளி குறித்து உருவாகியுள்ள ஆக்ரோஷமான சித்திரமும் இதற்குக் காரணமாக இருக்கலாம். ஆனால் காளி தீயசக்தியை அழிக்க அவதாரம் எடுப்பவளாகத்தான் புராணக் கதைகள் கூறுகின்றன. முருகன் குறிஞ்சித் திணையின் அணங்கு. வளமான நிலம். பழங்கதைபடி காளியின் (பார்வதி) மகன் முருகன். இப்புனைவும் இதனை ஏற்றுக்கொள்கிறது. இந்தத் தொடர்பில் பார்க்கும்போது அம்மாவுக்கும் (தீயசக்தி) மகனுக்குமான (நல்லசக்தி) போராட்டம்தான் நாவலின் கதை. ஏற்கெனவே அம்மா என்கிற தொன்ம மதிப்பின்மீது கல்லெறிந்தவர் எம்.வி.வெங்கட்ராம். படிக்க: ‘பைத்தியக்காரப் பிள்ளை’ என்ற சிறுகதை. எனவே, எம்.வி.வி. தன் அம்மாவையே காளியெனும் படிமமாக்கியும் எழுதியிருக்கக்கூடும்.

‘கத்திப் பேசினால் மற்றவர்கள் செவிகள் துன்புறும் என்று மெல்லப் பேசிப் பழகிய மாலிக்குச் செவியின்மூலமே துன்பம்வரக் காரணம் என்ன?’ என்ற வினாவை, எம்.வி.வி. தன்னை நோக்கியே எழுப்பிக்கொண்டதுதான். அந்த வினாவிற்கு விடை தெரிந்தாக வேண்டும் என்ற அவசியம் இல்லை; ஆனால் தெய்வத்தை அடைகிற பக்குவம் உள்ளவர்களைத் தொடர்ந்து வீழ்த்துவதுதான் இந்த மாயாசக்தியின் வேலை என்ற சமாதானத்தைத் தற்காப்பிற்காகப் புனைந்து கொள்கிறார். தம் வாழ்நாளின் இறுதியில் இதனைக் கண்டதாக எம்.வி.வி. கூறுகிறார். காதுகளில் வெவ்வேறு ஓசைகள் கேட்பது பொதுவாக ஒரு நோய்மை. அந்த ஓசைகள் தெளிவான குரல்களாக மாறி, அந்தக் குரல்கள் அதற்குரிய நபர்களை வடிவமைக்கிறது. அந்த நபர்கள் தங்களுக்குள் உரையாடுகிறார்கள். இச்செயல் ஒரு பாவனை. மனம் ஒன்றைப் பற்றியே தொடர்ந்து சிந்தித்ததின் தளர்ச்சியில் அல்லது முதிர்ச்சியில் உருவான பாவனை. இதனைத் தத்துவமாக உயர்த்தலாம்; மனப்பிறழ்வாக இறக்கலாம். இப்பிரதி இரண்டுக்கும் ஒத்துழைக்கும். ஓசைகள், குரல்கள், நபர்கள்,

உரையாடல்கள் ஆகியன தனித்தனி யதார்த்தங்கள். இந்த நான்கையும் தம் காதுகளினூடாக ஒன்றுசேர்த்து மாய யதார்த்தமாக்கி இருக்கிறார் எம்.வி.வி. யதார்த்தம் சில எல்லைகளைக் கொண்டிருக்கும்; கேள்விகளுக்கு இடமளிக்கும். மாய யதார்த்தத்தை எவையும் கட்டுப்படுத்தாது. பிரதியின் போதாமைகள்மீது கேள்வி கேட்க முடியாது. ஏனெனில் போதாமைகள்கூட மாய யதார்த்தத்தின் ஒருகூறுதான் என்பார்கள். எனவே மனம் நம்பிய பாவனைகளைதான் உண்மைகளாகப் புனைந்து இப்பிரதியை உருவாக்கியிருக்கிறார் எம்.வி.வி. என்பது ஒரு பார்வை.

காதுகள் ஒரு Auto fiction நாவல் என்றும் சொல்லலாம். அதாவது, ஒரு பிரதி தன்னுடைய வடிவத்தைத் தானே தீர்மானித்துக்கொள்ளும் எழுத்து வடிவம். 'இவனுக்குத் தன்னைப் பற்றி என்ன தெரியுமோ அதைவிட அதிகமாக எனக்கு இவனைப் பற்றித் தெரியும்' என்று எம்.வி.வி.யே எம்.வி.வி.யைப் பற்றி எழுதுகிறார். காளியை எம்.வி.வி. அம்மாவின் படிமமாக ஏற்றுக்கொண்டால் இதனை Auto fiction என்று நிறுவுவதில் சிரமமிருக்காது. ஏறக்குறைய இருபது ஆண்டுகளுக்கும் மேலாக எம்.வி.வி.க்குக் காதுகளில் வெவ்வேறு ஒலிகள் கேட்கும் பிரச்சினை இருந்திருக்கிறது. அந்தப் பிரச்சினையுடனேயே அவர் எழுதியிருக்கிறார். எழுத்து அவருக்கு ஒலிகளில் இருந்து விடுதலையை அளித்திருக்கிறது. தி.ஜானகிராமனும் கரிச்சான் குஞ்சுவும் அவரது ஆத்ம நண்பர்கள். தி.ஜா. இவரைத் தொடர்ந்து எழுத ஊக்கப்படுத்திக்கொண்டே இருந்திருக்கிறார். 'ஜானகி ராமனுக்காக ஒரு கதை' (யாத்ரா இதழ், 40-41) என்ற கட்டுரையில் இதைப்பற்றி விரிவாக எழுதியிருக்கிறார்.

எம்.வி.வி. சிறியதும் பெரியதுமாக இருநூறு நூல்களுக்குமேல் எழுதியிருக்கிறார். வாழ்நாளின் இறுதிவரை அவரது வாழ்க்கை போராட்டம் நிறைந்ததாகவே இருந்தது. இந்த வாழ்க்கையைத்தான் மாலியின்மீது இறக்கிவிட்டுத் தன்னை ஆசுவாசப்படுத்திக் கொள்கிறார். இந்நாவலில் இரண்டு கதைப்போக்குகள் உள்ளன. ஒன்று, மாலியின் காதுகளில் கேட்கும் பல்வேறு ஒலிகளால் அவன் எதிர்கொள்ளும் மன நெருக்கடிகள் பற்றியது. மற்றொன்று, மாலியின் பிறழ் நடவடிக்கைகளால் ஏற்படும் பொருளாதாரப் பிரச்சினைகள் தொடர்பானது. இப்புனைவு குறித்துக் கருத்துரைத்தவர்கள் பலரும் முதல் கதைக்கே முக்கியத்துவம் கொடுத்திருக்கின்றனர். அந்தக் கதைதான்

இந்நாவலுக்கு Magical realism, Surrealism, Meta fiction, Auto fiction, Transgressive writing போன்ற பெயர்களைப் பெற்றுத் தந்திருக்கிறது.

இரண்டாவது பகுதி மிகுந்த கவனத்தில் கொள்ள வேண்டியதாக இருக்கிறது. முதல் கதையைவிட அதனூடாகப் பயணிக்கும் இரண்டாவது கதையான வறுமை குறித்த சித்திரமே எனக்கு அதிர்ச்சியையும் எம்.வி.வி. எழுத்தின்மீது மரியாதையையும் ஏற்படுத்துகிறது. மாலியின் மனைவி காமாட்சி. அவர்களுக்கு ஐந்து குழந்தைகள். மாலியின் வழியாகத்தான் அக்குடும்பத்திற்கு வருமானம் வருகிறது. செழிப்புடன் வாழ்ந்த குடும்பம் வறுமைக்குத் தள்ளப்படுகிறது. ஒவ்வொரு பொருளாக விலையாகிறது; அவனது புத்தகங்கள் உட்பட. ஊரெல்லாம் கடன்வாங்கும் நிலை. அவர்களின் ஆறாவது குழந்தை, மாலியின் அதீத காமத்தாலும் ஊட்டமின்மையாலும் எட்டு மாதத்தில் இறந்தே பிறக்கிறது. அந்தக் குழந்தையைப் புதைப்பதற்கு மருத்துவமனை ஊழியர்கள் ஐந்து ரூபாய் கேட்கின்றனர். ஒரு ரூபாயைக் கொடுத்துவிட்டு, மூட்டையாகக் கட்டிய அந்தக் குழந்தையைத் தானே புதைக்க வாங்கிக்கொண்டு வருகிறான். எம்.வி.வி. இப்படி எழுதுகிறார்: 'கை மூட்டையை ஹாண்டில்பாரில் தொங்கவிட்டுக் கொண்டான். ஆயுதத்தால் செதுக்கப்பட்டு ரத்த பிண்டமாய் உருக்குலைந்த குழந்தை மூட்டையைப் பிரித்துப் பார்க்கவும் அவனுக்கும் மனம் வரவில்லை. மூட்டையைத் தொடவே அருவருப்பாக இருந்தது (ப.87).' இந்தப் பகுதியை வாசிக்கும்போது, அந்தக் குழந்தையின்மீது ஒட்டிக்கொண்டிருக்கும் துடைக்கப்படாத திட்டுத் திட்டான குருதி என்மீதும் படிவதாக உணர்ந்தேன். கழுவினாலும் போகாத கறை.

பிச்சையெடுப்பிற்கு முந்தைய நிலையில் மாலியின் குடும்பம் தவித்துக்கொண்டிருக்கிறது. தீய சக்திக்கும் (காளி) நல்ல சக்திக்குமான (ராமன்) போராட்டத்தில் நல்லசக்தி மாலிக்கு உதவ முன்வருகிறது. சுந்தரம் என்பவன் வியாபார விஷயமாகப் பேச மாலியைத் தேடி வருகிறான். மாலி, சுந்தரத்துடன் உரையாடுகிறான். ஐந்து குழந்தைகளைப் பெற்றவள்; ஆறாவது குழந்தையைப் பறிகொடுத்தவள்; ஏழாவது குழந்தையைக் கலைத்தவள் மாலியின் மனைவி. குத்திட்டு நிற்கும் எலும்புகள்மேல் தோலால் போர்த்தப்பட்ட உடலுடன் வீட்டில் நடமாடிக்கொண்டிருக்கிறாள். குரல் மட்டும்தான் அவளது

அடையாளம். சுந்தரத்தின் வருகை காமாட்சிக்கு ஆசுவாசத்தைத் தருகிறது. நல்லது நடக்கும் என்று மகிழ்கிறாள். தன்னுடைய தோற்றம் சுந்தரத்திற்குத் தன்மீது இரக்கத்தை ஏற்படுத்தும் என்று நம்புகிறாள். கைகளை ஊன்றியவாறு மிகவேகமாக அவர்கள் பேசுமிடத்திற்கு வந்துசேர்கிறாள். எம்.வி.வி.யின் தோற்றம் எம்.எஸ்.வி.யை நினைவூட்டியதைப் போல, காமாட்சியின் தோற்றம் தன்னைப் பேயுருவாக்கிக்கொண்டு சிவபெருமானைக் காணத் தலையூன்றி இமயமலை ஏறிய காரைக்கால் அம்மையாரைக் கண்முன் நிறுத்துகிறது. ஒட்டிய வயிறும் வற்றிய முலைகளுமாகக் கால்களை மடக்கிகொண்டு அமர்ந்திருக்கும் அம்மையாரின் காட்சி நினைவிலிருந்து கலைய மறுக்கிறது. தன் குடும்பத்தின் மொத்தத் தரித்திரமும் தன் மனைவியாகி ஊர்ந்து போவதாக மாலி உணர்கிறான். இரக்கத்தைப் பெறுவதற்குப் பதில் தன் கையாலாகாத் தன்மை வெளிப்பட்டுவிட்டதே என்று பதற்றமடைகிறான். மாலியின் கோபம் முழுக்க அவன் மனைவிமீது திரும்புகிறது. அவள் மீண்டும் கைகளை ஊன்றிக்கொண்டு உள்ளே போகிறாள். அதாவது, தரித்திரத்தை மாலி மீண்டும் வீட்டுக்குள்ளேயே அனுப்புகிறான். வறுமையைச் சித்திரிக்க நாவலின் இந்த இரு இடங்கள் போதும்.

நான் பதற்றமடைந்த மற்றொரு இடமும் நாவலில் உண்டு. மாலியும் சுந்தரமும் உரையாடுகிறார்கள். இடையில் கறுப்பனின் (காளியின் கணவன்) குரலும் ராமனின் குரலும் குறுக்கீடு செய்கிறது. அதனைச் சமாளித்துக்கொண்டு மாலி உரையாடுகிறான். சுந்தரம், இலட்ச ரூபாய் முதலீடு போடத் தயாராக இருக்கிறான். 'என்ன சம்பளம் எதிர்பார்க்கிறீர்கள்?' என்று அவன் கேட்கிறான். 'சம்பளமா?' என்று மலைக்கிறான் மாலி. இலாபத்தில் ஐம்பது சதவீதப் பங்கு கேட்கிறான் மாலி. மாலியின் சார்பாகப் பேச கறுப்பனும் ராமனும் தொடர்ந்து முயற்சிக்கிறார்கள். தன்னுடைய நிலை சுந்தரத்திற்குத் தெரிந்துவிடுமோ என்ற பதற்றம் மாலிக்கு அதிகரிக்கிறது. ராமனின் குறுக்கீட்டையும் கறுப்பனின் குறுக்கீட்டையும் கட்டுப்படுத்தத் திணறுகிறான் மாலி. ராமனுக்கும் கறுப்பனுக்கும் பேசுவதில் சண்டை ஏற்படுகிறது. மாலியின் பதிலுக்காகச் சுந்தரம் நீண்ட நேரமாகக் காத்திருக்கிறான். சுந்தரத்திற்கு நல்ல பதிலாகச் சொல்லச் சொல்லி மனம் பதறுகிறது. கறுப்பனும் ராமனும் ஒருவரையொருவர் பைத்தியம் என்று திட்டிக்கொள்கிறார்கள். 'இதனை வெளியே சொல்லாதே' என்று கறுப்பன், ராமன், மாலியைத் தாண்டி ஒரு குரல் பிரதியிலிருந்து

வெளியே கேட்கிறது; அது வாசகனின் குரல். என்னுடைய குரல். ஆனால், 'பைத்தியம்' என்கிறான் மாலி, சுந்தரத்திற்குக் கேட்கும்படியாக. 'படித்துக்கொண்டிருந்த புத்தகத்தைத் தூக்கிப்போட்டுவிட்டு தேகமெல்லாம் நடுங்க என் வீட்டுக்கு எதிரே இருக்கும் மெரினா பீச்சுக்கு ஓடிவிட்டேன். அவ்வளவு பீதியாகிவிட்டது எனக்கு' (மேலது) என்று இந்தப் பகுதி வாசிப்பு அனுபவம் குறித்துச் சாரு எழுதியிருக்கிறார். குறைந்தபட்சம் வீட்டைக் கடந்தாவது சாரு ஓடியிருக்க வேண்டும் என்று தோன்றுகிறது.

புனிதங்களை உடைக்கும் பணியைத் தொடர்ந்து தம் படைப்புகளினூடாகச் செய்து வந்தவர் எம்.வி.வெங்கட்ராம். 'சிவன் பயலோட கொஞ்சகாலம் சுத்தினியே, அப்போ பொறந்த கொளந்தைதானே? எஸ்.முருகன்' என்று இறைவனையே விமர்சனம் செய்கிறார். 'கடவுளை எந்தப் பெயரால் வழிபட்டால் என்ன? இருப்பது ஒன்று; அதை எந்தப் பெயரால் அழைத்தால் என்ன?' என்று அத்வைதம் பேசுகிறார். 'ஞானம் வந்துட்டா, தூரமானாக்கூட குளிக்க வேணாம்; இல்லே?' என்று ஞானிகள்மீது குறுக்குச்சால் ஓட்டுகிறார். 'மகாலிங்கம் வியாசர் எழுதினதை எல்லாம் தான் எழுதினதா சொல்வாரு' எனத் தன்னையும் பல இடங்களில் சுய பகடி செய்துகொள்கிறார். எம்.வி.வி. எழுத்துகளில் காமம் முக்கிய இடத்தைப் பெறும். எம்.வி.வி., தி.ஜா., கரிச்சான் குஞ்சு ஆகிய மூவரும் கு.ப.ரா.வின் அடிபொடிகள். கு.ப.ரா.வின் எழுத்துகளில் இருந்து தங்களுக் கானதை முகர்ந்து கொண்டவர்கள். இவர்கள் நால்வரையும் ஒன்றிணைக்கிற மையம், காமம். நால்வரும் காமத்தை வெவ்வேறு வடிவங்களில் தம் படைப்புகளில் அணுகியவர்கள். கு.ப.ரா. வும் தி.ஜா.வும் அதன் உச்சத்தைத் தொட்டனர். எம்.வி.வி. தொடர்ந்து தம் படைப்புகளினூடாகக் காமத்தைக் கடக்க முயன்றுகொண்டே இருந்தார். இது காதுகள் நாவலில் தூக்கலாகவே வெளிப்பட்டது. 'காமத்தை வென்றால்தான் ஆத்ம ஞானம் கிட்டும் என்று உனக்குத் துர்ப்போதனை செய்து வைத்திருக்கிறார்கள். காமசுகத்துக்கு மிஞ்சிய சுகம் என்ன இருக்கிறது, வாழ்க்கையில்?' (ப.103) என்று காளியின்மூலமாக உரையாடல் நடத்திக்கொள்கிறார். முருகனை (ஞானத்தை) அடைவதற்குக் காமம் தடையாக இருக்கிறது என்ற எண்ணம் எம்.வி.வி. மனதில் ஆழமாகப் பதிந்துவிட்டதென்று நினைக்கிறேன். இந்த எண்ணம் அவரது படைப்புகளிலும் பரவியது.

காதுகள் நாவல் பல்வேறு அர்த்தத்தைக் கொண்டுள்ளது. அதனால், எந்தக் கோணத்திலும் இந்தப் பிரதியை நகர்த்திப் பார்க்கலாம். இதனால்தான் இந்நாவலை *Meta fiction* என்றும் எம்.வி.வி.யை *Transgressive* எழுத்தாளர் (மேலது) என்றும் சாரு நிவேதிதா கூறுகிறார். 'சமூகம் எதையெல்லாம் பாவம் என்றும் குற்றம் என்றும் ஒதுக்கி வைக்கிறதோ, விவாதிப்பதற்குக் கூட அஞ்சுகிறதோ அதை எழுதுவதே ட்ரான்ஸ்கிரஸிவ் எழுத்து. காதுகள் அப்படிப்பட்ட நாவல்' என்றும் சாரு குறிப்பிடுகிறார்.

காதுகள் ஓர் அற்புதமான வாசிப்பனுபவத்தைத் தரும் படைப்பு. 'முடிவிலே இன்பம்' என்ற தரிசனப் பார்வையைக் காண எம்.வி.வி. தம் வாழ்க்கையையே பணயமாக வைத்திருக் கிறார். ஆன்மீகம், வறுமை என்று பிரதி இரு முகங்களைக் கொண்டிருந்தாலும், வறுமையை எழுதிய எம்.வி.வி.யையே மனம் விரும்புகிறது. இந்நாவல்மீது காத்திரமான பெண்ணிய வாசிப்பை நிகழ்த்த வேண்டும். காளி என்ற தொன்மப் பாத்திரமும் காமாட்சி என்ற யதார்த்தப் பாத்திரமும் துலக்கமடைய வேண்டும். வெறும் தத்துவக் கண்ணாடி போட்டுக்கொண்டு மட்டும் இப்புனைவை வாசிக்கக் கூடாது என்று நினைக்கிறேன். துணியில் சுற்றப்பட்டு, ஹேண்டில்பாரில் தொங்கிக் கொண்டிருக்கும் குழந்தையின் உருவமும் கைகளை ஊன்றி ஒரு குழந்தையைப் போல தவழ்ந்துச் சென்ற மாலியின் மனைவியும் நினைவுகளில் படிமங்களாகத் தேங்கிப் போகிறார்கள். காதுகள் செய்யும் கலகம் ஒரு பெண்ணைத்தான் பாதிக்கிறது. மாலி குருவை அடைந்தான்; காமாட்சி? புனைவில் அவளது இடம் சிறியது. ஆனால், 'அறிவைவிட, உணர்ச்சியைவிட, மானத்தைவிட வலிமையானது பசி. உன் பசிக்கு நான் என்னைத் தீனியாகக் கொடுத்துச் சாகலாம்; ஆனால் பசிக்கு என் குழந்தைகளைப் பலிகொடுக்க நான் தயாராக இல்லை' என அவள் பேசுவது ஆன்மீகத்தையும் தாண்டியது. தமிழ் நாவல் வரலாற்றில் காதுகள் ஒரு கலகக்குரல். இந்நாவல்மீது விமர்சனங்களை வைக்கலாம்; இதன் இடத்தை மறுக்க முடியாது. காதுகள், எம்.வி.வெங்கட்ராம் எனும் ஆளுமையைக் காலத்துக்கும் தூக்கிச் சுமக்கும் படைப்பு.

adavimagazine.com

கோவேறு கழுதைகள்:
வண்ணார் சமூகத்தின்
இனவரைவியல்

தமிழ் நாவல் வரலாற்றில் எண்ணற்ற நாவல்கள் தொடர்ந்து உற்பத்தி செய்யப்பட்டாலும் சில நாவல்கள் மட்டுமே வரலாறாக நிலைத்து நிற்கின்றன. புனைகதைகளைக் கொண்டு எதிர்காலச் சமூக வரலாற்றைக் கட்டியெழுப்பும்போது இத்தகைய நாவல்கள்தான் தரவுகளாக முன்னிற்கும். தனித்தனியாகப் பிரிந்துகிடக்கின்ற சமூகக் குழுக்களை நேர்க்கோட்டில் அடையாளப்படுத்தும் பணியை இந்நாவல்கள்தான் பின்னாட்களில் செய்யும். இந்த வரிசையில் 1994ஆம் ஆண்டு வெளிவந்த இமையத்தின் கோவேறு கழுதைகள் என்ற நாவலும் அடங்கும்.

நிலவுடைமைச் சாதிகளுக்குத் தொழில்சார்ந்த முறையில் பணியாளர்களாக இருந்த வண்ணார், நாவிதர், தச்சர், கொல்லர், கருமான், இருளர் போன்ற சாதிகள் இருபதாம் நூற்றாண்டின் முற்பாதிவரை கிராமங்களின் மொத்தக் கண்காணிப்பில் வாழ்ந்து வந்தனர். ஊர்வேலை செய்தல் என்னும் பெயரில் ஒரு கிராமத்தின் மொத்தத் துணிகளையும் துவைத்தல், ஆண்கள் அனைவருக்கும் முடிவெட்டுதல், ஊருக்குத் தேவையான உழவுக் கருவிகளைச் செய்து தருதல்,

ஊர் மக்களுக்குத் தேவையான செருப்புகளைத் தைத்துக் கொடுத்தல், வயல்வெளிகளை எலி வெட்டாமல் பாதுகாத்தல் போன்ற வேலைகளைச் செய்து கொடுத்து, அறுவடையின் போதும் ஒவ்வோர் ஆண்டு முடிவிலும் அவர்கள் தரும் கூலியைப் பெற்றுக்கொண்டு வாழ்ந்தனர். இவர்களுள் வண்ணார் சாதியைச் சார்ந்த ஒரு குடும்பத்தின் கதைதான் *கோவேறு கழுதைகள்* நாவல். *கோவேறு கழுதைகள்* வெளிவந்த சிலமாதங்கள் வரை கவனிக்கப்படாத ஒரு நாவலாகவே இருந்தது. எழுத்தாளர் சுந்தர ராமசாமி இந்நாவலின் தனித்தன்மையை உணர்ந்து தன்னுடைய *காலச்சுவடு* இதழில் விரிவாக ஒரு விமர்சனம் எழுதினார்; அதன் பின்னர்தான் தமிழில் ஒரு முக்கியமான நாவலாக இந்நாவல் அடையாளம் காணப்பட்டது.

கிறித்துவ மதத்திற்கு மாறிய வடதமிழக வண்ணார் குடும்பம் ஒன்றின் அவலங்களை, துக்கங்களை, பிரச்சினைகளை, ஆசைகளை, விருப்பங்களை, பாலியல் உறவுகளை, தோல்விகளை இந்நாவல் விரிவாக விவாதிக்கிறது. நாவலின் பிரதானக் கதாபாத்திரம் ஆரோக்கியம்; இவளின் கணவர் சவுரி; இவர்களின் மூத்தபிள்ளை ஜோசப்; அடுத்தவள் மேரி; கடைசிமகன் பீட்டர்; ஜோசப்பின் மனைவி சகாயம். ஆரோக்கியத்தின் குடும்பமானது, தலித் மக்கள் வசிக்கும் காலனியில் வீடு வீடாகச் சென்று அவர்கள் போடும் அழுக்குத் துணிகளை வாங்கித் துவைத்துத் தருவது; இழவு வீடுகளில் பாடை கட்டுவது முதல் சடலத்தைக் குழியில் புதைத்து மூடுவது வரையான பணிகள்; அறுவடைக் காலங்களில் காலனியிலுள்ள ஒவ்வொரு வீடாகச் சென்று களம் தூற்றுவது; மருத்துவச்சியாக நின்று பிரசவம் பார்ப்பது; மார்கட்டிப்போன பெண்களுக்கு பால் வரவைப்பது; காலனியிலுள்ளவர்கள் கொடுக்கும் கிழிந்த துணிகளைத் தைத்துக் கொடுப்பது; சடங்கான பெண்களுக்குத் தீட்டுக் கழிப்பது உள்ளிட்ட எல்லா பணிகளையும் செய்து கொடுக்கும். இந்தப் பணிகளுக்குக் கூலியாகக் காலனிக்காரர்கள் உணவையும் தானியத்தையும் கொடுத்து வந்தனர்.

ஆரோக்கியம் குடும்பத்திலுள்ள அனைவரும் மேல்நாரியப் பனூரிலுள்ள அந்தோணியார் கோயிலுக்குச் செல்லத் திட்டமிடு வதாக நாவல் தொடங்குகிறது. ஊருக்குச் செல்வதற்குக் காலனிக்காரர்களிடம் ஆரோக்கியம் உத்தரவு கேட்கிறாள்; சில மிரட்டல்களுக்குப் பிறகு அவர்கள் சம்மதம் தெரிவிக்கின்றனர். அந்தோணியார் கோயில் ஃபாதரிடம் ஆரோக்கியம் தங்களின்

குறைகளைக் கூறுகிறாள்; ஆனால் ஃபாதர் இவள் குறைகளை ஒரு பொருட்டாகவே எடுத்துக்கொள்ளவில்லை. ஃபாதர் எப்படியும் தங்களுக்கு நல்வழி காண்பிப்பார் என்ற நம்பிக்கையில் அவர்கள் ஊர் திரும்புகின்றனர்.

ஜோசப்பின் மனைவி சகாயம் சின்னசேலம் என்கிற நகரத்தைச் சார்ந்தவள்; படித்தவள். அவள் அண்ணன் அங்கு சலவை நிலையம் வைத்திருக்கிறான். சகாயம் இந்த ஊரோடு ஒட்டமுடியாமல் தவிக்கிறாள். ஆரோக்கியத்திற்கும் சகாயத்திற்கும் அடிக்கடி சண்டை வருகிறது. சகாயம் இரவில் சோறு வாங்கவும் துணி துவைக்கவும் செல்ல மறுக்கிறாள். நாள் முழுக்க வீட்டிலேயே மேரியுடன் இருக்கிறாள். மேரிமீது அளவில்லாத அன்பு கொண்டவளாகச் சகாயம் இருக்கிறாள். பீட்டர், தெருச் சிறுவர்களுடன் விளையாடி காலத்தைக் கழிக்கிறான். ஒரு கட்டத்திற்குமேல் இருப்புக்கொள்ளாத சகாயம், அண்ணன் வீட்டிற்குச் செல்வதாகக் கூறி ஜோசப்புடன் அங்கேயே தங்கிவிடுகிறாள். ஜோசப்பின் பிரிவை எண்ணி ஆரோக்கியம் மனம் வருந்துகிறாள்; காலனிக்காரர்களிடமெல்லாம் சொல்லி அழுகிறாள். மகனைப் பிரித்துச் சென்றதற்காக சகாயத்தைத் திட்டித் தீர்க்கிறாள். ஜோசப் இல்லாததால் மேரி சில சமயங்கள் இரவில் சோறு வாங்க பீட்டருடன் செல்கிறாள். ஆரோக்கியத்தின் உடல்நிலை சரியில்லாதபோது மேரி மட்டும் துணி வாங்க காலனிக்குள் செல்கிறாள்; இதைப் பயன்படுத்திக்கொண்ட சடையன் மேரிமீது கொண்ட நீண்டநாள் ஆசையைத் தீர்த்துக் கொள்கிறான். மனநிலை பிறழ்ந்துபோனவளாக வீடு வந்துசேரும் மேரியின் நிலையை ஆரோக்கியம் உணர்கிறாள்; மேல்சாதி இந்துக்கள்மீது வெறுப்பு கொள்கிறாள். இதற்கிடையில் சவுரியின் தங்கை மகனான திரவியராஜுக்கும் மேரிக்கும் ஆரோக்கியம் திருமணம் செய்து வைக்கிறாள்.

ஜோசப் மற்றும் மேரியின் பிரிவு காரணமாகப் பெரும் துயரத்திற்கு ஆளான ஆரோக்கியம், பீட்டர் தன்னுடன் கடைசி வரை இருப்பான் என்று நம்புகிறாள். ஆரோக்கியத்தின் இறுதி நம்பிக்கையான பீட்டரும் இந்த அடிமை வாழ்க்கை பிடிக்காமல் ஆறுமுகத்துடன் சென்னைக்குச் சென்றுவிடுகிறான். ஆரோக்கியம் இருப்புக்கொள்ளாமல் அலைகிறாள். பீட்டரிடம் இருந்து கடிதம் வருகிறது. கொஞ்சம் அமைதியடைகிறாள். சவுரியும் ஆரோக்கியமும் தனிமையை எதிர்கொள்ள முடியாமல் தவிக்கின்றனர். ஊருக்குப் புதிதாகச் சலவை நிலையமும் தையல்

கடையும் வருகிறது. ஆரோக்கியத்தின் தேவை காலனிக் காரர்களுக்குப் படிப்படியாகக் குறைகிறது. மூன்று போகமும் விளைந்த வயல்களில் பருத்தி போன்ற பணப்பயிரைச் சாகுபடி செய்கின்றனர். இதன் காரணமாக ஆரோக்கியத்தின் களம் தூற்றும் வருவாய் குறைந்துகொண்டே வருகிறது.

காலனிக்காரர்கள் ஆரோக்கியத்தைப் புறக்கணிக்கின்றனர். ஆரோக்கியத்திற்குக் கிடைத்துவந்த இரவுச்சோறும் படிப்படியாகக் குறைகிறது. எதிர்காலம் குறித்து கழிவிரக்கம் கொள்கிறாள். ஜோசப் சின்னசேலத்தில் சொந்தமாக ஒரு சலவைக்கடை வைக்கிறான். சகாயம் ஆரோக்கியத்தையும் சவுரியையும் சின்னசேலம் வந்துவிடும்படி அழைக்கிறாள்; மேரியும் தன்னோடு வந்துவிடும்படி சவுரியிடம் சொல்லி அனுப்புகிறாள். ஆரோக்கியம் காலனியை விட்டுப் பிரியமுடியாமல் தவிக்கிறாள். இடையில், சகாயத்திற்கு ஆண் குழந்தையும் மேரிக்குப் பெண் குழந்தையும் பிறக்கிறது. காலனி சிறுக சிறுக மாற்றங்களைத் தனக்குள் உள்வாங்கிக்கொள்கிறது. ஆரோக்கியத்தின்மீதும் முதுமை படிகிறது. இரவில் தூக்கம் பிடிக்காமல் தவிக்கிறாள். பீட்டரின் வாழ்க்கை குறித்துத் தொடர்ந்து ஆரோக்கியம் கேள்வி எழுப்புகிறாள். இறுதியாக, துணி வெளுக்கும் இடத்தில் திரவியராஜ் பாம்பு கடித்து இறக்கிறான். ஆரோக்கியம் அந்தோணியாரை இகழ்கிறாள். மேரியைத் தன்னுடன் அழைத்து வந்துவிடுகிறாள். மேரியின் குழந்தையோடு சேர்த்து நான்குபேரும் துணி வெளுக்கக் கோவேறு கழுதையென துணி மூட்டையைச் சுமந்து செல்வதாக நாவல் முடிகிறது.

துணி வெளுக்கும் தொழிலை முக்கிய வாழ்வாதாரமாகக் கொண்ட வண்ணார் சாதியினர் இந்தியாவைத் தவிர இலங்கை, பாகிஸ்தான் உள்ளிட்ட நாடுகளிலும் வசிக்கின்றனர். தமிழ் நாட்டைப் பொறுத்தவரை சுமார் ஏழு லட்சம்பேர் இச்சாதியைச் சேர்ந்தவர்கள் இருப்பதாகத் தகவல்கள் தெரிவிக்கின்றன. 'புதிரை வண்ணான்' என்ற தலித் சாதியின் உண்மையான பெயர் பாதிராவு வண்ணான் என்று கூறுகின்றனர். பாதி ராத்திரியில் மட்டும் நடமாட வேண்டும் என்று விதிக்கப்பட்டவர்கள் என்று இச்சொல்லுக்குப் பொருள் கூறுகின்றனர். கிராமங்களில் இவர்களை டோபி என்றும் ஏகாலி என்றும் அழைக்கின்றனர். கழுதையின் நான்கு கால்கள், அந்தத் தொழிலாளியின் இரண்டு கால்கள், அவரது கைத்தடி ஆகியவற்றின் காரணப்பெயரான ஏழுகாலிதான் 'ஏகாலி' என்று மருவியிருக்கலாம். 'இரண்டாயிரம்

ஆண்டுகாலத் தமிழ்ச் சாதியச் சமூகத்தில் சேரி வண்ணான், புரத வண்ணான், ஹரிஜன வண்ணான், கீழ்ச்சாதி வண்ணான், ஆதி வண்ணான், ஆதிதிராவிட வண்ணான், சேரிநேசன், இரவாலி, புதிர வண்ணான், பற ஏகாலி, மாலோடு, அகஸன், நீஸான்' (*காலச்சுவடு*, ஜன.2010) எனப் பல பெயர்களில் இவர்கள் அழைக்கப்பட்டு வந்திருக்கின்றனர்.

சமூகத்தால் தொடர்ந்து ஒடுக்கப்பட்டு வரும் வண்ணார் சமூகம் குறித்த இலக்கியப்பதிவுகள் மிகக்குறைவு. இமையம் ஒரு தலித் எழுத்தாளர்; இவரிடமிருந்து இப்படி ஒரு புனைவு வருமென்று யாரும் எதிர்பார்த்திருக்க மாட்டார்கள். காலம் காலமாக ஒடுக்கப்படும் தலித்துகள், தங்களுக்கான இருப்பை மீட்டெடுக்கத் தொடர்ந்து பல்வேறு வடிவங்களில் தங்கள் போராட்டத்தை முன்னெடுத்துச் செல்கின்றனர். அதில் ஒரு வடிவம்தான் இலக்கியம். தலித் இலக்கியம், இன்று அனைவராலும் கவனிக்கப்படும் ஒருவகை இலக்கியமாக வளர்ந்துள்ளது. ஆனால், ஆதிக்கச் சாதியினரால் ஒடுக்கப்பட்ட தலித்துகள், தங்களுக்கு அடிமை வேலை செய்யும் ஒரு கிறித்துவ வண்ணார் குடும்பத்தை எப்படி ஒடுக்குகிறார்கள் என்பதுதான் *கோவேறு கழுதைகள்* நாவல். தலித்துகள் ஆதிக்கச் சாதியினரால் ஒடுக்கப்படுவது குறித்துப் பேசிக்கொண்டிருக்கும்போது, தலித்துகளே ஒடுக்குகிறவர்களாக இருக்கிறார்கள் என்பதை முன்வைக்கும் *கோவேறு கழுதைகள்*மீது தலித் விரோத நாவல் என்ற முத்திரை குத்தப்பட்டது. சில தலித் எழுத்தாளர்களே இந்நாவலை ஏற்றுக்கொள்ளவில்லை. ஒடுக்கப்படுதலின் வலியை அறிந்த தலித்துகளுக்குள்ளும் மேலாதிக்கக் குணம் இருப்பதையே இந்நாவலும் இந்நாவல் குறித்த விமர்சனங்களும் வெளிப்படையாகக் காட்டுகின்றன.

கோவேறு கழுதைகள் நாவலின் மிக முக்கியமான கதாபாத்திரம் ஆரோக்கியம்; ஆரோக்கியத்தின் வழிதான் மற்ற கதாபாத்திரங்கள் விரிவடைகின்றன. தன்னுடைய பிள்ளைகள் மீது அளவுகடந்த அன்பை வைத்திருக்கும் ஆரோக்கியம், அவர்களின் நலனுக்காக மட்டுமே தன் வாழ்நாளின் இறுதிவரை வாழ்கிறாள். அதற்காக அவள் பல்வேறு நிலைகளில் தலித்துகளால் அவமானப்படுகிறாள். அவளிடமிருந்து வெளிப்படுவது அன்பு மட்டும்தான். அவளைவிடச் சிறியவர்களெல்லாம் ஆரோக்கியத்தை 'வண்ணாத்தி மவளே' என்றுதான் அழைக்கிறார்கள். சின்ன சாதியைச் சார்ந்தவர்களின் கோபம் யாரையும் ஒன்றும் செய்துவிடாது என்பதை அவள் அடிப்படைக் குணமாகக்

கொண்டிருக்கிறாள். ''நம்ம ஊரு ஆம்பளங்களையே எனக்குப் புடிக்கல. கோவமா வருது. என், அடி வவுத்தையே பாக்குறாங்க'' என்று மேரி சொல்லும்போதுகூட, ''எந்த ஊருலதான் ஆம்பளங்க இல்லங்கிற?'' என்று ஆரோக்கியம் சாதாரணமாகப் பதில் சொல்கிறாள். வேலை செய்த கூலியைக்கூடக் காலில் விழுந்துதான் வாங்கவேண்டும் என்ற அளவில் வண்ணார் சாதியின் மீதான ஒடுக்குதல் நிகழ்கிறது. காலனிக்காரர்களைத் தவிர, சவுரியும் மேல்சாதி இந்துக்கள் மீதுள்ள வெறுப்பை ஆரோக்கியத்தின் மீது வெளிப்படுத்துகிறான்; இதனையும் பொறுமையாக உள்வாங்கிக் கொள்கிறாள். ஆனால், ஆரோக்கியம் சவுரியைவிட பல மடங்கு உழைப்பை வெளிப்படுத்துபவளாக இருக்கிறாள். பலமூட்டைத் தானியங்களை அசாத்தியமாக களம் தூற்றுகிறாள்.

ஆரோக்கியம், கடவுளைவிட உழைப்பைப் பெரிதும் நம்புகிறாள்; உழைப்புக்கேற்ற கூலி இல்லாதபோது சண்டை போடுகிறாள். நாவலில் கூலிப் பிரச்சினை ஒரு கதாபாத்திரமாகவே ஆரோக்கியத்தின் மூலமாக வளர்ந்து வருகிறது. நிகழ்காலத்தில் இறந்தகாலத்தை நினைத்துப் பெருமை பேசுகிறாள். ஆனால் அந்த இறந்தகாலம் நிகழ்காலமாக இருந்தபோது அக்காலத்தின்மீது வெறுப்பை உமிழும் நிலை நாவல் முழுக்கத் தொடர்ந்து வருகிறது. ஆரோக்கியம் காலனிக்காரர்களால் ஒரு தேர்ந்த மருத்துவச்சியாகவும் பார்க்கப்படுகிறாள். அவள் மருத்துவத்தின் மீது அளவுகடந்த நம்பிக்கை கொண்டிருக்கிறார்கள். காலனியில் உள்ள அனைவரின் உடல்நலத்தின் மீதும் ஆரோக்கியம் அதிக அக்கறை கொண்டிருக்கிறாள். நாவலில் காலம் ஆரோக்கியத்தின் வளர்ச்சியும் வீழ்ச்சியுமாக உருவம் கொள்கிறது. குடும்பம் சார்ந்த பொறுப்புகளையும் கசப்புகளையும் உணர்வுபூர்வமாக ஆரோக்கியம் எதிர்கொள்கிறாள். இத்தகைய குணம் ஆரோக்கியத்திடம் மட்டும்தான் இருக்கிறது.

ஆரோக்கியத்தின் குணத்திலிருந்து முற்றிலும் வேறுபட்டவள் அவள் மருமகள் சகாயம். பழமையில் ஊறிய, ஒடுக்குமுறைக்குப் பழகிப்போன ஆரோக்கியத்தைப் படைத்த இமையம், ஒடுக்குமுறைக்கு எதிராகக் கேள்வியெழுப்பும் சகாயத்தையும் படைத்து நாவலை வலிமையாக்கியுள்ளார். இந்நிலையிலிருந்து அனைவரையும் விடுவிக்கவேண்டும் என்பதில் தீராத விருப்பம் கொண்டவளாக சகாயம் இருக்கிறாள். ஆரோக்கியம் உள்ளிட்ட அனைவரும் சாமியார் மற்றும் காலனிக்காரர்களின் காலில் விழும்போது, இவள் மட்டும் வணங்குவதோடு நிறுத்திக் கொள்கிறாள். இரவில் சோறு வாங்கப்போவதில் பீட்டரைப்

போன்று இவளுக்கும் உடன்பாடில்லை. ஆரோக்கியத்திற்காகச் சில விஷயங்களைப் பொறுத்துக்கொள்கிறாள். ஆரோக்கியத்தின் மீது அன்பும் மரியாதையும் கொண்ட சகாயம், படித்தவள்; நகரப் பின்னணியில் இருந்து வந்தவள் என்பதால், கிராமத்தில் இருக்கும் இவ்வடிமைப் படிகள் அவளுக்குப் புதிதாக இருக்கின்றன. ஆரோக்கியத்தின் குணத்தை மாற்றமுடியாமல், தன் தோல்வியை ஒப்புக்கொண்டு தன் கணவனோடு அவ்விடத்தை விட்டு வெளியேறுகிறாள். ஆரோக்கியத்தையும் சவுரியையும் தங்களோடு சின்னசேலத்திற்கு வந்துவிடும்படிச் சந்தர்ப்பம் கிடைக்கும் போதெல்லாம் சகாயம் அழைக்கிறாள். அவளின் அன்பைப் போலவே எதிர்ப்பும் நாவலுக்கு மிக முக்கியமானது.

பிறப்பை அடிப்படையாகக் கொண்டு தலித் சாதியினர் ஒடுக்கப்படுகிறார்கள் என்பதைத் தலித் இலக்கியம் பேசத் தொடங்கியபோது, தலித்துகளுக்குள்ளும் தங்களுக்குக் கீழ் வேலைசெய்யும் சிறுபான்மையினரை ஒடுக்க நினைக்கும் எண்ணம் பரவியிருப்பதை இந்நாவல்வழி அறியமுடிகிறது. வண்ணார் சமூகம் குறித்த சாதாரண பதிவாக இருந்துவிடாமல் தலித்துகளுக்குள் இருக்கும் உள்முரண்பாடுகளையும் ஒடுக்கப் படுதலின் பல பரிமாணங்களையும் புனைவுக்குள் கொண்டு வந்திருப்பதால் *கோவேறு கழுதைகள்* தன்னை முக்கியமான புனைவாக நிலை நிறுத்திக்கொள்கிறது. தலித் சமூகத்தைச் சார்ந்த ராமசாமியின் அம்மா ராமாயி இறந்து விடுகிறாள். ரேடியோ செட் கட்டுவதற்குச் சிலர் எதிர்ப்புத் தெரிவிக்கின்றனர். ''ஊர்த் தெருவில் வைக்கிறார்கள். நாம் மட்டும் என்ன அவ்வளவு எளப்பமாப் போயிட்டமா? பறையன் சாவுக்கு ரேடியோ செட் கட்டக் கூடாதா?'' என்று கேட்கிறான். காலம்காலமாகப் பின்பற்றப்படும் சில அடக்குமுறைகளை மீறவேண்டும் என்பது இயல்புதான். அதைத்தான் ராமசாமி வெளிப்படுத்துகிறான்.

ராமசாமியின் அம்மா இறப்புச் சடங்கில் கலந்துகொண்ட அவனது உறவினர்கள் வண்ணார்சாதி குறித்த தம்முடைய மனநிலையைப் பதிவு செய்கிறார்கள். ''எங்க ஊருல இருக்கிற வண்ணாரப் பெய ராங்கி புடிச்சவன்.'', ''இவன் தேவலாமிங்கறன்.'', ''எங்கியும் வண்ணாரப் பெயலுக சரியில்ல. அந்தக் காலம் மலையேறிடிச்சி'', ''இப்ப வண்ணான் வண்ணானாவாயிருக்கான்? என்னமோ மிட்டா மிராஸ்தார் மாதிரியில்ல இருக்கானுங்க''. ஒருமுறை ஊரில் மழை வேண்டி பலிகொடுத்துச் சடங்கு நடத்துகிறார்கள். பன்றித் தலையை

ஏலம்விட முயன்றபோது, அது தனக்குச் சேரவேண்டும் என்று ஆரோக்கியம் கேட்கிறாள். ''அடி செருப்பாலன்னான். வண்ணார நாய, உனக்கு நெஞ்சுல எம்புட்டுத் திமிரு இருந்தா, இம்புட்டுப் பேரு மத்தியில எகுத்துப் பேசுவ? அம்புட்டுத் தூரத்துக்கு ஆச்சா? படுவா மாதச்சோரு'' என்று சாதிய அடக்குமுறைக்கு எதிராகக் கொதித்த அதே ராமசாமி கேட்கிறான். ''பொங்க, தீவாளி, பதினெட்டுக்கு வெட்டினாக் கேளு. கொடுக்கலன்னா செருப்பால அடிச்சி ஏண்டா பயலேன்னு கேளு! அதுல ஞாயமிருக்கு'' என்று அவர் தொடர்கிறார். எந்தவிதமான முன்திட்டமிடலும் இல்லாமல் ஆரோக்கியம் கேட்கிறாள்: ''நான் பொங்க, தீவாளிக்கு மட்டும் வெளுத்தாப் போதுங்களா சாமீ?'', ''அடி செருப்பால, வாங்கித் தின்ன நாய! பல்லப் புட்டுப்புடுவன் புட்டு'', ''அடடே! இந்தளவுக்கு வந்தாச்சா?'' என்று ராமசாமிக்கு ஆதரவாக அனைவரும் சேர்ந்துகொள்கின்றனர். வண்ணாத்தி எதிர்த்துப்பேசும் அளவுக்கு உலகம் கெட்டுவிட்டதாகக் கூறுகின்றனர்.

ஒடுக்குமுறைக்கு எதிராகக் குரல்கொடுக்கும் தலித்துகளுக்குள் ஒளிந்திருக்கும் இத்தகைய உள்முரண்களை வெளிக் கொணர்ந்ததுதான் இமையத்தின் வெற்றி. தங்களைவிட அழகாக தங்களுக்கு வேலை செய்பவர்கள் இருந்துவிடக் கூடாது என்பதில் தலித்துகளும் விதிவிலக்கானவர்கள் இல்லை என்பதையும் இந்நாவல்வழி அறிய முடிகிறது. சகாயம் அழகாக இருப்பதை காலனிக்காரர்களால் பொறுத்துக்கொள்ள முடியவில்லை. ''அடேய் ஜோசப்பு, சோக்கான குட்டியப் புடிச்சிட்டேடா!'', ''அவனுக்கென்ன, பாப்பாத்திமாரி பொண்டாட்டி'', ''விளக்கு எரியுறாப்பல சிகப்புத் தோல எங்கடா புடுச்ச ஜோசப்பு'' என்று ஜோசப்பிடம் கிண்டல் செய்கிறார்கள். ''அவனப் பாத்தா வண்ணாரப் பெய மாதிரியா இருக்கான், பெரிய குடுத்தனக்காரன் ஊட்டுப் புள்ளெ தோத்துச்சி போ!'' என்று ஜோசப் குறித்துப் பேசுகிறார்கள். இதுபோன்ற முரண்பாடுகளும் வண்ணார் சாதியை இகழும் வசைச் சொற்களும் நாவலுக்கு ஸ்திரத் தன்மையை ஏற்படுத்துகின்றன.

இமையம், காலத்தை நாவலில் அழகாகக் கையாண்டுள்ளார். ஆரோக்கியத்தின் வாழ்வில் காலம் பல்வேறு மாற்றங்களை ஏற்படுத்துகிறது. ஊருக்குள் சலவை நிலையம் வருகிறது. மெல்லிய துணிகளை எல்லாம் காலனிக்காரர்கள் சலவை நிலையத்தைத் தேடிச்சென்று கொடுக்கின்றனர். தடிமனான துணிகள் மட்டுமே ஆரோக்கியத்திடம் வருகின்றன. கிழிந்த துணிகளையெல்லாம் தைப்பதற்குப் புதிதாகத் தையல் கடை

வருகிறது. கிழிந்த துணிகளைத் தைப்பதனூடாக ஆரோக்கியத் திற்குக் கிடைத்து வந்த வருவாய் முற்றிலும் தடைபடுகிறது. மோட்டார் எஞ்சினின் அறிமுகம் தொண்டான் தைக்கும் பெரியானுக்கு அதிர்ச்சியை ஏற்படுத்துகிறது. ஜோசப் பீடி பிடிக் கிறான்; வெண்மையான சட்டை போடுகிறான்; கிராப்பு வெட்டிக் கொள்கிறான். மக்கள் கூத்திலிருந்து சினிமாவுக்கு மாறுகின்றனர். இத்தகைய மாற்றங்களையெல்லாம் உள்வாங்கிக்கொள்ள முடியாமல் ஆரோக்கியம் தவிக்கிறாள். அந்தோணியாரை இகழ்கிறாள்; தன் துயரத்தைத் தீர்ப்பதற்கு இதுநாள்வரை வராத சாமியார்மீது அவநம்பிக்கை கொள்கிறாள். காலனிக்காரர்களுக்குப் புத்தி பிசகி விட்டதாகப் புலம்புகிறாள். ஒரு கிராமம் தன் நிலை திரிந்து நகரமாக மாறிவருவதையும் அதனூடாக ஆரோக்கியம் அடையும் மனப்பிறழ்வும் முக்கியமானவை.

மேரிக்கும் காலனியைச் சேர்ந்த ராணிக்கும் உள்ள நட்பு நாவலின்மீது நம்பிக்கையை ஏற்படுத்துகின்றது. மேரியின் வீட்டில் ராணி நுழைவதை மேரியின் உறவினர் அதிர்ச்சியாகப் பார்க்கின்றனர். "நம்ம ஊட்டுக்குள்ளாரா எல்லாம் அவுங்க வருவாங்களா?" என்று ஒருவரையொருவர் கேட்டுக் கொள்கின்றனர். யாருக்கும் தெரியாமல் அந்நட்பை அவர்களிருவரும் காப்பாற்றி வருகின்றனர். இவர்களின் நட்பு ஆதிக்கத்துக்கெதிராகப் பல்வேறு வாசல்களைத் திறந்து விடுகிறது. 'மனிதர்கள் தங்களுக்குள் உருவாக்கி வைத்திருக்கும் பிரிவுகளின் சகல கீழ்மைகளையும் மனந்திறந்து கலைப்பூர்வமாக முன்வைத்து மனித துக்கத்தை இந்த அளவுக்குத் தேக்கியதிலும் சரி, அதன் அனுபவப் பரிமாற்றத்தில் பெற்ற வெற்றியிலும் சரி, இதற்கு இணையாகச் சொல்லத் தமிழில் மற்றொரு நாவல் இல்லை' (*காலச்சுவடு, அக்.1994*) என்று சுந்தர ராமசாமி தன்னுடைய கட்டுரையில் குறிப்பிடுகிறார்.

இந்நாவலை எழுதியதன் மூலமாக இமையம் பல்வேறு விமர்சனங்களைச் சந்திக்க நேர்ந்தது. ஆரோக்கியம் இந்த ஊரைவிட்டுப் போவதற்காகச் சிந்திக்கும்போதெல்லாம், 'இதனால் உங்கள் குடும்பம் சிதைந்துவிடும்' (*காலச்சுவடு, செப்.2007*) என்று கூறி ஆரோக்கியத்தின் முடிவை இமையம் மறுபரிசீலனைக்கு உட்படுத்துகிறார் என்று விமர்சனம் வைத்தனர். இமையம் தலித்துகளுக்கு எதிராக எழுதியதால்தான் சுந்தர ராமசாமி இந்நாவலை ஆதரிக்கிறார் என்ற நிலைப்பாட்டையும் சிலர் எடுத்தனர். 'தான் சார்ந்த குழுவின் சார்பாய்ப் பேசுதல்

என்பதற்கு மாறாக ஆதிக்கத்திற்கெதிராக ஒடுக்குதலுக்கெதிராக நிற்பது எழுத்தின் வேலை என்ற உலக இலக்கியக் கோட்பாட்டின் அடிப்படையில் எழுதுபவர் இமையம். அந்த அடிப்படையில் தன்னைத் தலித் எழுத்தாளர் என முத்திரை குத்துவதைக்கூட அவர் மறுத்து வருகிறார். ஆதிக்கவாதிகளாக இருக்கும் சொந்தச் சாதியினரை அடையாளம் காட்டுதலும்; ஒடுக்கப்படும் குரலற்றவர்களின் குரலாக இருப்பதும் தலித் இலக்கியத்தின் முதன்மையான நோக்கம் என்னும் அடிப்படையில் பார்க்கும்போது இமையத்தின் புனைகதைகளே முதன்மையான தலித் இலக்கியமாக இருக்கிறது என்பது எனது கணிப்பு' (*காலச்சுவடு*, ஆகஸ்ட் 2009) என்று இமையத்துக்கு ஆதரவாக அ.ராமசாமி எழுதினார்.

நாவலில் பயன்படுத்தப்பட்டுள்ள யதார்த்தமான மொழிநடை அனைவராலும் கவனிக்கப்பட்ட ஒன்று. தலித்துகளும் வண்ணார் சாதியும் பயன்படுத்தும் சொற்களை எந்தவித மனத்தடையும் இல்லாமல் இமையம் பயன்படுத்தியிருக்கிறார். எல்லாவற்றிற்கும் மேலாக, தமிழக அரசால் 'புதிர வண்ணார் நல வாரியம்' அமைக்கப்பட்டதற்கு இந்நாவலும் ஏதோ ஒருவிதத்தில் உதவி இருக்கின்றது என்பதையும் மறுக்க முடியாது. மேல்சாதி இந்துக்களாலும் தலித் மக்களாலும் தொடர்ந்து சுரண்டப்பட்டும் ஒடுக்கப்பட்டும் வண்ணார் சமூகத்தினர் வாழ்ந்து வருகின்றனர். மனுதர்மம் வண்ணார் சமூகத்தினரைப் பார்த்தாலே தீட்டு எனச் சொல்கிறது. இந்நிலையில் தலித்துகளில் பெரும்பான்மையினராகவும் மேல்சாதியினராகவும் உள்ள வள்ளுவர், பள்ளர், ஆதிதிராவிடர் மற்றும் அருந்ததியர் ஆகியோர் தங்களுக்குத் துணி வெளுக்கவும் இன்னபிற அடிமை வேலைகளைச் செய்யவும் வண்ணார்களைப் பயன்படுத்திக்கொண்டு, மேல்சாதியைச் சார்ந்த இந்துக்கள் தாழ்த்தப்பட்டவர்களுக்கு எத்தகைய கொடுமைகளைச் செய்கின்றனரோ, அதே கொடுமைகளைக் கொஞ்சமும் குறையாமல் வண்ணார்களுக்குத் தாழ்த்தப்பட்டோர் செய்து வருகின்றனர் என்பதைத் தலித் சமூகத்தைச் சார்ந்த ஒருவர் புனைவாக்கியுள்ளது விமர்சனங்களையும் தாண்டி பாராட்டப்பட வேண்டிய ஒன்றாகும்.

அட்லாண்டிஸ் மனிதன் மற்றும் சிலருடன்: தமிழ் சினிமா

> நாவலானது திட்டவட்டமாக எதையும் கூறத்தேவையில்லை, நாவல் என்பது கதையாடல் என்பதற்கான உத்தி.
>
> - நாகார்ஜுனன்

கவிதை வழியாக இலக்கிய உலகிற்குள் நுழைந்த ஒரு படைப்பாளன் இறுதியில் சென்றடைவது 'நாவல்' என்கிற வடிவத்துக்குத்தான். காவியமரபின் தொடர்ச்சியாகக் கருதப்படும் நாவல், ஓர் எழுத்தாளனின் எழுத்தாளுமையை நிர்மாணிப்பதில் முக்கியப் பங்கு வகிக்கிறது. ஆனாலும் தமிழில் சிறுகதைக்குக் கொடுக்கப்பட்ட முக்கியத்துவம் நாவலுக்குக் கொடுக்கப்படவில்லை என்பதையும் கவனத்தில் எடுத்துக்கொள்ள வேண்டும். புது வகையான நாவல் என்பது நீண்ட கதை அமைப்பைக் கொண்டது; பல நூற்றாண்டு வரலாற்றை ஒரே புனைவாக எழுதுவது; பல்வேறு சிடுக்குகளுடன் ஒன்றுக்கொன்று தொடர்பில்லாமல் நாவலைப் பயணிக்கச் செய்வது; புதிய நிலப்பரப்பை உருவாக்கி, நாவலாக்குவது என்பன போன்ற கருத்தாக்கங்கள் வாசகர் பிரக்ஞையில் படிந்து போனதே இதற்குக் காரணம். விரிவையும்

ஆழத்தையும் நாவலில் தேடும் வாசகர்களின் எண்ணிக்கை மிகக்குறைவாகவே உள்ளது. தமிழின் முதல் நாவலான *பிரதாப முதலியார் சரித்திரம்* ஆர்வத்தின் காரணமாக எழுதப்பட்டதே அன்றி அதனை ஓர் இலக்கியப் படைப்பாகக் கருத முடியாது என்பது இன்றைய விமர்சகர்களின் கருத்தாக உள்ளது. ‘தமிழின் முதல் அசல் நாவல் முயற்சி க.ந.சு.வின் ‘பொய்த் தேவு’ தான் என்பது பொதுவாக ஒப்புக்கொள்ளப்பட்ட ஒரு கருத்து’(*நாவல், மடல், 1995*) என்கிறார் ஜெயமோகன்.

வெகுசன வாசகனின் வாசிப்புறுக்கேற்ப தனக்கென சில வரையறைகளை வகுத்துக்கொண்டு பயணப்பட்ட நாவல் இலக்கியம், சில புதியவர்களின் வருகையால் வடிவத்திலும் உள்ளடக்கத்திலும் நிறைய மாற்றங்களைச் சந்தித்தது. வடிவமின்மைகூட ஒரு வடிவம்தான் என்ற கொள்கையில் இவர்கள் பயணப்பட்டார்கள். மையத்தைக் கட்டுவது ஓர் அசலான நாவலாக இருக்க முடியாது. மாறாக மையத்தைச் சிதைப்பதுதான் ஒரு நல்ல நாவலாக இருக்க முடியும் என்பதை இவர்களின் படைப்புகள் நிறுவின. சுந்தர ராமசாமியின் *ஜே.ஜே. சில குறிப்புகள்*, தமிழவனின் *ஏற்கனவே சொல்லப்பட்ட மனிதர்கள், சரித்திரத்தில் படிந்த நிழல்கள்*, நகுலனின் *வாக்கு மூலம்*, பிரேம்-ரமேஷின் *சொல் என்றொரு சொல்* ச.ராஜநாயகத்தின் நாவல்கள், சாருநிவேதிதாவின் *ஜீரோ டிகிரி* உள்ளிட்ட நாவல்கள் வடிவமின்மை என்கிற வடிவத்தைக் கையில் எடுத்த படைப்பு களாகும். ‘தனித்த வடிவப் பிரக்ஞையுடன் நாவலை முயன்ற ஒரே படைப்பாளி சுந்தர ராமசாமி மட்டுமே’ (மேலது) என்று எழுதுகிறார் ஜெயமோகன். தத்ரூபமான வாழ்க்கைச் சித்திரிப்பை இவர்களின் படைப்பு புறக்கணித்தது குறிப்பிடத்தக்க ஒன்றாகும். இப்பட்டியலில் தற்பொழுது சேர முயற்சி மேற்கொள்பவர் எம். ஜி. சுரேஷ் ஆவார்.

எம். ஜி. சுரேஷ் எழுதிய *அட்லாண்டிஸ் மனிதன் மற்றும் சிலருடன்* என்ற ‘கியூபிஸ’ நாவல் பரவலாக எல்லோராலும் கவனிக்கப்பட்டது. இவர், இந்நாவலுக்கு முன்பு இரண்டு சிறுகதைத் தொகுப்புகளையும் இரண்டு குறுநாவல்களையும் எழுதியுள்ளார். க.நா.சு., ஜெயகாந்தன், கோவை ஞானி போன்ற மூத்த படைப்பாளிகளால் பாராட்டப்பட்டவர். *அட்லாண்டிஸ் மனிதன் மற்றும் சிலருடன்* என்ற இந்நாவலை மறுவாசிப்பு செய்யும்போது உண்டாகும் மனப்பதிவுகளைக் இக்கட்டுரை உள்ளடக்கமாகக் கொள்கிறது. இந்நாவல் தமிழில் முதல் பன்முக

(CUBIST) நாவல் என்று தன்னைப் பிரகடனப்படுத்திக்கொள்கிறது. முதல் முறையாக வாசிக்கும் ஒரு வாசகன் இந்நாவலின் கட்டமைப்பைக் கண்டு பிரமிக்கலாம். தமிழிற்குக் கிடைத்த புது வகையான எழுத்து என்று புளகாங்கிதம் அடையலாம். ஆனால் அதே வாசகன் மேற்குறிப்பிடப்பட்டுள்ள சில நாவல்களையேனும் படித்துவிட்டு இந்நாவலை அணுகும்போது உங்களின் பிரமிப்பு விழுந்து நொறுங்கி வடிவமிழப்பதை உங்களால் உணரமுடியும். ஒரு தேர்ந்த வாசகனால் இந்நாவல் புறக்கணிக்க நேரலாம்.

முதலில் இந்நாவலின் புற அமைப்பை விளங்கிக்கொள்ள வேண்டும். பிரதிக்குள் பிரதி (*inner text*) என்ற பாணியில் நாவல் எழுதப்பட்டுள்ளது. 'கே' என்றழைக்கப்படும் ராமநாதனைக் கதை சொல்லி அறிமுகப்படுத்துகிறார். 'கே' முதலில் சில கவிதைகளை எழுதுகிறான். பின்னாட்களில் தான் எழுதிய கவிதைகள் எந்தவிதத்திலும் சிறப்பாக இல்லை என்பதை உணர்ந்து கிழித்து விடுகிறான். சில நாட்களுக்குப் பிறகு நவீனத்துவம் சார்ந்த சில கவிதைகளை எழுதுகிறான். அதிலும் திருப்தி அடையாமல் அடுத்த கட்டமாகச் சில சிறுகதைகளை எழுதுகிறான். மேலும் ஹசன் மண்ட்டோவின் சர்ச்சைக்குள்ளான கதைகளை மொழிபெயர்க்கிறான். பின்பு சாமுவேல் பெக்கட், ஜூலியோ கொத்தஸார், ஜார்ஜ் லூயி போர்ஹே போன்றவர்கள் எழுதியது போன்று எதிர்நாவல், அதாவது நாவலின் உருவம், உள்ளடக்கம் முதலியவற்றைத் தகர்த்து மிகை யதார்த்தத்தில் பல்வேறு சாத்தியப்பாடுகளுடன் கூடிய நாவலை எழுதத் திட்டமிடுகிறான். 'கே' எழுதும் நாவலின் பெயர் 'அட்லாண்டிஸ் மனிதன்.' இந்நாவலின் முக்கிய கதாபாத்திரம் கமலேசன். இவனும் ஓர் எழுத்தாளன். தான் வாழ்க்கையில் சந்தித்தவர்கள் குறித்துப் பன்னிரண்டு கதைகளை எழுதுகிறான், பின்பு ஒருநாள் இவன் கொல்லிமலை பள்ளத்தாக்கில் அட்லாண்டிஸ் மனிதனைச் சந்திக்கிறான். அவ்விடத்தில் இவன் எழுதிய பன்னிரண்டு கதைகளுக்கான வெவ்வேறு முடிவுகள் நிறைந்த பிரதிகள் இவனுக்குக் கிடைக்கின்றன. அதனையும் இக்கதைகளுடன் தன் நாவலில் சேர்க்கிறான். இதுதான் இந்நாவலின் புறக்கட்டமைப்பு.

இந்நாவலின் மையப்பாத்திரமாக இருப்பவன் கமலேசன். மையத்தை உடைப்பதுதான் நவீன நாவல் என்ற கருத்தாடல் இந்நாவலுக்குப் பொருந்தாது. ஏனெனில் கமலேசன் எழுதும் பன்னிரண்டு கதைகளிலும் கமலேசன் மையமாக இருக்கிறான். நவீன நாவல் என்று தன்னை அடையாளப்படுத்திக் கொண்டாலும்

வெகுசன நாவலின் தன்மைகளே இதில் கூடுதலாக வெளிப்பட்டிருக்கின்றன. நவீனத்துவம் வடிவ ரீதியில் மட்டுமே செயல்பட்டிருக்கிறது. இரண்டு விஷயங்கள் இந்நாவலில் புதுமையானவை. 1. நாவலின் உள்கட்டமைப்பு, 2. ஒரு கதைக்கு ஒன்றிற்கு மேற்பட்ட முடிவுகள். குறிப்பாக இரண்டாவது ஒன்று மட்டுமே இதனைப் பிற நாவல்களிலிருந்து வேறுபடுத்திக் காட்டுகிறது. ஒவ்வொரு வரியிலும் வாசகனின் குறுக்கீட்டை எதிர்கொண்டு நகரக்கூடிய ஒரு விவாத வடிவம்தான் நாவல், ஆனால் இந்நாவலைப் பொறுத்தவரை இதற்கான சாத்தியங்கள் குறைவு என்றே சொல்ல வேண்டும். ஆசிரியர் அடிக்கடி நாவலில் வெளிப்பட்டு வாசகனுக்கு அவ்வப்போது உண்டாகும் ஐயங்ளைத் தீர்த்து வைக்கிறார். நாவலின் உள்ளடக்கம் முழுக்க முழுக்க வணிக ரீதியிலான வெகுசனத்தன்மை வாய்ந்தது. ஆசிரியர் செய்தித்தாளில் வாசித்த கிசுகிசுக்கள், தான் கண்ட கேட்ட சமூக யதார்த்தங்களுக்குச் சிறிதும் பெரிதுமாகக் கற்பனையைப் பூசி அவசர கதியில் கதைகளாக்கியிருக்கிறார். பன்னிரண்டு கதைகளும் ஒரு நிகழ்வாகத்தான் பதிவாகி இருக்கின்றன. சிறுகதைகள் என்ற அளவில்கூட இதனைக் கருத முடியாது. ஒரு படைப்பாளியின் ஆளுமையை மதிப்பிட உதவும் மொழி நடையும் மிகவும் பலவீன மாகவே உள்ளது. வாசகனைச் சிந்திக்கவே விடாத கவர்ச்சியான மொழிநடை. மூன்றாம்தர வாசகனைத் திருப்திப்படுத்த விறுவிறுப்பை நாவலில் சற்றும் குறையாமல் பார்த்துக் கொண்டிருக்கிறார். தன்னை சுஜாதாவின் வாரிசு என்று அடையாளப்படுத்திக் கொள்ளும் எம்.ஜி.சுரேஷிடம், இதற்குமேல் எதிர்பார்ப்பது ஏமாற்றத்தையே தரும்.

கமலேசன் எழுதும் பன்னிரண்டு கதைகளின் உள்ளடக்கம் தினமும் தவறாமல் செய்தித்தாளை வாசிக்கும் யாருக்கும் புதுமையானதாகத் தோன்றாது. இக்கால இலக்கியத்தின் போக்கு, ‘நோபல் பரிசு’ உள்ளிட்ட பரிசுகள் தரப்படும் அரசியல், மேலை நாட்டு மோகம், அரசு உயர் அதிகாரிகள் தங்களுக்குக் கீழ் பணிபுரியும் பெண்கள்மீது நிகழ்த்தும் பாலியல் வன்முறைகள், கிரெடிட் கார்டு வைத்திருப்பவர் படும் அவத்தைகள், நடிகர் நடிகைகள் தொடர்பான அந்தரங்கங்கள், நேர்மையான அரசு அதிகாரிகளுக்கு ஏற்படும் துன்பங்கள், நல்ல சினிமா எடுக்க விழையும் தயாரிப்பாளர் மற்றும் இயக்குநர்களின் இயலாமைகள், கம்யூனிஸ்ட் கட்சியில் உள்ள சாதிய இறுக்கம், பன்னாட்டுக் கம்பெனிகளின் வருகையால் நசியும் உள்நாட்டுக் கம்பெனிகள், இந்து-முஸ்லீம் கலவரம் உருவாகும் விதம், அரசியல்வாதிகளின்

மட்டமான அரசியல் என விரியும் கிளைக்கதைகள் ஒவ்வொன்றிற்கும் நாவலின் பிற்பகுதியில் மூன்று முடிவுகள் சொல்லப்படுகின்றன. இதனைத்தான் ஆசிரியர் கியூபிஸம் என்கிறார்.

ஒரு நிகழ்விற்குப்பின் பல்வேறு முடிவுகள் உள்ளன என்பது மட்டுந்தான் கியூபிஸத்தின் அம்சம் என்றால் சாருநிவேதிதாவின் *ஜீரோ டிகிரி* நாவலின் தொடக்கத்திலும் இந்த அம்சம் உள்ளது. ‘ஜீரோ டிகிரி என்ற இந்நாவலை நான் பிரதியெடுக்கத் துவங்கியிருக்கும் இந்தக் கணத்தில் நீ... என்ன செய்து கொண்டிருப்பாய்’ என்று அறுபத்தொரு சாத்தியப்பாடுகளைக் கூறுகிறார். இத்தகைய சாத்தியப்பாடுகளை ஒரு நாவலின் பக்கங்கள் முழுக்கக்கூட நிரப்ப முடியும் என்பது நாவலை வாசிக்கும் அனைவருக்கும் தெரியும். இந்த ஒற்றைக் கருத்தைக் கொண்டு கியூபிஸத்தை அளவிட்டால் சாருவின் *ஜீரோ டிகிரி*தான் கியூபிஸத்தின் தொடக்கம் என்று கூறவும் வாய்ப்பிருக்கிறது. ஓவியத்தில் ஆதிக்கம் செலுத்திய கியூபிஸம் எழுத்திற்கு மாற்றப்படும்போது அதன் தன்மை சிதைக்கப்படுகிறது. வண்ணங்களின் அடர்த்தியை மொழியில் கொண்டுவர ஓர் எழுத்தாளன் அதிக சிரத்தை எடுக்க வேண்டும். சூத்திரத்தைக் கொண்டு படைப்பை உருவாக்கினால் சூத்திரம் மட்டுந்தான் படைப்பில் இருக்கும். ஒற்றைத்தளத்தில் கதையின் கடைசி வரிகளை மட்டும் மாற்றிப்போட்டு கியூபிஸம் என்று அடையாளப்படுத்துவது புதிதாக ஒன்றைத்தேட முயலும் வாசகனை இருட்டடிப்புச் செய்ய முயலும் இன்றைய வெகுசன விளம்பரங்களின் உத்தியே ஆகும். நாவலின் புறக்கட்டுமானத்தில் செலுத்திய கவனத்தை கதை, மொழிநடையிலும் செலுத்தியிருக்க வேண்டும்.

ஒரு படைப்பை இந்த அமைப்பில்தான் எழுத வேண்டும் என்ற வறையறைகளைக் கடந்ததுதான் பின்நவீனத்துவம். பின் நவீனத்துவத்தில் நிலையானது, மையம் என்று ஏதுமில்லை. கவிதை, கதை, கட்டுரை, தன்வரலாறு போன்ற பல்வேறு வகைமைகளில் ஒரு படைப்பை உருவாக்கலாம். இந்நாவலிலும் இத்தகைய தன்மைகள் எல்லாம் இருக்கின்றன. ஆனால் இதே சூத்திரத்தைக்கொண்டு அடுத்து வரும் படைப்புகளை ஒரு படைப்பாளன் உருவாக்கினால் அது பின்நவீனத்துவத்திற்கான வரையறையாகிவிடும். இதனைத்தான் பின்நவீனத்துவம் மறுக்கிறது. இந்நாவலில் அவருடைய தனிப்பட்ட வாழ்க்கை,

எழுத்தாளனாக மாறிய சூழல், மேலை இலக்கியத்தாக்கம் ஆகிய எல்லாவற்றையும் இவருடைய பாத்திரங்கள் பிரதிபலிக்கின்றன. இவருடைய நேர்காணல்களைப் படித்துவிட்டு இந்நாவலைப் படிப்பவர்க்கு நேர்காணலை இரண்டாவது முறையாகப் படிப்பது போன்ற உணர்வு ஏற்படும். எழுத்தாளன் எதை எழுதினாலும் அதில் கொஞ்சமாவது சுயசரிதைத்தன்மை கலந்திருக்கும். ஆனால் இந்நாவலாசிரியர், நாவலில் வருகின்ற 'நான்' எம். ஜி. சுரேஷ் அல்ல என்கிறார். ஆனாலும் கதை சொல்லியின் குரல் ஆசிரியரின் குரலாகவும் இருக்கும் என்கிறார்.

'நாவலில் ஆசிரியர் நுழைவு இருக்கக்கூடாது. மொழி வளர்ந்து சம்பவங்களாய், பாத்திரங்களாய் வடிவம் வளர்வதுதான் நாவல்' என்கிறார் தமிழவன் (*படைப்பும் படைபாளியும்*, காவ்யா, 1989). ஆனால் இந்நாலில் பெரும்பான்மைப் பாத்திரங்கள் மீது ஆசிரியரின் குறுக்கீடு பதிவாகியுள்ளது. கதைசொல்லி நாவல் முழுக்க வாசகனுடனேயே பயணம் செய்கிறார். நாவலின் அமைப்பை முதலிலேயே ஓர் அத்தியாயத்தில் விளக்கிவிடுகிறார். மெக்காலே கல்வித்திட்டம் தொடங்கி இன்றைய கிரெடிட் கார்டு வரை 'அங்கதம்' என்ற பெயரில் வெளிப்படையாக எல்லாவற்றையும் கேலி செய்யும் அவர், மாற்று என்று எதையும் குறிப்பிடவில்லை. கேலி செய்வதோடு அவரின் பணி நிறைவு பெற்றதாகத் திருப்தி அடைகிறார். இந்நாவல் முழுக்கப் பெண்கள் குறித்த மதிப்பீடு மிகவும் கொச்சையாக உள்ளதென மொழிபெர்ப்பாளர் அமரந்தா குறிப்பிடுகிறார். இம்மதிப்பீட்டை அங்கதம் என்று ஏற்றுக்கொள்ள முடியாது என்கிறார். இந்நாவலில் வரும் இரண்டாவது கதை பெண்கள் அறிவைப் பயன்படுத்தி எதிர்வரும் பிரச்சினைகளைச் சமாளிப்பதைக் காட்டிலும், தன் உடலைப் பயன்படுத்தி எல்லா பிரச்சினைகளையும் எளிமையாகத் தீர்த்துக்கொள்ளலாம் என்ற வழிகாட்டுதலில் எழுதப்பட்டுள்ளது. ஆண்களும் இதைத்தான் விரும்புவதாக அவருடைய பிரதான பாத்திரம் பேசுகிறது. 'மிடில் கிளாஸ் பெண்கள், தன் கற்பை வேண்டுமானாலும் இழந்து தொலையட்டும். நகைகளையும் பணத்தையும் காப்பாற்றிக் கொள்ளட்டும்' என்கிறான் கமலேசன். பெண் என்பவள் தன்னுடைய அறிவு, இருப்பு சார்ந்து சுயமான பலத்தில் அநியாயத்தை எதிர்த்துப் போராடி வெற்றி பெறுவதாகக் காட்டாவிட்டாலும் போராடுவதாகக்கூட இந்நாவல் பெண் பாத்திரத்தை உருவாக்கவில்லை. தொழிற்சங்கப் பிரதிநிதியாக வரும் 'ரோஜா' என்ற பாத்திரம் மட்டும் முதலில் தொழிலாளிகளுக்கு ஆதரவாகத் தீவிரத்தோடு போராடுவதாக

ஆரம்பித்து அப்பாத்திரம் வளர்வதற்கு முன்பே ஆணின் அறிவிற்கும் ஆளுமைக்கும் முன்பு தோற்றுத் துவண்டு போவதாக இறுதி செய்யப்பட்டுள்ளது.

இதேபோன்று நாவலில் உள்ள நான்காவது கதை 'மாயா' என்கிற நடிகையைப் பற்றியது. வெகுசன வாசகன் நடிகைகள் குறித்து என்ன மதிப்பீட்டை உருவாக்கி வைத்திருக்கிறானோ அதனை உறுதிசெய்வதாக இக்கதை உள்ளது. மாயாவைக் காதலித்து மணந்த நடிகன் சந்திரன், தன் படத்திற்கு நிதி கொடுக்கப்போகும் பைனான்ஸியருடன் ஓர் இரவைக் கழிக்கச் சொல்கிறான். அவள் அதிர்ச்சி அடைகிறாள். "உனக்கு இதெல்லாம் சாதாரணம்தானே. அட்ஜஸ்ட் செய்து கொள்ளேன்" என்கிறான். ஊடகத்தனமான இந்த மதிப்பீடு வாசகனைக் கிளர்ச்சி ஊட்டவே அன்றி, வேறெந்த நோக்கமும் ஆசிரியருக்கு இருப்பதாகத் தெரியவில்லை. நாவலுக்கு உள்ளேயும் வாசிப்பவர்கள் சோர்ந்து போகாமல் இருக்க பெண்கள் குறித்த வர்ணனைகள் ஆங்காங்கே இடம்பெற்றுள்ளன. குறிப்பாக கிரெடிட் கார்டு குறித்து எழுதும்போது "இளம் பெண்ணின் குட்டைப் பாவாடை மாதிரி கச்சிதமாகவும் அபாயகரமான கவர்ச்சியோடும் அது இருந்தது" என்கிறார். இதுபோன்ற நிறைய உதாரணங்களை அடுக்கிக் கொண்டே போகலாம்.

இந்நாவலில் உள்ள நேர்மையான ஐ.ஏ.எஸ் அதிகாரியின் கதை, அரசியல்வாதியான ராஜாமணியின் கதை, இந்து-முஸ்லீம் கலவரம் உருவாகும் கதை போன்றவை தொண்ணூறுகளுக்குப் பிறகு வெளிவந்த சில தமிழ்ப்படங்களை நினைவுபடுத்துகின்றன. 'என்னுடைய கதை சோப்பு, ஷாம்பு போல நுகர்வுப்பொருளாக இருக்கக்கூடாது' என்கிறார் நாவலாசிரியர். ஆனால் இந்நாவல் ஒரு நுகர்வுக்கலாச்சாரத்தின் வெளிப்பாடாகவே தோன்றுகிறது. நாவலில் நிறைய வசனங்கள் நாவலைத் துறுத்திக்கொண்டு நிற்கின்றன. துண்டு துண்டான வசனங்களில் வாசிப்பவரின் மனம் தேங்கிவிடும்போது நாவலின் மையம், ஆசிரியர் முன்னிறுத்த விழையும் கதாப்பாத்திரங்கள் பிரதியைவிட்டு வெளியேறுவதைத் தவிர்க்க முடியாது. இந்த உத்தி ஒரு நல்ல நாவலுக்குப் பெரும் பின்னடைவையே ஏற்படுத்தும். உதாரணமாக 'சேமித்துப் பொருள் வாங்குவது நம் கலாச்சாரம். கடன்பட்டு பொருள் வாங்கிவிட்டு முழிபிதுங்குவது இறக்குமதி செய்யப்பட்ட கலாச்சாரம்', 'தினமும் தாஜ்மகாலைப் பெருக்கிச் சுத்தப்படுத்தும் துப்புரவுப் பெண்ணின் முதல் எதிரி எதுவாக

இருக்கும் தாஜ்மகாலைத் தவிர' என்பன போன்ற அறிவுஜீவித்தனமான ஒட்டாத வசனங்கள் நாவலில் நிறைய உள்ளன.

கௌதம சித்தார்த்தன், எஸ்.ராமகிருஷ்ணன் போன்றோரின் படைப்புகள் குறித்து எம். ஜி. சுரேஷ் விமர்சிக்கும்போது 'சாதாரண கதைகளை வித்தியாசப்பட்ட மொழியில் எழுதுவது புதுவகை எழுத்தாகிவிடாது' (கருத்தியல்-மொழி-புனைவு) என்கிறார். இந்தக் கருத்தை எம்.ஜி.சுரேஷ் சுயபரீசிலனை செய்துகொள்ள வேண்டும்.

இறுதியாக, இந்நாவல் மூன்றாம்தர பார்வையாளனை எல்லாவிதத்திலும் திருப்திபடுத்தக்கூடிய ஒரு மசாலா சினிமா என்று வைத்துக்கொண்டால், படத்தின் நாயகன் கமலேசன், நாயகிகள் மாயா உள்ளிட்ட பலர். நாவலாசிரியர் நல்ல வெகுசன இயக்குநராகச் செயல்பட்டிருக்கிறார். இந்நாவலை வாசிப்பவர் அனைவருக்கும் தமிழ்ப்படம் பார்த்த திருப்தி நிச்சயம் ஏற்படும் என்பது நிதர்சனம்.

தாமரை, மே 2007

அம்மன் நெசவு:
சாதியத்தின் வரைபடம்

ஐம்பதுகளுக்குப் பிறகு தமிழ்நாவல் பெரும் பாய்ச்சலை நிகழ்த்தியிருக்கிறது. இக்காலகட்டத்தில் எழுதப்பட்ட நாவல்களில் வாசகனின் பங்கேற்பு எல்லை விரிந்திருப்பதைக் காணலாம். ஒற்றைப் பரிமாணத்தில் நாவலைக் கண்டடையும் பார்வை மாறியிருக்கிறது. நாவல் குறித்த கோட்பாடுகளை விமர்சகர்கள் இக்கால கட்டத்தில்தாம் உருவாக்கினர். இதனால் ஒரு புனைவின் பிரதியை வாசிக்கும் ஒவ்வொருவருக்கும் அவரின் வாசிப்பு எல்லைக் கேற்ப அர்த்தங்களை விரித்துச்செல்லும் ஆற்றலை இக்கால நாவல்கள் அடைந்தன. நேர்க்கோட்டுப் பொருளைத்தரும் பிரதிகள் தன்னைச் சுருக்கிக் கொள்ளத் தொடங்கின. வெகுசன நாவலாசிரியர்கள் இந்த வட்டத்திற்குள் எப்போதும் வரமாட்டார்கள் என்பதும் குறிப்பிடத்தக்கது. தமிழகத்தின் வெவ்வேறு புலம்சார்ந்த ஆக்கங்களின் வருகை புனைகதையின் ஆழத்தை அதிகப்படுத்தியது. ஒரு குறிப்பிட்ட பகுதியின் முன்மாதிரி அடையாளங்களாக இருந்த எழுத்தாளர்கள், முன்னோடிகள் என்ற இடத்தை அடைந்தனர். ஒரு பெரும் பரப்பின் சிறுபகுதியினரின் வாழ்க்கையும் இலக்கியங்கள் பதிவுசெய்யத் தொடங்கியதில் அதன் எல்லை மேலும் மேலும் விரிந்துகொண்டே சென்றது. பல இளம்

எழுத்தாளர்கள் பல்வேறு உள்முரண்களைக் கட்டியெழுப்பும் நாவல்களுடன் வாசகர்களை அணுகினர்.

கவிதையின் மூலமாக எழுத்துலகில் அறிமுகமான சூத்ரதாரி (எம்.கோபாலகிருஷ்ணன்) எழுதிய முதல் நாவல் *அம்மன் நெசவு* (2002). தமிழ்நாவல் வரலாற்றில் பெரும்பான்மையான எழுத்தாளர்களின் முதல் நாவல்கள் பெரும் வாசக கவனத்தைப் பெற்றிருக்கின்றன. அந்தப் பட்டியல் நீளமானது. அந்தத் தொடரியில் *அம்மன் நெசவும்* சேர்ந்துகொள்கிறது என்பதைத் துணிந்து எழுதலாம். நாவல் வெளிவந்த காலத்தில் காத்திரமான உரையாடல்கள் இவ்வாக்கத்தின்மீது நிகழ்த்தப்பட்டதா என்ற கேள்வி காலம்கடந்து எழுகிறது. இணையத்தில் இந்நாவல் குறித்துத் தேடியதில் ஒன்றிரண்டு பதிவுகள் மட்டுமே கிடைத்தன. பாவண்ணனின் எழுத்து மட்டும்தான் எனக்கு வாசிக்கக் கிடைத்தது. தமிழ்நாட்டில் கன்னடம் பேசும் தேவாங்கச் செட்டியார்கள் கோவை, சேலம், திருப்பூர் பகுதிகளில் அதிகம் வசிக்கின்றனர். இவர்களின் தெய்வம் சௌடேஸ்வரி அம்மன்; தொழில் நெசவு. கட்டாய மதமாற்றம் காரணமாகவும் தொழில் நிமித்தம் காரணமாகவும் இவர்கள் தமிழகத்திற்குள் நிலம் பெயர்ந்தனர். இன்றளவில் தமிழகத்தில் ஆழமாகக் காலூன்றிய இவர்களில் பலர், தொழிலதிபர்களாகவும் அரசியல் தலைவர்களாகவும் புகழ்பெற்றுள்ளனர். பல கல்வி நிறுவனங்கள் இவர்கள் சாதியின் பெயரால் செயல்பட்டு வருகின்றன. இத்தகைய தேவாங்கச் செட்டியார்கள் வாழ்தலுக்கான இருப்புதேடி நிலம்பெயர்ந்ததைத்தான் சூத்ரதாரி புனைவாக்கியிருக்கிறார்.

உழவுத்தொழில் குறித்துத் தமிழில் எழுதப்பட்ட புனைவுகள் அளவுக்கு நெசவுத்தொழில் குறித்து எழுதப்படவிலை. அந்தவகையில் இப்புனைவு முக்கியத்துவம் பெறுகிறது. நாவல் வெளிவந்து பதினைந்து வருடங்கள் முடிந்துவிட்டன. இப்போது வாசித்தாலும் நாவலின் மொழி அப்படியே நம்மை உள்வாங்கிக் கொள்கிறது. புனைவு, நெசவுத்தொழில் பிரச்சினையைப் பற்றிப் பேசவில்லை. ஒடுக்குதல் என்பது தாழ்த்தப்பட்ட சாதிகளுக்குள் மட்டும் நிகழ்வதில்லை; பிற்படுத்தப்பட்ட சாதிகளுக்குள்ளும் இந்த எண்ணம் வேரூன்றியுள்ளது; தன் சமூகத்தைக் கடந்து எந்தவொரு சமூகமும் சென்றுவிடக் கூடாது என்பதில் அனைவரும் ஒன்றுபோலத்தான் சிந்திக்கிறோம் என்பதைத்தான் இப்புனைவு சில நிகழ்வுகளை முன்பின்னாக முன்வைத்துக் கட்டமைக்கிறது. தாழ்த்தப்பட்ட சாதிகளுக்குள் நிகழும் ஒடுக்குதல்களை

வெளிச்சப்படுத்திய *கோவேறு கழுதைகள்* (1994) நாவல்பெற்ற இடத்தை இந்நாவலும் பெற்றிருக்க வேண்டும். முகலாய மன்னன் காசிம்கான் உஜ்ஜயினியில் கொள்ளையடிக்கப் படைகளைத் திரட்டி வருகிறான். தேவாங்ககுல செட்டியார் குடும்பத்தைச் சார்ந்தவர்கள் தங்களின் குலதெய்வமான சௌடேஸ்வரி அம்மனைத் தூக்கிக்கொண்டு நகரைவிட்டுக் குடிபெயர்வதில் நாவலின் முதல்பகுதி தொடங்குகிறது. 1960களுக்குப் பிறகு கதை நிகழ்வதாக நாவலின் இரண்டாம் பகுதி நெய்யப்பட்டுள்ளது. செட்டியார்களின் அடுத்தத் தலைமுறையினர் கொங்கு மண்டலத்தில் உமயஞ்செட்டிப்பாளையத்தில் தங்கள் குடியிருப்புகளை அமைத்துக்கொண்டு வாழ்ந்து வருகின்றனர். இப்பகுதியில் கவுண்டர்களின் செல்வாக்கு அதிகமாக இருக்கிறது; நிலமும் நீரும் அவர்களின் கட்டுப்பாட்டில் இருக்கின்றன. அவர்களை நம்பித்தான் செட்டியார்கள் தங்களின் வாழ்க்கையை நகர்த்துகின்றனர். இந்தச் சூழ்நிலையில் கவுண்டர்களின் அடுத்த தலைமுறையினர் செட்டியார்கள் எப்போதும் தங்கள் காலடியில் கிடக்கவேண்டும் என்ற ஆதிக்க மனப்பான்மையில் செயல்படுகின்றனர். புனைவின் களம் விரிகிறது.

சௌடேஸ்வரி அம்மன் குடிகொண்டிருக்கும் பூசாரியப்பனின் வீடு மட்டும்தான் வீடு என்கிற தகுதியைப் பெற்றிருக்கிறது. இதற்குக் காரணம் அம்மன். அம்மன்தான் பூசாரியப்பனின் இருப்பை உயர்த்தியிருக்கிறாள். ஒருநாள் அம்மனின் நெசவு நஞ்சப்பனின் தறியில் விழுந்துவிடுகிறது. தங்கள் குடும்பத்தின் இருப்பு முழுமையையும் இழந்துவிட்டதாக உணர்கிறான் பூசாரியப்பனின் மகன் வெள்ளிங்கிரி. ஊராரின் தீர்மானத்தில் அம்மன் நஞ்சப்பனின் வீட்டுக்குக் குடிபெயர்கிறாள். அன்றிலிருந்து தொடங்குகிறது செட்டியார்களின் வீழ்ச்சி. அம்மனைப் பிரித்த செட்டியார்களைப் பழிவாங்க கவுண்டர்களுடன் கூட்டு சேர்கிறான் வெள்ளிங்கிரி. பாவடியில் நாசம்செய்த பண்ணாடிக் கவுண்டரின் எருது வாலை நறுக்குவதில் முளைவிடுகிறது செட்டியார்களுக்கும் கவுண்டர்களுக்குமான பகை. வெள்ளிங்கிரியுடன் ரங்கண்ணன் மகன் ஈஸ்வரனும் கவுண்டர்களைச் செட்டியார்களுக்கு எதிராகக் கொம்பு சீவுகிறான். அடுத்தடுத்த நகர்வுகளில் கிணறுகளில் தண்ணீர் எடுக்கும் உரிமை, சந்தைக்குச் செல்லும் குறுக்குவழி போன்ற அடிப்படை வாழ்வாதாரங்களில் கவுண்டர்கள் தடை போடுகின்றனர். கவுண்டர்களுடனான பகை செட்டியார்களைத் தனிக்கிணறு தோண்டத் தூண்டுகிறது. அதனையும் மயில்சாமியும்

அப்புக்குட்டியும் தடுக்கின்றனர். வெளாந்தோட்டக் கவுண்டர் உதவியுடன் கிணற்றில் நீர் பெருகுகிறது. இதற்கிடையில் தேர்தல் வருகிறது. அவினாசிப் பகுதிக்குப் பண்ணாடிக் கவுண்டர் வேட்பாளராக நிற்கிறார். திட்டமிட்டுக் கவுண்டரைத் தோற்கடிக்கின்றனர். பகை கொழுந்துவிட்டு எரிகிறது. செட்டியார்கள் பலவழிகளில் தாக்கப்படுகிறார்கள். காவல்துறை பணத்தின்பின் நிற்கிறது. சோமனூர் கவுண்டர் கொலை செய்யப்படுகிறார். மீண்டும் செட்டியார்கள் வாழ்தல்வேண்டி அம்மனுடன் திருப்பூருக்குக் குடிபெயர்கின்றனர்.

நெசவுத் தொழில் செய்பவர்கள் குறித்த வேறொரு சித்திரத்தை நாவல் கட்டமைக்கிறது. செட்டியார்-கவுண்டர் இடையிலான சாதிப் பிரச்சினைகளையும் நுட்பமாக விவரிக்கிறது. தங்களுடன் வாழும் வேற்றுச்சாதியைச் சார்ந்தவர்கள், தங்களை மீறிச்செல்லும்போது உண்டாகும் அசூயையை நாவல் முழுக்க உணர முடிகிறது. வெளாந்தோட்டக் கவுண்டர் மட்டும் விதிவிலக்கு. தன்னுடைய சாதியை எதிர்த்துச் செட்டியார்களுக்கு உதவுகிறார். சொந்த சாதிக்கு எதிராகச் செயல்படும் வெள்ளிங்கிரி, ஈஸ்வரன் ஆகிய கதாபாத்திரங்கள் கூர்மையடையவில்லை என்ற விமர்சனம் புனைவின்மீது உண்டு. எந்த இடத்திலும் இவர்கள் ஊராரின் எதிர்ப்புக்கு ஆளாகவில்லை. கொங்கு வேளாளக் கவுண்டர்கள் சாதியின்மீது தீராத பற்றுக்கொண்டவர்கள் என்ற பொதுப்புத்தி மனநிலைக்கு இப்புனைவு வலுசேர்க்கிறது. வன்மத்தின் எந்த எல்லைக்கும் அவர்கள் செல்லுவார்கள் என்ற உண்மையைப் புனைவு பல இடங்களில் கோடிட்டுக் காட்டுகிறது. திருவிழாவில் தீ வைக்கின்றனர். கிணறு வெட்ட வந்த ஆட்களை மயில்சாமியும் அப்புக்குட்டியும் சாராயக் கடையில் வைத்துக் கண்மூடித்தனமாகத் தாக்குகின்றனர். செட்டியார்கள் பாவு போடும் இடத்தில் மயில்சாமி உள்ளிட்ட வகையறாக்கள் விடியற்காலையில் மலம் கழித்து அவர்களின் தொழிலை முடக்குகின்றனர். இதுபோன்ற சம்பவங்கள் வன்முறையின் பாதைக்குச் செட்டியார்களைக் கூட்டிச்செல்கிறது.

கடவுளை முதன்மைப்படுத்தி நாவல் தொடங்குகிறது. அதே கடவுளுடன் ஊரைவிட்டு வெளியேறுவதாக நாவல் முடிகிறது. இடையில் கடவுள் என்கிற தொன்மம் செட்டியார்கள் வாழ்க்கையில் எந்த இடத்தை இட்டு நிரப்பியது என்ற கேள்வி எழுகிறது. சாதியக் கலவரத்திற்குத் தொடக்கமாக இருப்பது சௌடேஸ்வரி அம்மனின் இடப்பெயர்வுதான் என்ற வாசிப்பை நாவலில் நிகழ்த்த முடியும். பூசாரியப்பன் வீட்டில் இருக்கும்போது

ஊரில் எந்தப் பிரச்சினையும் இல்லை. நஞ்சப்பனின் வீட்டிற்குப் பெயர்ந்த பிறகுதான் ஊர் பல பிரச்சினைகளைச் சந்திக்கிறது. அம்மன் வீட்டிற்கு வருவதை நஞ்சப்பன் விரும்பவில்லை; அவன் மனைவி மட்டும் அம்மனின் வருகையில் பரபரப்படைகிறாள். அம்மன்மீது கட்டப்பட்டுள்ள தொன்மம் அவளுக்குப் பெருமிதத்தைத் தருகிறது. போலி மதிப்பீடுகளால் உவகை கொள்கிறாள். இந்த மதிப்பீட்டை இழக்க விரும்பாத பூசாரியப்பனின் குடும்பம் துக்கத்தில் வீழ்கிறது. அம்மன் வீட்டைவிட்டுக் கிளம்பும்போது அவர்கள் அடையும் ஏமாற்றத்தை நாவல் கவனமாகப் பதிவு செய்துள்ளது. தங்களின் மரியாதை அம்மனைச் சுற்றிப் பின்னப்பட்டுள்ளதை அக்குடும்பம் உணர்கிறது. பூசாரியப்பனும் அவனது மனைவியும் அழுகையினூடாக அந்த துக்கத்தை இறக்கிவைக்க முயலுகின்றனர். ஆனால் வெள்ளிங்கிரி தன்னுடைய துக்கத்தை வன்மமாக மாற்றுகிறான். இரு சாதிகளுக்குள்ளும் பகையை வளர்க்கும் தரகனாக மாறுகிறான். எனவே, சாதிப் பிரச்சினையின் வேறாக இருப்பது அம்மன்தான் என்ற பார்வைக்கும் நாவல் இடமளிக்கிறது. அம்மன் நஞ்சப்பனின் வீட்டிற்கு வந்தபிறகு ஊரில் நல்லதெதுவும் நடந்ததாக நாவல் சித்தரிக்கவில்லை. சந்திரவதி ஆற்றைக் கடந்துவரும்போது முகலாயர்களிடமிருந்து காப்பாற்றியதாகப் புனையப்படும் அம்மன், கவுண்டர்களிடமிருந்து காக்கத் தவறிவிட்டது.

அம்மனின் இடப்பெயர்ச்சிக்குப் பிறகு நஞ்சப்பனின் குடும்பமும் தமது இயல்பான வாழ்க்கையை இழந்துவிடுகிறது. ஒழுங்காகத் தறிபோட முடியவில்லை. அம்மனுக்குச் சேவை செய்வதிலேயே காலம் கழிகிறது; வருமானம் குறைகிறது; செலவு அதிகரிக்கிறது. மனைவியுடனான உறவிலும் இடைவெளி விழுகிறது. இதுபோன்ற நவீன வாசிப்பையும் நாவலில் நிகழ்த்தலாம். எந்தவொரு கதாபாத்திரத்தையும் நாவல் பிரதானப் படுத்தவில்லை என்கிறவகையில் தனித்த இடம் பெறுகிறது. பல கதாபாத்திரங்கள் புனைவில் இடம்பெற்றிருந்தாலும் கதைதான் நாவலின் மையப்புள்ளி. இந்தப் புள்ளியைச் சுற்றிப் பாத்திரங்கள் சுழலுகின்றன. சோமனூர் கவுண்டர் வீட்டில் வேலை செய்யும் 'ஆராயி' என்ற சக்கிலியப் பெண் கதாபாத்திரம் மட்டும் நாவலை வேறொரு தளத்திற்கு நகர்த்த உதவியிருக்கிறது. ஒருநாள் பசுமாட்டின் மடியைத் தொட்டு பால் கறக்கிறாள் ஆராயி. செட்டியார்கள்மீதுள்ள கோபத்தைக் கவுண்டர் இவள்மீது இறக்குகிறார். அம்மிக் கல்லைத் தூக்கி கைமீது போடுகிறார். இவள் எதிர்ப்பேதும் காட்டாமல் அலறுகிறாள். சாதியத்தின்

கோரமுகத்தை சூத்ரதாரி இந்த இடத்தில் வெளிப்படையாக எழுதிச் செல்கிறார். தங்களுக்குக் கீழே கிடந்த ஒருகூட்டம் தங்களுக்கு இணையாக முன்னேறுவதை சாதிய மனம் ஏற்க மறுக்கிறது. உதிரிகளாகக் கிடக்கும் சக்கிலியர்கள் செட்டியார்களைப் போன்று எதிர்க்கப் போவதில்லை. திராணியற்ற அவர்களை எளிதாக நசுக்கிவிடலாம் என்கிற ஆதிக்க மனம் ஆராயியின் கையை உடைக்கிறது. ஆனால் ஆராயி என்கிற பெண்ணுடல்மீது மயக்கம்கொண்ட கவுண்டரின் மகன் மயில்சாமி அவளுக்கு மருத்துவம் பார்க்கிறான். அவளுடன் உறவு கொள்கிறான். ''உங்கப்பன் கறவையோட மடியில கை வெச்சதுக்கு கைய நசுக்கறான்... நீ யென்னடான்னா... எம் மடியில...'' என்று மயில்சாமியை ஆராயி கேட்கும் இடம் முக்கியமானது. பாலியல் தேவைக்காகத் தாழ்த்தப்பட்டவர்களைத் தொடுவதென்பது எப்போதும் ஆதிக்கச் சாதியினருக்குத் தீட்டாகப் படுவதில்லை என்ற இடத்தை நாவல் அடைகிறது. இந்நாவலின் கதை அண்ணா உயிருடன் இருந்த அறுபதுகளின் பிற்பகுதியில் நடப்பதாக எழுதப்பட்டுள்ளது. தி.மு.க.வின் அரசியல் பிரவேசம் தொடங்கும் காலகட்டம். இக்காலத்தில் சாதியத்தின் வேர் அடுத்த தலைமுறையினருக்குப் எப்படிப் பரவுகிறது என்பதையும் நாவல் தொட்டுச் செல்கிறது.

நெசவுத் தொழில் சார்ந்த விரிவான சித்திரத்தையும் நாவல் உருவாக்குகிறது. நெசவுத்தொழிலில் பயன்படுத்தப்படும் பொருட்கள், பாவு போடுதலில் உள்ள பிரச்சினைகள் என நாவல் ஆங்காங்கே பேசுகிறது. எந்த இடத்திலும் புனைவு பிரச்சாரத்தை முன்னெடுக்கவில்லை. வெளியிலிருந்து எழுதும்போது ஓர் அந்நியத் தன்மையை நாவலாசிரியர்கள் தம் படைப்புகளில் கசியவிட்டுவிடுவதைப் பல புனைவுகளில் காணலாம். ஆனால் சூத்ரதாரியை அவ்வாறு மதிப்பிட முடியாது. நாவலின் மொழி மிக முக்கியமானது. புனைவுக்கு நவீனத்தன்மையை ஆசிரியர் பயன்படுத்தும் மொழிதான் தீர்மானிக்கிறது. கவிதைக்குரிய மொழிப்பிரயோகம் நாவலில் துலக்கமடைகிறது. ''அவனுக்குள் தடுமாற்றத்துடன் நூலிழையை அறுத்து ஓடிக்கொண்டிருந்த தறிநாடா இப்போது லாவகமான விசையுடன் இசைந்து ஓடியது'' என்ற உவமையில் நஞ்சப்பனின் மனமாற்றத்தைக் குறிப்பிடுகிறார். ''மூடிய இமைகளைத் துளைத்து நுழைந்தது நட்சத்திரத்தின் உடைந்த முனையொன்று. கண்ணுக்குள் மின்னல் சட்டென்று பரவி மறைந்தது'' என்ற படிமம் பூசாரியப்பனின் மனப்பிரக்ஞை. அம்மன் வீட்டைவிட்டுப் போனபோது இருக்கும் வெறுமையைப்

பூசாரியப்பனால் தாங்கிக்கொள்ள முடியவில்லை. ஆசிரியர் இதனை மொழிவழியாக வாசகனுக்குக் கடத்தும் இடம் மிகவும் நுட்பமானது.

அம்மன் நெசவு நாவலின் பெண் கதாபாத்திரங்களின் வார்ப்பு தனியிடம் பெறுபவை. நாவல் மீண்டும் மீண்டும் ஒன்றை வலியுறுத்திச் சொல்கிறது. ஆண்களின் பகையால் அதிகமும் பாதிக்கப்பட்டவர்கள் பெண்கள்தாம். கவுண்டர்களுடனான பகையால் பெண்கள் தண்ணீர் கொண்டுவரவும் சந்தைக்குச் செல்லவும் சங்கடங்களை எதிர்கொள்கிறார்கள். ''ஊர் தகராறுல எல்லாமே நம்ம தலையில இல்ல வந்து விழுது. இப்புடி ஊரெல்லாம் சுத்திட்டுச் சந்தைக்குப் போறதும் நாமதான். வெடியால பாவுக் கஞ்சிக்குத் தண்ணி வேணும்னா எங்கடா ரெண்டு கொடம் கெடக்கிம்னு அலையறதும் நாமதான். இந்த ஆம்பளங்க தகராறையும் பண்ணிக்குவாங்க. உக்காந்து உக்காந்து குண்டி தேய நாயமும் பேசிக்குவாங்க'' என்ற விமர்சனத்திற்கு எப்போதும் பதில் கிடைக்கப் போவதில்லை.

அம்மன் நெசவு என்பது ஒரு தொன்மம். இன்றும் சௌடேஸ்வரி அம்மன் நெசவு செய்வதுபோன்று தொழில் நுட்பத்துடன் கோவில்களை உருவாக்கி வழிபடும் மரபு தொடர்கிறது. இணையத்திலும் இது தொடர்பான வீடியோ பதிவுகள் காணக்கிடைக்கின்றன. கடவுளுக்குப் பின்னால் பின்னப்பட்டுள்ள தொன்மங்கள் மேலதிகம். சாதிய மோதல்கள் உருவாவதற்குத் தெய்வம் எவ்வாறு காரணியாகிறது என்ற ஒரு கண்ணியைப் பிடித்துக்கொண்டு இப்புனைவு உருவாக்கப் பட்டுள்ளது. ஆனால், தேவாங்கச் செட்டியார்களின் இனவரைவியல் குறித்து நாவல் விரித்துரைக்கவில்லை. இந்தப் பகுதியிலும் ஆசிரியர் கூடுதல் கவனம் செலுத்தியிருக்க வேண்டும் என்கிறது வாசக மனம். *கோவேறு கழுதைகள்* விவாதிக்கப்பட்ட அளவுக்கு இந்நாவல் விவாதிக்கப்படவில்லை என்பதும் சாதிய அரசியல்தான். பிற்படுத்தப்பட்ட இரு சாதிகளின் மனச்சாயலை நாவல் நுண்மையாகப் பின்னியிருக்கிறது. புதிய களம்; திரும்பத் திரும்ப வாசிக்கத்தூண்டும் மொழிநடை. இடதுசாரிகளின் பார்வையில் இப்புனைவை அணுகும்போது இதன் பரப்பு மேலும் மேலும் விரியக்கூடும்.

சோளகர் தொட்டி: வதையின் வரலாறு

தமிழக அரசின் அட்டவணைச் சாதிகள், அட்டவணைப் பழங்குடிகள் அமலாக்கச் சட்டப்படி (1976) தமிழகத்தில் 36 பழங்குடிச் சமூகங்கள் உள்ளன. இந்த எண்ணிக்கை இந்திய அளவில் 461 என்று கணக்கிடப்பட்டுள்ளது. தமிழகத்தில் வாழும் 36 பழங்குடிச் சமூகத்தினர்களுள் சோளகர் சமூகத்தினரும் ஒருவர். இவர்களைச் சோளவர் என்றும் அழைப்பர். மலையின மக்களாகிய இவர்கள் பர்கூர் மலை, பிலிகிரி ரங்கன் மலை, மாதேஸ்வரன் மலை (கர்நாடகம்) ஆகிய இடங்களில் அதிகம் வாழ்கின்றனர். 2001ஆம் ஆண்டின் மக்கள்தொகை கணக்கெடுப்பின்படி சோளகர்களின் மொத்த மக்கள் தொகை 3,853 (பக்தவத்சல பாரதி, தமிழகப் பழங்குடிகள், அடையாளம், பதி. 2008) என்று ஆவணங்கள் தெரிவிக்கின்றன.

வேட்டையாடுவதற்கேற்ற அடர்ந்த காடுகள், பள்ளத்தாக்குகள் போன்ற இடங்களில் சோளகர்கள் தங்கள் குடிசைகளை அமைத்து வாழ்ந்து வருகின்றனர். இவர்களுள் ஒரு பகுதியினர் வசித்த இடத்திற்குப் பெயர் தொட்டி. சோளகர்களின் நாற்பதுக்கும் மேற்பட்ட குடிசைகள் இப்பகுதியில் இருந்தன. இந்த இடத்தை 'சோளகர் தொட்டி' என்றும் அழைத்தனர். இவர்களின் வாழ்க்கையைப்

பின்புலமாகக் கொண்டு எழுதப்பட்ட நாவல்தான் சோளகர் தொட்டி. இதனை எழுதியவர் ச.பாலமுருகன். இவர், பழங்குடியினர் மீதான மனித உரிமை மீறல்களுக்கெதிராகத் தொடர்ந்து போராடிக் கொண்டிருப்பவர்.

சோளகர் தொட்டி 2004ஆம் ஆண்டு வெளியானது. வீரப்பன் அதிரடிப் படையினரால் 2004ஆம் ஆண்டு அக்டோபர் 18ஆம் நாள் சுட்டுக் கொல்லப்பட்டான். வீரப்பனைப் பிடிப்பதற்காகக் கர்நாடகமும் தமிழகமும் சேர்ந்து அமைத்த கூட்டு அதிரடிப்படையினரால் பாதிக்கப்பட்ட சோளகரின் வாழ்வியலையும் வதைகளையும் இந்நாவல் தரவுகளோடு விவரிப்பதால், அக்காலகட்டத்தில் அனைவராலும் கவனிக்கப் பட்டது; விவாதிக்கப்பட்டது. நாவல் இரண்டு பகுதிகளாகப் பிரிக்கப்பட்டுள்ளது. முதல் பகுதியில் சோளகர்களின் வாழ்க்கைமுறை, பண்பாடு, நம்பிக்கைகள், சடங்குகள் பிற சமூகத்தினருக்கு முன்மாதிரியாக உள்ளன. நாவலின் முக்கிய நாயகனாக விளங்குபவன் சிவண்ணா; தேர்ந்த வேட்டைக்காரன். தொட்டியின் தலைவனாக விளங்குபவன் கொத்தல்லிக் கிழவன்; தொட்டியினரின் அடையாளமாக விளங்குபவன். வேட்டைச் சமூகத்தினரான சோளகர்கள், வனத்துறையினரின் அடக்கு முறைகளால் பயந்து பயந்து வேட்டையாடக்கூடிய சூழ்நிலைக்குத் தள்ளப்படுகின்றனர். காடு குறித்தும் வன விலங்குகள் குறித்தும் நுட்பமான அறிவினைக் கொண்டிருக்கின்றனர். மூங்கில் குருத்துக்களை வெட்டி எடுத்துச் சென்று விடுவதால்தான், யானைகள் உணவுதேடி ஊருக்குள் வருவதாக வருத்தப் படுகின்றனர். அதேபோன்று வன விலங்குகளுக்குப் பிடித்தமான பயிர்களை இவர்கள் தங்கள் விளை நிலங்களில் விதைப்பதில்லை. 'சோளகன் அவனது தேவையற்ற எதையும் கொன்றால் ஜடையனின் கோபத்திற்கு ஆளாக வேண்டிவரும்' என்று அஞ்சு கின்றனர். வனத்தையும் மலையையும் தங்களின் சாமியாக வணங்குகின்றனர்.

சோளகர்கள் பெண்ணுக்குக் கொடுக்கும் முக்கியத்துவம் முக்கியமானது. வேட்டையாடிய விலங்கின் முதல் கறிகூறை விதவைப் பெண்ணுக்குத்தான் ஒதுக்கித் தருகின்றனர். தொட்டியின் கோல்காரனாக இருப்பவன் சென்நெஞ்சா. இவனின் மூத்தமகன் சிக்குமாதா; இவன் மனைவி கெம்பம்மா. சிக்குமாதா கொம்பன் தாக்கி இறந்துவிடுகிறான். சிக்குமாதாவின் தம்பி கரியனை மணந்துகொள்ள ஊர்ப்பெரியவர்களிடம் உரிமை கோருகிறாள்

கெம்பம்மா. சென்செஞ்சா, கெம்பம்மாவைவிட கரியன் ஏழு வயது இளையவன் என்று கூறி திருமணத்திற்கு மறுக்கிறான். 'எப்போது வயது பார்க்கும் முறை நம் தொட்டியில் வந்தது?' என்று கொத்தல்லி நகைக்கிறான். கரியன் தன் அண்ணியை மணக்க தீர்ப்பாகிறது. தாய்வழிச் சமூகத்தின் தொடர்ச்சியைச் சோளகர்கள் இன்றும் பின்பற்றுவது குறிப்பிடத்தகுந்த ஒன்று. தாய்வழிச் சமூகத்தில் தனக்குப் பிடித்த ஆணைத் தேர்ந்தெடுப் பதில், ஒரு பெண் யாரிடமும் அனுமதிபெற வேண்டியதில்லை. மேலும், ஆண் தன்னுடைய வீட்டிலுள்ள பொருளையோ பணத்தையோ கொடுத்துதான் பெண்ணைப் பரிசம் போடவேண்டும். இது இன்றளவும் சோளகர்களிடம் தொடர்கிறது. பிடிக்கவில்லையென்றால் பரிசப் பணத்தைத் திரும்பக் கொடுத்து விலகி விடலாம். பெண்ணை முன்னிலைப் படுத்தும் சமூகமாகச் சோளகர்களின் சமூகம் உள்ளது.

தீக்கங்காணியாகப் பணிபுரியும் சிவண்ணாவிற்கு, பாலபடுகையில் உள்ள ஜவணன் மனைவி மாதியுடன் தொடர்பு ஏற்படுகிறது. மாதி, சிவண்ணாவிற்கு உறவுக்காரப் பெண். இது புட்டனின் மனைவி சின்னத்தாயிக்குத் தெரியவருகிறது. அவள் தன் மகனை அழைத்துக்கொண்டு தன் பிறந்த ஊருக்குச் சென்று விடுகிறாள். மாதி தன் மகள் சித்தியுடன் சிவண்ணாவோடு தொட்டிக்கு வருகிறாள். சோளகர்களின் பண்பாடு எவரின் ஆசைக்கும் குறுக்கே நிற்க மறுக்கிறது. சோளகனின் பெரிய சொத்தே சுதந்திரம்தான் என்கிறான் கொத்தல்லி.

காட்டையே நம்பி வாழ்ந்த சோளகர்களின் சுதந்திரம் வீரப்பன் நடவடிக்கைகளால் பாதிக்கப்படுகிறது. 'கர்நாடகா பகுதியில் காவல்துறை அதிகாரி இறந்தார்; வீரப்பனின் ஆட்களைச் சுட்டுக் கொன்றார்கள்; இராணுவம் வீரப்பனைப் பிடிக்க வந்திருக்கிறது; வீரப்பன் யாரையோ கடத்தி விட்டானாம்' என்பது போன்ற செய்திகள் தொட்டியினரிடையே வேகமாகப் பரவுகின்றன. காவலர்கள் தொட்டிக்கு வந்து, 'தமிழ்நாடு-கர்நாடக போலீஸ் கூட்டு அதிரடிப்படை அமைச்சிருக்கு. போலீஸ் சொல்றதை இனிமே நீங்க கேட்கணும். எங்களுக்கு இந்தக் கிராமங்களிலிருந்து வீரப்பனுக்கு உதவி போறதாத் தெரிய வருது. யாராவது வீரப்பனுக்கு உதவினா நாங்க சுட்டுக் கொல்வோம்' என்கின்றனர். வீரப்பனின் நடமாட்டம் காரணமாகவும் காவல் துறையில் அச்சுறுத்தல் காரணமாகவும் பெண்கள் கிழங்கு தோண்டவும் விறகு பொறுக்கவும் ஆண்கள் தேனெடுக்கவும் கஞ்சா இலை பறிக்கவும் வனத்திற்குச் செல்ல பயப்படுகின்றனர். அச்சம்

சோளகர்களைச் சூழ்ந்துகொள்கிறது. வனத்துறையும் சோளகர்களை நெருக்குகிறது. மரத்தோடு மரமாகவும் விலங்குகளோடு விலங்குகளாகவும் பறவைகளோடு பறவைகளாகவும் வாழ்ந்த அவர்களின் காடே அவர்களுக்கு அந்நியமாகத் தெரிகிறது.

நாவலின் இரண்டாம் பகுதியில், சோளகர்களின் வாழ்வு, தமிழ்நாடு-கர்நாடக போலீஸ் கூட்டு அதிரடிப்படையால் பல்வேறு வதைகளுக்குள்ளானதை நாவலாசிரியர் பதிவு செய்துள்ளார். சோளகர்களின் கடவுளான மணிராசனின் கோயில் திருவிழாவைக் காவல் துறையினர் தடுத்து நிறுத்துகின்றனர். காவலர்களைப் பொறுத்தவரை வனத்தில் இருக்கும் ஆண்கள் அனைவரும் வீரப்பனுக்கு உதவி செய்பவர்கள்; பெண்கள் அனைவரும் வீரப்பனுக்கு உரியவர்கள்; குழந்தைகள் அனைவரும் வீரப்பனுக்குப் பிறந்தவர்கள் என்று எண்ணுகின்றனர். முதலில் கர்நாடக காவல்துறையினர் ஓசியூரப்பா என்ற அதிகாரி தலைமையில் முகாம் அமைக்கின்றனர்.

- ஓசியூரப்பா தொட்டியில் உள்ள ஆண்கள் அனைவரையும் அழைத்து, ஒவ்வொருவரும் மூங்கில் தடியைக் கையில் எடுத்துக்கொண்டு இரவு முழுவதும் நிலத்தைத் தட்டிக்கொண்டே கெட்டவாடி சாலையிலிருந்து தொட்டிக்குப் போகும் சாலை வரை முகாமை வட்டமாகச் சுற்றிவர உத்தரவிடுகிறான். 'உங்களை என்ன செய்தாலும் கேட்க யாரும் வரமாட்டார்கள்' என்று மிரட்டுகின்றான். மறுநாள் இரவு தன் மனைவிக்கு உடல்நிலை சரியில்லாததால் கரியன் முகாமுக்கு வராமல் நின்றுவிடுகிறான். இதனைக் கண்டுபிடித்த ஓசியூரப்பா, கரியனை இழுத்து வந்து இரத்தம் வர அடிக்கிறான்.
- வீரப்பனுக்கு வெடிமருந்து கொடுத்ததாகக்கூறி, சிக்கைய தம்பிடியின் மகள் மல்லியையும் அவளது கணவன் வீரபத்திரனையும் காவல்துறையினர் அழைத்துச் சென்று, வீரபத்திரனின் கண்முன்னே மல்லியைக் கற்பழிக்கின்றனர். முகாம்களில் அடைத்தபிறகும் கற்பழிப்பு தொடர்கிறது.
- வனத்தில் விறகு வெட்டியவனை வீரப்பன் கூட்டாளி என்று காவல் துறையினர் சுட்டுத் தள்ளுகின்றனர். முகாமில் அவனது மனைவிக்குக் குழந்தை பிறக்கிறது; 'வீரப்பன் ஜாடையாக இருக்கிறது' என்று காவலர்கள் சிரிக்கின்றனர். குழந்தையை விஷ ஊசி போட்டுக் கொன்று புதைத்துவிட்டு, இறந்துவிட்டதாகக் கூறுகின்றனர்.

- வீரப்பனுக்கு உதவியதாகக்கூறி புட்டனையும், புட்டனைத் தெரிந்தவன் என்ற முறையில் சிவண்ணாவையும், கர்நாடக காவல்துறையினரால் கொடுமைப்படுத்தப்பட்டு உயிருக்குப் போராடிக் கொண்டிருக்கும் கரியனுக்கு மருந்துச்செடி பறிக்க காட்டுக்குச் சென்ற அவனது மகன் தம்மய்யாவையும் முகாமில் வைத்து, மூத்திரமும் மலமும் வர காவல் துறையினர் அடிக்கின்றனர்.

- புட்டன் தப்பித்துவிட்டதாகக் கூறி அவன் மனைவி ஈரம்மாவைத் தேடி காவல் துறையினர் தொட்டிக்கு வருகின்றனர். காலில் விழுந்து கதறியும் விடாமல், ஆறுமாத கர்ப்பிணியான அவளை மூன்று காவல்துறையினர் மாற்றி மாற்றி வன்புணர்கின்றனர். ''உன் புருஷனை நாங்க கொன்னுட்டோம். இனிமே நாங்க வந்து உன்னை கவனிச்சுக்கிறோம்'' என்று கூறுகின்றனர். தொட்டியில் உள்ள அனைவரும் காவல்துறையினருக்குப் பயந்து குழந்தை களோடு காட்டுக்குள் சென்று பதுங்கிக்கொள்கின்றனர்.

- சிவண்ணா முகாமிலிருந்து தப்பித்ததால், அவனது தம்பி ஜடையனை முகாமிற்குக் கொண்டுசென்று துன்புறுத்து கின்றனர். வீரப்பனுடன் சேர்ந்து போலீஸைச் சுட்டதாகவும் அவர்கள் தப்பித்து ஓடிவிட இவர்கள் இருவர் மட்டும் துப்பாக்கிகளுடன் பிடிபட்டதாகவும் கூறி முகாமில் இருந்த இரண்டு நாட்டுத் துப்பாக்கிகளுடன் வழக்குப் பதிவு செய்து கோவை சிறையில் அடைக்கின்றனர்.

- சிவண்ணாவின் மனைவி மாதிக்கு அடைக்கலம் கொடுத்ததற்காக அவனுடைய அண்ணன் கெஞ்சனையும் அண்ணன் மகன் ஜருண்டையையும் கைது செய்து, மாற்றி மாற்றி இருவரையும் செருப்பால் அடித்துக்கொள்ளச் செய்கின்றனர்.

- சிவண்ணாவின் மனைவி மாதியையும் மகள் சித்தியையும் கைது செய்து முகாமில் அடைக்கின்றனர். பின்னர் மாதேஸ்வரன் மலை ஒர்க்ஷாப்புக்கு அழைத்துச் சென்று நிர்வாணமாக்கி, தலைகீழாகத் தொங்கவிட்டு பலர் முன்னிலையில் மூர்ச்சையாகும்வரை இருவரையும் அடிக்கின்றனர். பின்னர் உறுப்புகளில் மின்சாரத்தைப் பாய்ச்சி இருவரையும் துன்புறுத்துகின்றனர். ''நான் வரேன். என் மகள் சின்னப்பொண்ணு அவளை விட்டுடுங்க'' என்று

மாதி கும்பிட்டும் இருவரும் காவலர்களால் அந்த இரவிலும் அடுத்தடுத்த இரவுகளிலும் குதறப்படுகின்றனர்.

- வீரப்பனோடு தொடர்புடையவர்களைக் கொடுமைப்படுத்துவ தற்காக அதிரடிப்படையினர் உருவாக்கியிருக்கும் ஒர்க்ஷாப்பில், மின்சாரம் பாய்ச்சும்போது மலம் கழிந்து விட்டால், அதை எடுத்து அவர்களின் வாயிலேயே திணித்துக்கொள்ளச் செய்தனர்.

- குறிப்பிட்ட நாட்களுக்கு இருவர் என அரசுக்குக் கணக்குக்காட்ட முகாமில் இருந்தவர்களைத் தேர்ந்தெடுத்து, அவர்களுக்கு வீரப்பன் கூட்டாளிகளைப் போன்று உடை தைத்துப்போட்டு காட்டிற்கு அழைத்துச் சென்று அதிரடிப்படையினர் சுட்டுக் கொன்றனர் என்று நாவலின் இரண்டாம் பகுதி பகிர்ந்துகொள்கிறது.

'தமிழ்நாடு பழங்குடி மக்கள் சங்கத்துடன் இணைந்து அந்தப் பகுதிகளுக்குப் போனபோது, ஒரு நடுத்தர வயதுப் பெண் கேட்ட கேள்வியை இப்போதும் என்னால் மறக்க முடியவில்லை. தன் தாலியைக் கையில் பிடித்தபடி 'என் புருஷனை போலீஸ்காரங்க பிடிச்சுட்டுப் போயி எட்டு மாசம் ஆகுது. இருக்காரா, செத்தாரான்னு தெரியலை. இந்தத் தாலியை நான் கட்டிக்கிறதா, வேண்டாமா? இதுக்கு மட்டும் பதில் சொல்லுங்க, போதும்' என்றார் அந்தப்பெண்' (*ஆனந்த விகடன், செப்.1, 2010*) என்று இந்த நாவலை எழுத நேரிட்டதின் பின்னணியை ச.பாலமுருகன் குறிப்பிடுகிறார். இந்த உரையாடல் நாவலிலும் வருகிறது. ''சரசு, கணேஷ் போலீசிடம் தன் கணவனைப் பற்றி விசாரித்தாள். அவன் சிரித்துக்கொண்டே பேசாமல் போய் விட்டான். சற்று நேரம் கழித்து சுபாஷ் போலீஸ் வந்தபோது மீண்டும் தன் கணவன் குறித்துத் தகவல் சொல்லுமாறு மன்றாடிக் கேட்டாள்.

அவன் அமைதியாக இருந்ததால், அவள் தனது கழுத்தில் கிடந்த மஞ்சள் கயிறை எடுத்து, ''நான் இதைக் கட்டிக்கிறதா? வேண்டாமா? அது தெரியணும்'' என்றாள் ஆவேசமாக.

அவன் கோபப்படாமல், ''அதை அறுத்து சடங்கு செய்துகொள்'' என்று கூறிவிட்டுப் போய்விட்டான்.

நாவலில் சொல்லப்பட்ட சம்பவங்கள் அனைத்தும் உண்மைக்கு மிக நெருக்கமானவை என்பதற்கு மேற்குறிப்பிட்ட நாவலாசிரியரின் பேட்டியும் நாவலில் வரும் உரையாடலுமே

சான்று. எண்பதுகளின் இறுதியிலும் தொண்ணூறுகளின் தொடக்கத்திலும் சோளகர்கள், கூட்டு அதிரடிப்படையின் இந்த மனிதத்தன்மையற்ற வன்முறைகளை எதிர்கொண்டிருக்கிறார்கள். 1993ஆம் ஆண்டு சிறப்பு அதிரடிப்படை உருவாக்கப்பட்டது. 1997ஆம் ஆண்டு வரை இவர்கள் பழங்குடியினர்மீது நிகழ்த்திய வன்முறைகள் வெளிச்சத்திற்கு வரவில்லை. வீரப்பன் தேடுதல் வேட்டையின் பெயரால், தமிழ்நாடு-கர்நாடக கூட்டு அதிரடிப் படையினர் பழங்குடி மக்கள்மீது கட்டவிழ்த்துவிட்ட கொடூரமான வன்முறைகளை தமிழ்நாடு பழங்குடி மக்கள் சங்கத்தினர் பலகட்ட போராட்டங்களுக்குப் பிறகு வெளிச்சத்திற்குக் கொண்டு வந்தனர். இதன் விளைவாக தேசிய மனித உரிமைகள் ஆணையம், 1999ஆம் ஆண்டு ஜூன் 28 அன்று ஒரு விசாரணை ஆணையத்தை நியமித்தது. இதன் தலைவராக ஓய்வுபெற்ற உயர்நீதிமன்ற நீதிபதி ஏ.ஜே.சதாசிவம் நியமிக்கப்பட்டார்; முன்னாள் சி.பி.ஐ. இயக்குனர் சி.வி.நரசிம்மன் உறுப்பினராக இருந்தார்.

நீதிபதி சதாசிவம் ஆணையம் தொடர்பாக அ.மார்க்ஸ் தன்னுடைய கட்டுரையொன்றில் பின்வருமாறு குறிப்பிடுகின்றார்: 'சுளையாக ஈட்டுத்தொகை கிடைக்கும் எனச் சொல்லி ஏழைப் பழங்குடியினரை எங்களுக்கு எதிராகத் தூண்டிவிடுகின்றனர்' என தேவாரம் பத்திரிகைகளுக்குப் பேட்டியளித்தார் (*தி வீக்*, மார்ச் 19, 2000). விசாரணை ஆணையத்தைச் செயல்பட விடாமல் நீதிமன்றத் தடையொன்றையும் (மார்ச், 2000) பெற்றனர். இரண்டாண்டுகட்குப் பின் தடை நீக்கப்பட்டு பிப்ரவரி 2002இல் மறுபடியும் பணி தொடங்கியது. 2003 இறுதியில் ஆணையம் தனது அறிக்கையையும் பரிந்துரைகளையும் அரசுக்கு அளித்த பின்னும் அடுத்த இரண்டாண்டுகள் வரை அது வெளியிடப்பட வில்லை. 'மாநில அரசுகளிடமிருந்து பதில்கள் வரவில்லை' என சதாசிவம் ஆணையம் கூறியது. ஓராண்டுக்குப் பின் 'ஒரிஜினல் காப்பி'யைத் தொலைத்துவிட்டோம். அதனால்தான் பதிலளிக்க வில்லை என கர்நாடக அரசு காரணம் சொல்லியது. மீண்டும் மனித உரிமை அமைப்புகள் அளித்த அழுத்தங்களின் காரணமாக 2005இல் அந்த அறிக்கை வெளியிடப்பட்டது'' (*தீராநதி*, பிப்.2008).

நீதிபதி சதாசிவம் ஆணையம், பலர் சட்டவிரோதமாகக் காவலில் வைக்கப்பட்டிருந்ததாகவும் சுமார் 38 பேர் வரை காணாமல்போக காரணமாக இருந்ததாகவும் ஒரேயொரு பெண் மட்டும் வன்புணர்ச்சி செய்யப்பட்டிருப்பதாகவும் பலர் சித்ரவதை

செய்யப்பட்டிருப்பதாகவும் மட்டுமே தனது அறிக்கையில் குறிப்பிட்டுள்ளதாக அ.மார்க்ஸ் தனது கட்டுரையில் குறிப்பிட்டுள்ளார். இவர்களுக்கு மட்டுமே இழப்பீடு வழங்க பரிந்துரைக்கப்பட்டுள்ளது. 'யார் தம்மைக் கொடுமைப் படுத்தினரோ அந்த அதிகாரிகளின் கண்முன்னே சாட்சியங்களைச் சொல்ல வைத்தது சதாசிவம் ஆணையம். சில 'டெக்னிக்கல்' காரணங்களைச் சொல்லி சில கொடூரமான சட்ட மீறல்கள் குறித்த சாட்சியங்களைப் பதிவு செய்யவும் மறுத்தது' என்று மேலும் அவர் குறிப்பிடுகிறார்.

மனித உரிமைப் போராளியும் மக்கள் கண்காணிப்பகத்தின் இயக்குநருமான ஹென்றி திபே, சதாசிவம் ஆணையம் குறித்துக் குறிப்பிடுவதையும் இங்கே கவனிக்க வேண்டும். 'சதாசிவம் கமிஷனின் அறிக்கையை ஏற்ற தேசிய மனித உரிமை ஆணையம் அதிரடிப்படையால் பாதிக்கப்பட்டவர்களுக்கு இரண்டு கோடியே 85 லட்சம் ரூபாய் நஷ்டஈடு தர வேண்டுமென ஆணையிட்டது. உண்மைகளை வெளிக்கொண்டு வந்த ஆணையம், ஆயிரக் கணக்கான மக்கள் பாதிக்கப்பட்டதாகக் கூறியது. சித்ரவதை, பாலியல் வல்லுறவு, சேதம், காயம், கொலை என எல்லாவிதக் கொடுமைகளும் இழைக்கப்பட்டன. இத்தகைய அத்துமீறல் களுக்காக அரசு அதிகார மட்டத்தில் இருந்த ஒருவர்மீதுகூட நடவடிக்கை எடுக்கவில்லை' (*காலச்சுவடு, மார்ச் 2013*).

அ.மார்க்ஸ், ஹென்றி திபே இருவரும் தங்களுடைய கட்டுரையில், சதாசிவம் ஆணைய விசாரணையின் போதாமைகளைச் சுட்டிக்காட்டியுள்ளனர். அதிரடிப் படையினரால் பாதிக்கப்பட்ட மக்களின் வாக்குமூலங்கள் ஆணையத்தால் முழுமையாக ஏற்றுக்கொள்ளப்படவில்லை. காவல் துறையால் அடித்து உதைத்து முடமாக்கப்பட்டவர்கள்; பாலியல் வல்லுறவுக்கு உள்ளானவர்கள்; வீடுகள் எரிக்கப்பட்டு ஊரைவிட்டுத் துரத்தப்பட்டவர்கள்; போலீஸ் சித்ரவதையால் பைத்தியங்களாகத் திரிந்தவர்கள் பற்றிய முழு உண்மையையும் பல்வேறு காரணங்களைக் காட்டி ஆணையம் நிராகரித்துள்ளது. இதன்மூலம் பாதிக்கப்பட்டவர்களின் எண்ணிக்கையைக் கணிசமாகக் குறைத்துள்ளனர். பழங்குடியினர்மீது நிகழ்த்திய மனித உரிமை மீறல்களுக்குக் காரணமானவர்கள் மீது நடவடிக்கை எடுக்க ஆணையம் எந்தப் பரிந்துரையும் செய்யவில்லை. இருமாநில அரசுகளும் இழப்பீட்டுத் தொகையை மட்டுமே வழங்கி, தங்கள் கறைகளைத் துடைத்துக்கொண்டன.

1999ஆம் ஆண்டு முதல் 2002ஆம் வரை சதாசிவம் கமிஷன் முன்பு பழங்குடி மக்கள் அளித்த உண்மையான வாக்குமூலம்தான் சோளகர் தொட்டி நாவல். இதனை ஒரு புனைவாக மட்டும் எண்ணி இப்பிரதியை அணுகக் கூடாது. சோளகர்களின் உரிமைக்காகக் களத்தில் இறங்கிப் போராடிய ச.பாலமுருகன் எழுதியதால்தான் நாவல் கூடுதல் கவனம் பெறுகிறது. பழங்குடியினர்மீது அரசு தொடர்ந்து தன் வன்முறையை, திட்டங்கள், வளர்ச்சி, தேடுதல் போன்ற பல்வேறு வடிவங்களில் இந்தியா முழுக்க நிகழ்த்திக் கொண்டுதான் வருகிறது. மூன்று சம்பவங்களை இதற்கு உதாரணங்களாகக் கூறலாம்.

தருமபுரி மாவட்டத்தில் ஆதிவாசி பழங்குடியினர் வசிக்கும் வறுமையான குக்கிராமமே வாச்சாத்தி. 1992ஆம் ஆண்டு ஜூன் 20ஆம் தேதி வாச்சாத்தி கிராமத்திற்கு 155 வனத்துறையினர், 108 காவல் துறையினர், 6 வருவாய்த்துறையினர் கொண்ட பெரும் படை, கிராமத்திற்குள் சந்தனக் கட்டைகளை பதுக்கி வைத்திருப்பதாகக் கூறி, வீடு வீடாகப் புகுந்து சோதனை செய்தனர். சந்தனக் கட்டைகள் கிடைக்காததால், வீட்டில் இருந்த பெண்கள், ஆண்கள், குழந்தைகள் என அனைவரையும் இழுத்து வந்து ஊரின் மையத்தில் இருந்த பெரிய ஆலமரத்தின் கீழே நிறுத்தினர். பின்னர் சரமாரியாக அவர்களை அடித்துத் துன்புறுத்தினர். பின்னர் 18 பெண்களை அருகே இருந்த வனத்துறை அலுவலகத்திற்குக் கொண்டுசென்று பாலியல் வன்முறையில் ஈடுபட்டனர். இந்த வன்முறைச் செயலில் 34 பேர் உயிரிழந்தனர்; 18 பெண்கள் வன்புணரப்பட்டனர். 28 சிறார்கள் பாதிக்கப்பட்டனர் என்பதை யாராலும் எளிதில் மறந்துவிட முடியாது.

தமிழ்நாடு பழங்குடி இன மக்கள் சங்கத்தினரும் கம்யூனிஸ்ட் கட்சியும் மேற்கொண்ட தீவிர முயற்சியின் ஊடாக, இத்தகைய வன்முறையில் ஈடுபட்ட அரசு ஊழியர்கள்மீது வழக்குப் பதியப்பட்டு விசாரணை நடத்தப்பட்டது. 19 ஆண்டுகளாக நடந்து வந்த வாச்சாத்தி பாலியல் வழக்கில் குற்றம் சாட்டப் பட்டிருந்த 215 பேரும் குற்றவாளிகள் என நீதிபதி 2011ஆம் ஆண்டு செப்டம்பர் 29ஆம் தேதி அறிவித்தார். இதில் வனத்துறையினர் 17பேர் மீதான பாலியல் பலாத்கார குற்றச்சாட்டு உறுதி செய்யப்பட்டது.

அடுத்ததாக, இந்தியப் பழங்குடிகளின் பூர்வீகப் பிரதேசமாக 'தண்டகாரண்யா' காடு உள்ளது. டோங்ரியா, கோண்டு இன மக்கள் இங்கு அதிகளவில் வசிக்கின்றனர். அவர்கள் இன்றும் வில், அம்பு போன்ற கருவிகளைத்தான் பயன்படுத்துகின்றனர்.

ஆந்திரப்பிரதேசம், மகாராஷ்டிரா, சட்டீஸ்கர், மத்தியப்பிரதேசம், ஜார்கண்ட் மற்றும் ஒடிஸா ஆகிய ஆறு மாநிலங்களின் எல்லைகளை உள்ளடக்கிய அடர்ந்த வனப்பகுதி தண்ட காரண்யம். தேசத்தின் மையப்பகுதியில் இருக்கும் இந்த வனப்பகுதி 40,000 சதுர கிலோ மீட்டர் நிலப்பரப்பைக் கொண்டது.

1995ஆம் ஆண்டுக்குப் பிறகான உலகமயமாக்கல், தாராளமயமாக்கல் இவர்களின் நிம்மதியான வாழ்க்கையையே புரட்டிப்போட்டது. செயற்கைக்கோள் உதவியுடன் தண்டகாரண்யா வனப்பகுதியில் பாக்சைட் உள்ளிட்ட ஏராளமான கனிம வளங்கள் இருப்பதைக் கண்டறிந்த பன்னாட்டு வணிக நிறுவனங்களின் நெருக்குதலால், இந்திய அரசு ‘பசுமை வேட்டை’ என்ற பெயரில் இவர்கள்மீது பலகட்ட தாக்குதல்களைத் தொடுத்தது. போலீஸ் விசாரணை என்ற பெயரில் ஆண்களை முகாம்களில் அடைத்துக் கொடுமைப்படுத்துவது, பெண்களைப் பாலியல் தொந்தரவு செய்வதென அரச வன்முறை இப்பழங்குடியின மக்கள்மீது இன்றும் தொடர்ந்துகொண்டுதான் இருக்கின்றது.

தண்டகாரண்யம் பகுதி பழங்குடியினர் எதிர்கொண்ட எல்லா வன்முறைகளையும் மாதேஸ்வரன் மலையில் வாழும் பழங்குடியினரும் எதிர்கொண்டிருக்கிறார்கள். தண்ட காரண்யம் பகுதி பழங்குடியினருக்கு ஆதரவாக இந்தியா முழுக்க உள்ள சமூக ஆர்வலர்கள் குரல் கொடுக்கிறார்கள். அந்நிலை சோளகர்களுக்கு இல்லை என்றுதான் சொல்ல வேண்டும். பக்கத்து மாநிலமான கேரளாவில் பழங்குடியினருக்கு நிலம்கேட்டு, பழங்குடியினர்களைத் திரட்டி தலைமைச் செயலகத்தின் முன்பு குடிசைபோட்டுப் போராடினார் சி.கே.ஜானு. 48 நாட்கள் போராட்டத்திற்குப் பிறகு, ‘ஏ.கே.அந்தோணி - சி.கே.ஜானு ஒப்பந்தம்’ போடப்பட்டது. ஏ.கே.அந்தோணி அரசு அறிவித்தபடி அனைத்துப் பழங்குடிகளுக்கும் நிலம் வழங்காததை அடுத்து, 2003இல் முத்தங்கா காட்டுப் பகுதியைக் கைப்பற்றி குடிசை அமைத்தார்கள் பழங்குடி மக்கள். ‘இனிமேல் இதுதான் எங்கள் நிலம்’ என போர்முழக்கம் செய்தார்கள். காவல்துறையினரால் ஜானு உட்பட சுமார் மூன்றாயிரம் பழங்குடி மக்கள் கொடூரமாகச் சித்ரவதைக்கு உள்ளாகினர். ‘உங்கள் கைகளில் ரத்தக்கறை படிந்திருக்கிறது’ என்று அப்போது ஏ.கே.அந்தோணிக்கு எதிராக எழுத்தாளர் அருந்ததி ராய் கடிதம் எழுதினார். ஆனால் பழங்குடியினருக்கு ஆதரவாக இருக்கவேண்டிய கேரள அரசியல் கட்சிகள் எதிராகச் செயல்பட்டன.

‘சந்தன பொட்டுக்குக்கூட இது வரைக்கும் ஒரு கிளையைக்கூட ஒடித்ததில்லை’ என்று கூறும் சோளகர்களின் வாழ்க்கை, வீரப்பன் தேடுதல் வேட்டை என்ற பெயரில் பெரும் வதைக்குள்ளானது. வீரப்பன் இறந்தபிறகும் இவர்களின் வாழ்க்கை இயல்பு நிலைக்குத் திரும்பவில்லை. ஏனெனில், வீரப்பனுக்கும் காவல்துறையினருக்கும் நடந்த சண்டையில் அதிகம் பாதிக்கப்பட்டது இம்மக்கள்தாம். அரசுக்கு எதிராகச் சில சமூக விரோத செயல்களைச் செய்த வீரப்பன், எதற்காகவும் சோளகர்களைச் தொந்தரவு செய்ததாகத் தெரியவில்லை. ‘‘வீரப்பன் பெண்களைத் தொந்தரவு செய்ததாக நான் இதுவரை கேள்விப்பட்டதில்லே. காட்டுக்குள்ளே சுத்தறவன்கிட்டே இருக்கற நேர்மைகூட இந்தப் போலீஸ்காரனுகளுக்குக் இல்லையே’’ என்று புலம்புகின்றனர். ‘எஸ்.டி.எஃப். தேடுதல் வேட்டை நடத்திய இடத்தில் கற்போடு ஒரு பெண்ணைக் காட்டுங்க’ என்று நக்கீரன் கோபால் ‘யுத்தம்’ தொடரில் எழுதினார். வீரப்பனைக் கொன்ற அதிரடிப்படையினருக்குப் பதவி உயர்வும் வீட்டுமனையும் கொடுத்து கௌரவப்படுத்திய தமிழக அரசு, வீரப்பன் தேடுதல் வேட்டை என்ற பெயரில் பழங்குடியினர்மீது நிகழ்த்தப்பட்ட மனிதத் தன்மையற்ற வன்முறைகளுக்கு, முறையாக எந்தத் தீர்வையும் காண முன்வரவில்லை என்பதுதான் வேதனையானது.

மரம்:
புறமுகங்களின் அகம்

தமிழ்ப் புனைகதை பரப்பில் ஜீ.முருகனின் இடம் தனித்துவமானது. தனக்கென ஒரு மொழியையும் நிலத்தையும் புனைவில் உருவாக்கிக் கொண்டிருப்பவர். மனிதர்களின் ஆழ்மன விருப்பங்களையும் குரூரங்களையும் கதைகளாக எழுதி வருகிறார். புனைவின் எல்லா சாத்தியங்களையும் பயன்படுத்திட விழையும் எண்ணம்தான் இன்றும் இவரை இயங்க வைத்துக் கொண்டிருக்கிறது.

மரம், ஜீ.முருகனின் இரண்டாவது நாவல். இது நேர்க்கோடற்ற (Nonlinear) வகையில் எழுதப்பட்டுள்ளது. சிவகிரி என்ற நகரம்தான் இப்புனைவின் நிலம். இந்நிலம் காலமாற்றத்தில் ஆன்மிக பூமியாகக் கட்டமைத்துக்கொள்வதற்கு இங்குள்ள மலைதான் காரணம். கோபாலர் என்கிற குருவின் இருப்பாகவும் சிவகிரி அமைகிறது. அவரது ஆஸ்ரமமும் சிவகிரியின் வளர்ச்சியில் முக்கியப் பங்காற்றுகிறது. மலையும் ஆஸ்ரமமும் ஒரு நகரத்தின் முகத்தை மாற்றுவதை இப்புனைவுவழி அறியலாம்.

சிவகிரி என்பதைப் புரிதலுக்காகத் திருவண்ணா மலையாகக் கொள்ளலாம். அந்த மலைதான் நகரத்தின் வளர்ச்சியைத் தீர்மானிக்கிறது. அந்த மலைக்கு மக்களால் தொன்ம மதிப்புக்

கொடுக்கப்படுகிறது. பின்னாளில் கோபாலர் சிறிய அளவில் ஒரு மடத்தை மலையடிவாரத்தில் தொடங்குகிறார். அவரை ரமண மகரிஷியாகப் புரிந்துகொள்ளலாம். 'நான் யார்?' என்பதன் தேடலில்தான் அவர் இங்கு வந்து சேர்கிறார். மலையுடன் சேர்ந்து கோபாலரும் சிவகிரியின் அடையாளமாக மாறிப் போகிறார். கோபாலர் ஓரிரவில் மரத்துடன் கலந்துவிட்டதாக அவரது சீடர்களால் கட்டமைக்கப்படுகிறார். இப்போது மரம்தான் கோபாலர்; மரம்தான் ஞானத்தின் உருவம். மலையையும் கோபாலரின் ஆஸ்ரமத்தையும் ஆன்மிகத்தின் குறியீடுகளாக நாவல் புனைகிறது. இதைப் பற்றி மட்டும் எழுதியிருந்தால் இது ஆன்மிகத்தேடல் நாவலாகக் குறுகிப்போயிருக்கும். இந்த ஆன்மிக நகர மனிதர்களின் முகங்களும் செயற்கையானவைதாம்; முகங்களின் உடல்களும் காமத்தாலும் குரோதத்தாலும் நிரம்பியவைதாம்; மலையோ ஆஸ்ரமமோ அவர்களைப் புனிதர்களாக மாற்றிவிடாது; மனித மனங்களுக்குப் பொதுவாக உள்ள அனைத்துச் சிறுமைகளும் இவர்களுக்கும் உண்டு என்பதைச் சில கதாபாத்திரங்கள் மூலம் எழுதியிருக்கிறார். ஜீ.முருகனுடன் பழகியவர்களுக்கு இப்பாத்திரங்களின் அரிதாரம் பூசாத முகங்கள் நன்கு பரிச்சயமானவையாக இருக்கலாம். கோபாலரின் மறைவிற்குப் பிறகு அவரின் சீடர்களால் ஆஸ்ரமம் எவ்வாறு சொத்தாக மாற்றப்படுகிறது; ஆன்மிகம் எப்படிப் பொருளாதாரச் சந்தையைக் கட்டமைக்கிறது என்ற வாசிப்பையும் நாவல் கொண்டிருக்கிறது.

நவீன இலக்கிய வாசிப்பு கட்டுப்பாட்டின் எல்லைகளைத் தகர்க்கிறது; தன் விருப்பப்படி சுதந்திரத்தை உருவாக்கிக் கொள்ளவும் வாய்ப்பளிக்கிறது. இந்நாவலின் முதன்மைக் கதாபாத்திரமான சந்திரா அதற்கான சான்று. இவள் கவிஞர்; இவளுக்கென்று வாசகர் வட்டம் இருக்கிறது; பள்ளியில் ஆசிரியராகவும் இருக்கிறாள்; வெளிப்படையாகப் பெண்ணியம் பேசி இயங்குபவள் இல்லை. ஆனால் தன் உடலைச் சுதந்திரத்திற்கான வெளியாக மாற்றிக்கொள்கிறாள். ரவி, சிவன், செல்வராஜ் எனப் பலருடன் தொடர்பில் இருக்கிறாள். இது அவள் கணவனுக்கும் பிள்ளைகளுக்கும் தெரியும். கணவனும் நவீன இலக்கிய வாசிப்பு உள்ளவன். அதனால்தான் கவிதை எழுதத் தெரிந்த சந்திராவைத் திருமணம் செய்துகொள்கிறான். தன் மனைவியின் செயல்பாடுகளில் அதிருப்தி இருந்தாலும் வெளிப்படையாகக் கேட்பதில்லை. 'யாரும் யாருக்காகவும்

மாறத்தேவையில்லை' என்பது அவன் கருத்து. ஆனால் மனைவிமீது கொண்ட வெறுப்பை மகள்மீதான உறவில் இறக்கிவைக்க முயற்சிக்கிறான். சந்திராவுடன் தொடர்பில் இருக்கும் ரவி, சிவன் போன்றோர் நவீன இலக்கியத்துடனும் ஓவியத்துடனும் தொடர்ந்து இயங்குபவர்கள், பண்பாட்டுப் போர்வைக்குள் தங்களை முடக்கிக்கொள்ள விரும்பாதவர்கள். கலாச்சாரத்திற்கு வெளியே தங்களை நிலைநிறுத்திக்கொள்ள விரும்புபவர்கள், இறுதியில் எந்த இடத்தை அடைகிறார்கள் என்ற வினா இங்கு எழுகிறது. சந்திரா தன் மகனை இழக்கிறாள்; மகள் பிரியாவும் பாலியல் வேட்கைக்குள் சிக்கிக்கொள்கிறாள்; தோழர் பாலுவின் மனைவி தற்கொலை செய்துகொள்கிறாள்; ரவியும் சிவனும் மனஉளைச்சலுக்கு உள்ளாகிச் சிவகிரியை விட்டு வெளியேறுகின்றனர். கலாச்சாரத் தகர்ப்பு அவர்களுக்குள் குமைச்சலையும் புழுக்கத்தையும்தான் ஏற்படுத்துகிறது. தம்மைக் கண்டடைவதில் சந்திரா உள்ளிட்ட பலரும் தோல்வியடை கின்றனர்.

வெறும் காமத்தை மட்டும் புனைவு வெளிப்படுத்துவதாக எடுத்துக்கொள்ள முடியாது. காதலித்துத் திருமணம் செய்துகொண்ட கணவனால் கைவிடப்பட்டவள் தேவகி. தன் குழந்தைகளின் பசிக்காகவும் கணவன் மீதான வெறுப்பை வெளிப்படுத்தவும் தன் உடலைப் பொருளாக மாற்றத் துணிகிறாள். தன்னையும் குழந்தைகளையும் பற்றிக் கவலைப்படாத கணவனைப் பழிவாங்குவதற்கான ஆயுதமாக உடல் அவளுக்குப் பயன்படுகிறது. தன் உடல்மீது தொடர் வன்முறைகளை நிகழ்த்திய கணவனை விட்டுப் பிரிகிறாள் மீனா. 'என் ஆசையெல்லாம் என்ன தெரியுமா, பயமில்லாம ஒரு ராத்திரி பூரா உங்ககூடவே படுத்துத் தூங்கணும். அதுக்குப் பிறகு செத்துப்போனாக்கூட கவலைப்பட மாட்டேன்' என்று தோழர் பாலுவிடம் அவள் கூறுகிறாள். இந்த இரண்டு பெண்களிடமும் வெளிப்படுவது எதிர்ப்புணர்வு. தங்கள் உடலை இவர்கள் வெளிப்படுத்துவதில் காமம் மட்டும் இருப்பதாகப் புரிந்துகொள்ள முடியாது. காமம் நிழலைப்போல அனைவரையும் தொடர்கிறது. அதனைப் புரிந்துகொள்பவர்கள் கோபாலரைப்போல் அதனைத் தரிசிக்கி றார்கள்; கடக்க முடியாமல் குமைபவர்கள் கிரிதரனைப்போல் தற்கொலை செய்துகொள்கிறார்கள். பல்வேறு உள்முரண்களின் புனைவாக இந்நாவல் உள்ளது. பெண்கள் தம் ஆழ்மன ஆசை களுக்கு உருவம் கொடுக்கும்போது சமூகம் அதனை மீறலாகப் பார்க்கிறது. கோபாலர்கூடக் காமத்தை வெறுக்கவில்லை; காமம்

சார்ந்த ஓர் உலகப்பார்வை அவரிடம் இருக்கிறது; இதனை நேர்காணலில் தெரிவிக்கிறார்.

இயற்கையின் குறியீடாக இருக்கும் மலைதான் அந்த நகரத்திற்கு ஓர் அடையாளத்தைப் பெற்றுத்தருகிறது. கோபாலரின் குறியீடாக இருக்கும் மரம்தான் ஆஸ்ரமத்திற்கு மக்களிடத்தில் மதிப்பை உருவாக்கித் தருகிறது. அந்த இயற்கையை மனிதன் தன் பேராசைகளுக்குப் பயன்படுத்திக்கொண்டான் என்ற விமர்சனமும் நாவலில் உள்ளது. பணம் குறித்த மதிப்பை உடைக்கும் பாத்திரமாகச் சிவன் இருக்கிறான். பணம் உள்ளவர்களும் கோமணம் கட்டிக்கொண்டு திரிந்த ரமணரிடம்தான் அமைதி தேடி வந்தார்கள். இறுதியில் அவர் தம் பக்தர்களுக்குப் போதித்தது கருணையைத்தான். சக உயிர்களிடம் கருணை உள்ளவர்களிடத்தில் கடவுள் இருப்பதாக நான் நம்புகிறேன் என்ற புள்ளியில்தான் அவரின் தேடுதல் நிறைவடைகிறது. இதனையெல்லாம் நாவல் ஆங்காங்கே தொட்டுச்செல்கிறது. உடல் சார்ந்த விவரணைகள் இப்பகுதிகளை மழுங்கடித்துவிட்டன; இதனால் நாவலுக்கு வேறொரு முகம் கிடைத்துவிடுகிறது. ஆனால் எங்கோ இப்படி நடந்துகொண்டுதானே இருக்கிறது என்ற சமாதானத்தை உருவாக்குவதில் நாவல் தவறியிருக்கிறது.

கம்யூனிஸ வெறுப்பு நாவலில் தூக்கலாகத் தெரிகிறது. கம்யூனிஸ்ட் என்று சொல்லிக்கொண்டு திரிபவர்களுக்கு வெவ்வேறு முகங்கள் இருக்கின்றன. கார்ப்ரேட்டுகளுக்கு எதிராக முழக்கமிடுபவர்கள் அவர்களுடன் இரகசிய உடன்பாடும் கொண்டிருப்பார்கள்; பெண்ணுரிமை பேசிக்கொண்டே அதற்கு எதிரான செயல்களிலும் ஈடுபடுவார்கள் என்று ஜீ.முருகன் தொடர்ந்து எழுதிக்கொண்டே இருக்கிறார். தோழர் பாலு என்ற கதாபாத்திரம் உண்மையின் நகலாகவும் இருக்கலாம். 'கம்யூனிஸ்ட் கட்சிக்காரன்னா வெளியில யோக்கியன்னு நெனைச்சிகிட்டு இருக்கான். ஆனா உண்மை என்னென்னு உங்களுக்குத் தெரியுமில்லே. அப்புறம் நீ எப்படி மத்தவங்களுக்கு நியாயத்தைச் சொல்ல முடியும்?' என்று ஆனந்தன் தோழர் பேசுகிறார். நேரத்துக்குத் தகுந்த முகமூடிகளை அணிந்துகொள்ளும் ரவி, சிவன், கண்ணன் எனப் பலரும் சாதாரணத்துக்கும் கீழேதான் இருக்கிறார்கள்; தத்துவத்துக்குள் ஒளிந்துகொள்கிறார்கள். வாசிப்பு அவர்களை அறிவுஜீவிகளாகக் கட்டமைத்தாலும் மனிதர்களுக்கு இருக்கக்கூடிய எல்லா பலவீனங்களும் அவர்களிடமும் இருக்கத்தான் செய்கின்றன. ஆனால் பொதுத்தளத்தில் அவர்கள்

இயங்காமல் பேசுவதுதான் ஜீ.முருகனுக்கு எரிச்சலை ஏற்படுத்தியிருக்க வேண்டும்.

குடும்பம் என்னும் அமைப்பில் நம்பிக்கை வடிந்துபோன கிரி கதாபாத்திரம் நாவலில் முக்கியத்துவம் பெறுகிறது. அம்மாவின் நடவடிக்கைகளால் வீட்டை வெறுக்கிறான். தன் நண்பனான தங்கராஜின் கடையிலேயே இருக்கிறான். அவனின் சில நடவடிக்கைகளில் கருத்து முரண்பாடு இருந்தாலும் அவனுடைய வெளிப்படைத் தன்மையைக் கிரி மதிக்கிறான். அது தன்னுடைய வீட்டில் இல்லை என்பது ஏமாற்றமாக இருக்கிறது. அம்மா, தங்கை, அப்பாவும்கூட அவனது நம்பிக்கைக்கு அப்பாற்பட்டவர்களாக இருக்கின்றனர். அவன் தேடிச்சென்ற பாதிரியார் உட்பட அனைவரும் அகத்தில் போலிகள். தன் தங்கையையும் அம்மாவையும் எதிர்த்துக் கேட்க முடியாமல் மௌனமாகிவிடுகிறான். அவமானத்தையும் ஏமாற்றத்தையும் இழிவையும் எதிர்கொள்கையில், நேரிடையாக எதிர்வினை புரியாது எல்லாவற்றையும் மனதுக்குள் அடக்கிக்கொள்கிறான். சமூகத்தின் மீதான தன் எதிர்ப்பைக் காட்டத் தற்கொலையைத் தேர்ந்தெடுக்கிறான். ஆழமற்ற குடும்ப அமைப்பும் வெளிப்பூச்சு களுடன் அடையாளப்படும் சமூக நிறுவனங்களுமே அவன் தற்கொலைக்குக் காரணம். குடும்ப உறவின்மீது காமம் நிகழ்த்தும் பகடையாட்டத்தில் கிரி தோற்றுப் போகிறான்.

நாவலின் கதாபாத்திரங்கள் அறிவுத்தளத்திலேயே செயல்படுகின்றன. ஜீ.முருகனின் வெவ்வேறு வடிவங்கள்தாம் இவை என்ற விமர்சனமும் உண்டு. உலகத் தத்துவங்களையும் இலக்கியங்களையும் சரளமாகப் பேசுகிறார்கள். யதார்த்தத்தில் முடிந்திருக்கவேண்டிய நாவல் தத்துவத் தேடலில் முடிகிறது. நாவலின் பரப்புப் பெரியது. வாசிப்பின் முடிவில் எல்லா சம்பவங்களும் துண்டுதுண்டாக நிற்பதான தோற்றத்தைத் தருகிறது. இலக்கியங்களையும் தத்துவங்களையும் நாவலுக்குள் கொண்டு வரும்போது ஜீ.முருகன் அதற்கானதொரு நியாயத்தையும் உருவாக்கி வைத்திருக்கிறார். எல்லாரும் படித்தவர்களாகவும் இயக்கங்களில் பங்கெடுப்பவர்களாகவும் இருப்பதால் இக்குறை பெரிதாகத் தெரியவில்லை.

ஜீ.முருகனின் புனைவுமொழி தனித்துவமானது. வாசிப்பவர் யாவருக்கும் எளிதில் பிடிபடக்கூடியது. நகரம் சார்ந்த கதையாகப் புனைவு இருப்பதால் திருவண்ணாமலை சார்ந்த வட்டார மொழியின் வெளிச்சம் விழவில்லை. கதாபாத்திரங்களின்

அகத்தைத் தன்மொழியில் அருமையாக வெளிப்படுத்துகிறார். 'வேறு யாருடைய வீட்டுக்கோ வந்துவிட்ட குழந்தையைப்போல அவள் இருப்பதாக ரவிக்குத் தோன்றியது' என்று சந்திராவின் ஆழ்மனதை எழுதியிருக்கிறார். 'நதி ஒன்றின் கரையில் இந்த நகரம் அமைந்திருந்தால் இதன் தன்மையே வேறொன்றாகி யிருக்கும் என்பதில் சந்தேகமில்லை. அந்த நகரம் இவ்வளவு வெப்பத்தோடு இருக்காது. மனிதர்களும்கூட வேறு வகையான மனோபாவங்களைக் கொண்டிருந்திருப்பர்' என்ற சொல்லாடலில் ஜீ.முருகனின் அசாத்தியமான புனைவுமொழி வெளிப்படுகிறது. பாலியலை எழுதுமிடங்களில் மொழியைக் கூர்மைப்படுத்தியிருக்க வேண்டும். மொழியின் வன்முறை அந்த இடங்களில் வெளிப்பட்டு விடுகிறது. வெளிப்படையாக எழுதியதினூடாக அவர் பெற்றதுதான் என்ன என்ற கேள்வியும் எழுகிறது. பாலியல் பிறழ்வுகள் இறுதியில் துக்கத்தில்தான் கொண்டுசேர்க்கும் என்ற இடத்தைப் பிரதி அடைந்துவிடுகிறது.

மாதொருபாகன்: மையத்தைச் சிதைக்கும் வாசிப்பரசியல்

பெருமாள்முருகன் தமிழின் குறிப்பிடத்தகுந்த எழுத்தாளர்களுள் ஒருவர். நாமக்கல் மாவட்டம் திருச்செங்கோடு பகுதியைச் சார்ந்தவர். இயல்பில் இவர் ஒரு தமிழ்ப் பேராசிரியர். கொங்கு வட்டார எழுத்தாளர் ஆர்.சண்முகசுந்தரத்திற்குப் பிறகு அப்பகுதி நிலவரைவியல் குறித்து காத்திரமாக எழுதி வருபவர். இவரெழுதிய நாவல்களில் 2010ஆம் ஆண்டு எழுதிய ஐந்தாவது நாவலான *மாதொருபாகன்* பெருமாள்முருகனுக்கு உலக அளவில் ஒரு பெரும் அடையாளத்தை ஏற்படுத்தியிருக்கிறது. வாசிக்கத் தவறிய பலரும் தேடித் தேடி வாசித்துக் கொண்டிருக் கின்றனர்; ஏற்கனவே வாசித்தவர்கள் மீள்வாசிப்பு செய்துகொண்டிருக்கின்றனர்.

மாதொருபாகன் இந்த நான்கு ஆண்டுகளில் நான்கு பதிப்புகளைக் கண்டுள்ளது. அப்பொழு தெல்லாம் கண்டுகொள்ளப்படாத இந்நாவல் ஆங்கிலத்தில் மொழிபெயர்த்ததற்குப் பிறகு அப்பகுதியைச் சார்ந்த குறிப்பிட்டச் சமூகத்தினரால் அரசியலாக்கப்பட்டிருக்கிறது. இந்நாவலின் கதை இந்துமத உணர்வைப் புண்படுத்துவதாகவும் அப்பகுதியைச் சார்ந்த குறிப்பிட்ட சமூகப் பெண்களை இழிவுபடுத்துவதாகவும் கூறி, தங்களது தொடர் போராட்டத்தின் மூலம் பெருமாள்முருகனை

அவரது சொந்த நிலப்பரப்பிலிருந்து வெளியேற்றி வெற்றி கண்டிருக்கின்றனர். ‘எழுத்தாளன் பெருமாள்முருகன் செத்து விட்டான். அவன் கடவுள அல்ல; ஆகவே உயிர்தெழப் போவதில்லை. மறுபிறவியில் அவனுக்கு நம்பிக்கையும் இல்லை. இனி அற்ப ஆசிரியனாகிய பெ.முருகன் என்பவன் மட்டுமே உயிர் வாழ்வான்’ என இறுதி அறிக்கை விடவைத்தனர். *மாதொருபாகன்* இனக்குழுச் சமூகத்தின் தொடர்ச்சியாகப் பின்பற்றப்படும் ஒரு சடங்கு, திருச்செங்கோடு பகுதியில் தொடர்ந்திருக்கிறது என்பதை முன்வைக்கிறது. நாவல் வெளிவந்து நான்கு ஆண்டுகள் கழித்து அரசியலாக்கப்பட்டிருப்பதற்கு எழுத்தின்மீது நம்பிக்கை கொண்டவர்கள் பல கற்பிதங்களை முன்வைக்கின்றனர். இதற்கு வெளிப்படையாகப் பதில் சொல்ல முடியாதவர்கள் தங்களது போராட்டத்திற்கு மலிவான அரசியல் தந்திரங்களைப் பின்தொடர்கின்றனர்.

இந்நாவலின் கதையை எளிமையாகச் சொல்லிவிடலாம். காளி தன்னுடைய நண்பனான முத்துவின் தங்கை பொன்னாவைத் திருமணம் செய்துகொள்கிறான். இவர்களுக்குப் பன்னிரண்டு வருடங்களாகக் குழந்தைப்பேறு வாய்க்கவில்லை. பொன்னாவும் காளியும் எல்லா கடவுளிடமும் முறையிடுகிறார்கள். அப்பகுதியில் கடைபிடிக்கப்படும் கடினமான குழந்தைபேற்றுக்கான சடங்குகளனைத்தையும் செய்து முடிக்கின்றனர். பொன்னா விதவிதமான தழைகளைத் தின்னுகிறாள். ‘ஆண்டவனே, இந்த மாசமாச்சும் என் வவுத்த அடச்சிரு’ என்று இரங்குகிறாள். ‘கேக்கற நாய்களுக்குப் பதில் சொல்லி முடியல’ என்று ஆற்றாமை கொள்கிறாள். ஆனாலும் ஒவ்வொரு மாதமும் அவர்களது ஆசை நிராசையோடே கழிகிறது. இதனால் இருவரும் கடும் மனநெருக்கடிக்கு உள்ளாகின்றனர். காளி வைத்த பூவரசு மரம் பூக்கிறது; காய்க்கிறது. பொன்னா தாய்வீட்டிலிருந்து ஓட்டிவந்த கிடாரி ஏழெட்டுமுறை ஈன்றுவிட்டது. தங்களோடு புழங்கும் சக உயிரினங்களுடன் தங்களது நிலையை ஒப்பிட்டு கழிவிரக்கம் கொள்கின்றனர். இந்நிலையில் காளிக்கு இரண்டாம் திருமணம் செய்ய அவனுடைய அம்மா தொடர்ந்து முயற்சி செய்கிறாள்; பொன்னா எதிர்க்கிறாள். காளியும் பொன்னாவின் மீதுகொண்ட அன்பின் காரணமாகவும் இரண்டாவதாகத் திருமணம் செய்தவளுக்கும் ஒருவேளை குழந்தைப் பிறக்கவில்லை என்றால் தன்னுடைய ஆண்மை கேள்விக்குள்ளாக்கப்படும் என்ற காரணத்திற்காகவும் மறுக்கிறான். பொன்னாவும் காளியும் சந்தர்ப்பம் கிடைக்கும்போதெல்லாம் இச்சமூகத்தால் குழந்தை

இன்மைக்காக அவமானப்படுத்தப்படுகின்றனர். காளியை 'வறடன்' என்றும் பொன்னாவை 'வறடி' என்றும் அழைத்து ஆனந்தமடைகிறது இன்று நாவலுக்கெதிராகப் போராடும் அச்சமூகம்.

காளியின் அம்மாவும் பொன்னாவின் அம்மாவும் இறுதியில் ஒரு முடிவுக்கு வருகின்றனர். திருச்செங்கோட்டில் நடைபெறும் பதினான்காம்நாள் திருவிழாவிற்குப் பொன்னாவை அனுப்ப முயற்சி மேற்கொள்கின்றனர். இத்திருவிழாவில் உச்சத்தில் வரைமுறைகள் எல்லாம் தகர்ந்து போகும். அந்த இரவில் இணங்கும் எந்த ஆணும் பெண்ணும் உறவு கொள்ளலாம். இருள் எல்லா முகங்களுக்கும் திரை போட்டு விடுகிறது. ஆதி மனிதன் இந்தத் திருவிழாக் கொண்டாட்டத்தில் உயிர்ப்பெறுகிறான். திருமணமான முப்பது வயதுக்கு மேற்பட்ட பெண்களை எங்கும் காணலாம். ஒவ்வொரு பெண்ணும் தனக்குப் பிள்ளைவரம் கொடுக்கும் முகம்தெரியாத சாமியைத் தேடிக்கொண்டிருப்பார்கள். காளியும் முத்துவும்கூட சில வருடங்களுக்கு முன்பு சில பெண்களுக்குச் சாமியாக இருந்திருக்கின்றனர். ஒருநாள் காளியின் அம்மாவே இதற்குக் காளியிடம் இசைவு கோருகிறாள். காளி உடன்பட மறுக்கிறான்; ஆனாலும் முத்துவின் மூலமாகக் காளியை ஏமாற்றி பொன்னாவை அந்தத் திருவிழாவிற்கு அழைத்துச் செல்கின்றனர். பொன்னா, அனைத்தும் காளியின் உடன் பாட்டோடுதான் நடைபெறுவதாக எண்ணுகிறாள். காளி தான் ஏமாற்றப்பட்டதை உணர்ந்து தற்கொலையைத் தேர்ந்தெடுக்கிறான்.

மாதொருபாகனை ஏனைய நாவல்களைப் போல வாசித்துவிட்டு எளிதில் கடந்துவிட முடியாது. இந்நாவல் வெளிப்படையாகச் திருச்செங்கோட்டில் வழக்கத்திலிருந்த ஒரு சடங்கு குறித்து விவாதிப்பதாகத் தோன்றுகிறது. ஆனால் நாவலின் கதையாடல்கள் வழியாக இரண்டு முக்கியமான விடயங்கள் வெளிப்படுகின்றன. ஒன்று, அப்பகுதியில் வாழும் நிலவுடைமைச் சமூகத்தினரால் பின்பற்றப்படும் சாதிய அரசியல்; மற்றொன்று, பெண்களை உற்பத்திப் பொருளாகப் பார்க்கும் நுகர்வுக் கலாச்சார மனப்பான்மை. இந்நாவலுக்கு எதிராகக் கலகம் செய்பவர்கள் வசதியாக இந்த இரண்டு விடங்களையும் மறந்து விடுகின்றனர். பொன்னா பதினான்காம்நாள் திருவிழாவில் நடைபெறும் சடங்கில் கலந்துகொள்ள வேண்டியதன் நெருக்கடியை உருவாக்கியது தங்களது முன்னோர்கள் என்ற வாசிப்பை அடைவதற்கு நாவலில் எந்தத் தடையையும்

பெருமாள்முருகன் ஏற்படுத்தி வைத்திருக்கவில்லை. குழந்தை இல்லை என்ற ஒரு காரணத்திற்காக அவளது பெண்மை எந்த வகைகளில் எல்லாம் களங்கப்படுத்தப்படுகிறது என்பதை உள்வாங்கிக்கொள்ள வேண்டும்.

- 'சில மாடுங்க இப்படித்தான் மாப்ள. எத்தன மொற போட்டாலும் செனையாகித் தொலைக்காது. பேசாம மாட்ட மாத்திப்புடுங்க' என்று மாட்டுத் தரகர் செல்லப்பக் கவுண்டர் சாடை பேசுகிறார்.
- நோன்புச்சீர் வாங்குவதற்குரிய தகுதியாகவும் குழந்தைப்பேறு நிர்ணயிக்கப்படுகிறது. 'அது ஒன்னுதான் கொறையாக் கெடக்குது. கையில் ஒன்னு இடுப்புல ஒன்னு வவுத்துல ஒன்னுன்னு இருந்தனா, 'குடுடா தாயோலிவளா'ன்னு எங்கப்பனையும் அண்ணனையும் கழுத்துல துண்டப் போட்டுக் கேப்பன்' என்று பதிலுரைக்கிறாள் பொன்னா.
- 'எனக்குக் கொழந்த இருந்தா இருக்குது, இல்லாட்டிப் போவுது. உனக்கென்னடா மயிரு. மூடிக்கிட்டுப் போ' என்று கத்திச் சொல்ல வேண்டும் போலிருக்கிறது.
- 'பிள்ள பெத்திருந்தான்னா அரும தெரியும். பையன் மண்ட ஒடஞ்சு ரத்தம் கொட்டற அளவுக்கு உட்ருக்கிறா. பிள்ள பெத்த எந்தப் பொம்பளயாச்சும் இப்பிடி உடுவாளா?'
- 'நேரத்தோட வரச்சொல்லி அவ்வளவு சொல்லியும் இப்ப வர்ற. பிள்ள குட்டிவளச் சீவிச் சிங்காரிச்சிக் கூட்டிக்கிட்டு வர இவ்வளவு நேரமாயிருச்சா?'
- 'முட்டுச் சந்துல நிக்கற கல்லுன்னு என்னய நெனச்சு எந்த நாய் வேண்ணாலும் வந்து மண்டுட்டுப் போலாம்னு நெனைக்குதுவ மாமா.'
- 'நீ அந்தப் பக்கம் தள்ளியிரு' என்ற தாய்மாமன் பெண்டாட்டி கையைப் பிடித்திழுத்துப் பின்னால் விட்டாள். பிள்ளை பெறாதவள் சோறு சுற்றினால் அந்தப் பெண்ணுக்குமா குழந்தை இல்லாமல் போய்விடும்?'
- 'வறடி பருப்பள்ளிக்கிட்டு ஓடி ஓடிக் குடுக்கறா. அவ கையால தொட்ட பருப்பு எங்கிருந்து மொளைக்கும்?' என்று யாரோ சொல்லிவிட்டார்கள்.
- 'கொழந்த பெத்து வளத்திருந்தா அரும தெரியும். என்னமோ நாறுது நாறுதுன்னு மொழங்குற?' என்றாள்.

- ‘பிள்ளையில்லாதவ பீச்சீலய மோந்து பாத்தாளாம்னு செலவாந்தரம் சொல்லும். கொழந்த பீயப் பாத்து மூஞ்சியச் சுழிக்கறவளுக்குப் பொறக்கவா போகுது?’
- ‘அந்த வறடன் எங்கருந்தோ இதுவளப் புடுச்சாந்து வெச்சிருக்கறான். கட்டுன ஒன்னே கொறங்காடாக் கெடக்குது. கொண்டாந்து வெச்ச இத என்ன பண்ணப் போறானோ?’
- ‘அடப்போ. பிள்ளை இல்லாத சொத்துக்கு இந்த ஆட்டம் ஆடற.’

பெண்ணுக்கு முக்கியத்துவம் கொடுத்து தன்னுடலில் பாதியைக் கொடுத்த மாதொருபாகனை வணங்கும் அச்சமூகம், பொதுவெளியில் குழந்தைப்பேறு இல்லாத ஒரு பெண்ணுக்குக் கொடுக்கும் பட்டம்தான் ‘வறடி’. தான் பங்கேற்கும் ஒவ்வொரு பொதுநிகழ்விலும் அவமானப்படுத்தப்படும் ஒருபெண் ஏதாவதொரு தீர்வைத்தேடி செல்லவேண்டிய அகநெருக்கடிக்கு உள்ளாக்கப்படுகிறாள். அதைத்தான் இந்நாவலில் வரும் பொன்னாவும் செய்கிறாள். குழந்தைப்பேறு இல்லாத பெண்ணை யார் வேண்டுமானாலும் எடுத்தாளலாம் என்ற பொதுப்புத்தி மனநிலை இச்சமூகத்தைச் சார்ந்த ஆண்களுக்கும் இருக்கிறது. நாவலில் வரும் இதுபோன்ற கதையாடலை நாவலை எதிர்ப்பவர்கள் முன்னெடுக்காததற்கு என்ன காரணம்? இனக்குழுச் சமூகத்தின் ஒருசில எச்சங்களை அப்பகுதியில் வாழும் சமூகம் தக்கவைத்துக்கொண்டுள்ளது என்பதை நிறுவவே, தனக்குக் கிடைத்த வாய்மொழித் தரவுகளைக் கொண்டு இப்புனைவை பெருமாள்முருகன் உருவாக்கியிருக்கிறார். தனக்குரிய ஆடவனைத் தேர்ந்தெடுக்கும் உரிமையும் ஒரு குழுவை வழிநடத்திச் செல்லும் வலிமையும் பெண்ணிடம் இருந்திருக்கிறது என்பதை மானிடவியல் ஆய்வாளர்கள் தொடர்ந்து நிறுவி வருகின்றனர். இதன் தொடர்ச்சியாக இப்புனைவும் உருபெற்றிருக்கிறது.

தொல் சமூகத்தில் பெண்கள் மதுவருந்தும் பழக்கம் இருந்திருக்கிறது. இத்தன்மையை இந்நாவலிலும் காணமுடிகிறது. ‘அவளுக்குக் கள் பிடிக்காது. புளித்த ஏப்பம் விட்டால் நான்கு நாளைக்கு நாறும் என்பாள். நாவில் சுள்ளென்று உறைக்கும் சாராயம் அரை டம்பளர் போதும் அவளுக்கு’ என்று காளி கூறுகிறான். மற்றோர் இடத்தில், ‘அம்மாவும் குடிப்பாள் என்றாலும் அவனுக்கு முன்னால் இதுவரை வைத்துக்

கொண்டதில்லை' என்று காளி நினைத்துப் பார்க்கிறான். 'கள்ளுக் கொஞ்சம் வெச்சிருக்கறன், குடிக்கறியாம்மா?' என்று காளி அவன் அம்மாவிடம் கேட்கிறான். அவளும் மறுப்பேதும் சொல்லாமல் வாங்கிக்கொள்கிறாள். இந்தக் கதையாடலின் மூலம் அச்சமூகத்தைச் சார்ந்த பெண்களும் மதுவருந்துகிறார்கள் என்பது வெளிப்படுகிறது. தாய்வழிச் சமூகத்தில் தாய்தான் தன் குழந்தைகளுக்கு மதுவைப் பங்கிட்டளித்தாள். தற்போது அதில் சிறிய அளவில் மாற்றம் நிகழ்ந்திருக்கிறது. எங்கள் சமூகத்தைச் சார்ந்த பெண்களுக்கு மதுபழக்கம் இல்லை என்பதையும் எங்கள் சமூகத்தைச் சார்ந்தவர்கள் குழந்தைப் பேறில்லாத பெண்களை வார்த்தைகளால் காயப்படுத்துவதில்லை என்பதையும் நிறுவுவதற்கு அவர்களுக்கு எந்தத் தரவுகளும் கிடைக்கப் போவதில்லை. ஏனெனில் இந்தப் பிரச்சினை எல்லா இடங்களிலும் இருக்கத்தான் செய்கிறது.

இந்நாவலை வாசிக்கும்போது நுட்பமாகப் புலப்படக் கூடியது, அப்பகுதி சார்ந்த சாதிய அரசியல். இந்நாவலில் வரும் நாயகன் காளி இதனைப் பல இடங்களில் உறுதிப்படுத்துகிறான். 'ஒரு பொம்பள சாதிக்குள்ள எத்தன பேருகிட்டப் போனாலும் தப்பில்ல. பொழங்கற சாதிக்காரனோட போனாக்கூடப் பொறுத்துக்குவாங்க. தீண்டாச் சாதியோட போனா அவ்வளவுதான். ஊர உட்டே ஏன் சாதிய உட்டே தள்ளி வெச்சிருவாங்க. இன்னைக்கு அப்பிடியா? சாதிக்குள்ளேயே ஒருத்தனோடதான் இருக்கோனுங்கறம். அப்பறம் எப்படி? வீதியில சுத்தறதுல பாதிக்குமேல திரியறது தீண்டாச்சாதித் தண்டுவப் பசங்கதான். அதுக்கப்பறம் என்னால பொன்னாளத் தொடவே முடியாது. கொழந்த பொறந்தாலும் தொட்டுத் தூக்க முடியாது போ' என்கிறான். மேலும் 'அதுமில்லாத அப்பறம் எல்லாரும் 'வறடன்'னு என்னயப் பாத்துச் சிரிப்பீங்க' என்கிறான். இதுதான் சாதிய அரசியல்; இதுதான் ஆண்களின் நிலைப்பாடு. அச்சமூகத்தைச் சார்ந்த பெண்கள் காலந்தோறும் அச்சமூக ஆண்களால் பல நிலைகளில் நுகர்வுப் பொருளாகப் பயன்படுத்தப் பட்டிருக்கிறார்கள் என்பதுதான் காளியின் உரையாடலில் வெளிப்படுகிறது. பெண்கள் அவள் சாதியைச் சார்ந்த ஆண்களோடு உறவு வைத்துக்கொள்வது ஒரு குறிப்பிட்ட காலம்வரை தவறில்லை; ஆனால் தாழ்த்தப்பட்ட சாதியினரோடு உறவு கொள்ளக் கூடாது. அடுத்த காலகட்டத்தில் அதே பெண் அவள் சாதியைச் சார்ந்த கணவனல்லாத வேறு ஆண்களோடும் உறவுகொள்ளக் கூடாது. இவ்விடத்தில் ஒழுக்கம் என்பது

காலத்திற்கேற்ப வெவ்வேறு போர்வைகளைத் தனக்குமேல் போர்த்திக்கொள்கிறது. பிரதியை நுட்பமாக அணுகும்போது, காளிக்குப் பொன்னா பதினான்காம் நாள் திருவிழாவிற்குப் போனதில் தவறில்லை; ஆனால் அவள் வேறு சாதியைச் சார்ந்த ஆணோடு கூடிவிடுவாளோ என்ற அருவருப்பும் பின்பு அவளுக்குக் குழந்தை பிறந்து தன்னை 'வறடன்' என்று அடையாளம் கண்டுவிடுவார்களோ என்ற பதற்றமும்தான் துருத்திக்கொண்டு முன் நிற்கிறது. இந்தப் பதற்றம் அச்சமூகத்தைச் சார்ந்த பலருக்கும் உருவாகியிருக்கிறது. இதிலிருந்து ஒரு முடிவுக்கு வரலாம். பொன்னாவின் ஒழுக்கம் சார்ந்த நடவடிக்கையை ஒட்டு மொத்தமாக அச்சமூகம் சார்ந்த பெண்களின் ஒழுக்கமாக மாற்றி வாசிக்கும்போது, காளியின் மேற்கண்ட உரையாடலையும் அச்சமூகம் சார்ந்த ஒட்டுமொத்த ஆண்களின் மனநிலையாகப் புரிந்துகொள்வதில் என்ன தவறு இருக்கிறது.

சுடுகாட்டில் குடத்தில் தண்ணீர் கொண்டு வரக்கூட அனுமதிக்காத இச்சமூகத்தின் நெருக்குதலில் இருந்து தப்பிக்க, மரமேறும் தொழில் செய்யும் மண்டையனிடம் ஒரு குழந்தையைக் காளி கேட்கிறான். '... ... ... சானாப் பிள்ள வளர முடியுமா? நெனச்சுப் பேசு ஆமா... அவிய சொந்தக்காரங்க நம்மூடேறிக்கிட்டு ஒதைக்க வந்துருவாங்க' என்கிறாள் மண்டையனின் மனைவி. காளியின் சித்தப்பா திருமணம் செய்துகொள்ளாமல் வாழ்ந்து வருகிறார். சக்கிலியச் சாதியைச் சார்ந்த ஒரு பையனைத் துணைக்கு வைத்துக் கொண்டிருக்கிறார். 'சக்கிலிப் பையன் ஆக்குன சோத்தத் தின்னுக்கிட்டு நானும் ... ... நடக்கறானே நல்லான்' என்று யாராவது பேசியது தெரிந்தால் 'சக்கிலிச்சி மணப்பா. சக்கிலிப் பையன் மட்டும் நாறுவானா?' என்று கேட்டுவிடுவார். இந்த உரையாடல் நாவலை வாசிப்பவர்களுக்கு நிறைய சந்தேகங்களை எழுப்புகிறது. ஆண்கள் தாழ்த்தப்பட்ட சாதிப் பெண்களோடு உறவுகொள்வது தவறல்ல; பெண்களாக இருந்தால் அது தவறு. ஒழுக்கம் என்பது இரண்டு நிலைகளில் கட்டமைக்கப்பட்டுள்ளது; பால்கள் சார்ந்து அது தன் முகத்தை மாற்றிக் கொள்கிறது. இந்நாவலை பெண்களின் ஒழுக்கம் சார்ந்து எதிர்ப்பவர்கள், இச்சமூகத்தைச் சார்ந்த ஆண்கள் குறித்த பதிவுகளை ஏற்றுக்கொள்கிறார்கள் என்று எடுத்துக்கொள்ளலாமா?

மாதொருபாகன் முழுக்க முழுக்க குழந்தைப்பேறற்ற ஒரு பெண், இச்சமூகத்தில் எதிர்கொள்ளும் மனநெருக்கடிகளும் அக்காலத்தில் நிலவிய சாதியக் கட்டுமானத்தையும்தான் வெளிப்படுத்துகிறது. இந்த நோக்கத்தில்தான் இந்தப் பிரதியை

அணுகவேண்டும். இந்த நெருக்கடிதான் அப்பெண்ணை ஒரு தீர்வைத் தேடி நகர்த்துகிறது. இப்பிரதியை எதிர்ப்பவர்கள் ஏற்கனவே இத்தன்மையோடு உருவாக்கப்பட்டுள்ள பிரதிகளையும் எதிர்க்க வேண்டும் என்று கூறுவதில் தவறொன்றுமில்லை. பெண்களின்மீது கட்டப்பட்டுள்ள போலி மதிப்பீடுகள் சரியும்போதெல்லாம் அதனைத் தக்கவைத்துகொள்ள சாதியையும் மதத்தையும் துணைக்கழைப்பது அபாயகரமான அரசியல் நடவடிக்கையாகும். ஒரு புனைவில் குறிப்பிட்ட ஒரு பகுதியை மட்டும் எடுத்து அரசியலாக்குவது, சமூக அக்கறை சார்ந்து எழுதப்படுகிற எல்லா பிரதிகளிலும் சாத்தியம். 'இறக்கத்துக் கோயிலுக்கு எதிரே இருந்த தேவடியாள் தெருவில் அன்றைக்குக் கூட்டமேயில்லை. அந்தப் பெண்கள் நன்றாகச் சிங்காரித்துக் கொண்டு மண்டபங்களில் ஆடப்போனார்கள். 'இன்னக்கி நம்மள எவன் பாக்கறான். எல்லாப் பொம்பளைங்களும் இன்னக்கித் தேவடியாதான்' என்று அவர்கள் பேசிச் சிரித்துப் போனார்கள்' என்ற கதாபாத்திரத்தின் உரையாடலை எழுத்தாளனின் கருத்தாகப் புரிந்துகொள்வது எழுத்து குறித்த புரிதலின்மையே காட்டுகிறது. தான் உருவாக்கிய கதாபாத்திரத்தைப் பின்தொடர்ந்து செல்வதுவதான் எழுத்தாளனின் பணி. அதன் நடவடிக்கைகளைச் செம்மைப்படுத்துவதல்ல என்பதைப் புரிந்துகொள்ள ஓர் எழுத்தாளனாகத்தான் இருக்கவேண்டும் என்ற அவசியமில்லை.

மாதொருபாகன் பிரதி கொங்கு மண்டலத்தில் இறுக்கமாகக் கடைபிடிக்கப்பட்ட சாதியக் கட்டுமானத்தைத்தான் விமர்சனத்துக்கு உட்படுத்துகிறது. இதனைப் பெருமாள்முருகன் தொடர்ந்து செய்து வருகிறார் என்பது அனைவருக்கும் தெரியும். பெருமாள்முருகனின் இச்செயல்பாட்டை சகித்துக்கொள்ள முடியாதவர்கள், பெண்களின் கற்பு சார்ந்த பிரதியின் ஒருபகுதியை அரசியலாக்குகின்றனர். இதற்கு சாதியையும் கடவுளையும் துணைக்கு அழைத்துக் கொள்கின்றனர். *மாதொருபாகன்* புனைவில் ஆசிரியர் சார்ந்தும் விமர்சனத்தை முன்வைக்க முடியும். அதற்கான வெளியும் நாவலில் உள்ளது. கொங்கு மண்டலப் பகுதியைச் சார்ந்த சமூகத்தின் சாதி சார்ந்த ஆண்களின் பதட்டம் பெருமாள்முருகனுக்கும் இருந்திருக்கிறது. குழந்தைவேண்டி பதினான்காம்நாள் திருவிழாவுக்குச் செல்லும் பொன்னா, தனக்குக் குழந்தைப்பேறு அளிக்கும் சாமியைத் தேடுகிறாள். அவளைப் பின்தொடர்ந்து ஒருவன் வருகிறான். அவனுடைய உருவம், பதினான்கு வயதில் அவள் விரும்பிய சக்தியின் உருவத்தைப் போன்றுள்ளது. பொன்னாவின் பண்ணையத்தில் ஆடு

மேய்த்தவன்தான் இந்தச் சக்தி. அவள் விரும்பிய அவனை இப்போது தவிர்க்க நினைக்கிறாள். காரணம் சாதி. இந்த இரண்டு நிலைப்பாட்டிற்கும் இருக்கும் இடைப்பட்ட காலம் சாதி சார்ந்த புரிதலை அவளுக்கும் உண்டாக்கியிருக்கிறது. ஆனால் சக்தியைப் பொன்னா தவிர்ப்பதற்கு ஆசிரியர் கற்பிக்கும் காரணம் செயற்கையானது. இதுபோன்ற இடங்களையும் நாவலில் அடையாளப்படுத்த முடியும். பலநேரங்களில் ஆசிரியர் புனைவைவிட்டு வெளியேற முடியாமல் தவிக்கும் சூழல் ஏற்படத்தான் செய்கிறது. இது பெருமாள்முருகனுக்கும் நிகழ்ந்திருக்கிறது.

நாவல் எதிர்ப்பாளர்களால் பெண்களின் கற்பு சார்ந்த விடயங்கள் முதன்மைப்படுத்தாமல் இருந்திருந்தால், *மாதொருபாகன்* மேற்கண்டது போன்ற விமர்சனங்களை எதிர்கொள்ள நேர்ந்திருக்கும். நிலவுடைமைச் சமூகத்தில் குழந்தைக்காகப் பெண்களின் உடல்மீது நிகழ்த்தப்படும் வன்முறைகளுள் ஒன்று இப்புனைவு முன்வைக்கும் சடங்கு. இதுபோன்ற ஏராளமான சடங்குகளை வெவ்வேறு நிலம்சார்ந்து உருவாக்கி வைத்திருக்கிறோம் என்பதை மறுக்க முடியாது. அவைகளெல்லாம் தொகுக்கப்படும்போது இச்சடங்கு அதன் வீரியத்தை இழக்கும்.

மேன்மை, ஜூலை 2016

கானகன்: காட்டுயிர்களின் கதை

தென்னிந்தியாவின் மிகப்பழமையான சமூகங்களில் பளியர் சமூகமும் ஒன்று. திண்டுக்கல் மாவட்டம் கீழ்ப்பழனி மலை, மேல்பழனி மலை, ஏலக்காய் மலை, சிறுமலை, கோடைமலை, வருசநாட்டு மலை, பெரியாறு மலை, கேரளாவில் இடுக்கி மாவட்டம் ஆகிய பகுதிகளில் இவர்கள் வாழ்ந்து வருகின்றனர். இவர்களில் காட்டுப்பளியர், புதைப்பளியர் என்று இரு வகையினர் உள்ளனர். வேட்டையாடுவதும் தேன் சேகரிப்பதும் இவர்களின் முக்கிய தொழில்களாகும். 'கோடைகாலத்தில் இயற்கையாக அமைந்துள்ள குகைகளிலும் பாறைகளுக்கிடையேயான இடைவெளிகளிலும் வாழ்க்கை நடத்தும் இவர்கள், மழைக்காலத்தில் தரையில் கழிகளை நட்டு புல்லால் கூரைக் கொட்டகை அமைத்துத் தங்குவர். அதனடியில் வெப்பம் தருவதற்காகவும் காட்டு விலங்குகள் நெருங்காதிருப்பதற்காகவும் நெருப்பு மூட்டி எரித்தபடியிருப்பர்' *(தென்னிந்தியக் குலங்களும் குடிகளும்)* என்று பளியர்கள் குறித்து எட்கர் தர்ஸ்டன் பதிவு செய்துள்ளார். அழுக்கான கந்தல்களையே பளியர்கள் ஆடையாக உடுத்துகின்றனர். சில நேரங்களில் புல்லையும் இலைகளையும்கூட ஆடையாக உடுத்திக் கொள்வதாக தர்ஸ்டன் மேலும் குறிப்பிடுகிறார். நிலையாக ஓரிடத்தில் வீடு கட்டிக்கொண்டு வாழும் பழக்கம் இவர்களிடம்

இல்லை. இவர்களுக்கு வசதியான இடங்களில் தங்களுக்கான குடியிருப்புக்களை அமைத்துக் கொள்வார்கள். தமிழக முதல்வராக எம்.ஜி.ஆர். இருந்தபோது குமுளி செல்லும் பாதையிலுள்ள லோயர் கேம்ப் பகுதிக்கு மேலே 'பளியங்குடி' என்னுமிடத்தில் பளியர்களுக்குத் தொகுப்பு வீடுகள் கட்டிக்கொடுத்திருக்கிறார். ஆனால் பிற வசதிகள் இல்லாததால் இவர்கள் மீண்டும் காடுகளுக்கே சென்று குடியேறி விட்டனர். எனினும் இன்று அரசு செயல்படுத்தி வரும் நலத்திட்டங்கள் சில அவர்களையும் சென்றடைந்துள்ளன. இந்திரா நினைவு குடியிருப்புத் திட்டத்தின்கீழ் சிலருக்கு ஆங்காங்கே தொகுப்பு வீடுகளைக் கட்டிக் கொடுத்துள்ளனர்.

ஆசிய நாடுகளில் வாரத்துக்குச் சராசரியாக இரண்டு புலிகள் வேட்டையாடப்படுவதாக இயற்கை பாதுகாப்பு அமைப்பான சர்வதேச கானுயிர் நிதியம் எச்சரித்துள்ளதாக *இந்து தமிழ்* (02.08.2014) ஒரு செய்தி வெளியிட்டுள்ளது. 2000 முதல் 2014ஆம் ஆண்டு ஏப்ரல் வரையிலான காலகட்டத்தில் 1,590 புலிகளின் உடல்கள் வனக்கடத்தல் கும்பல்களிடமிருந்து கைப்பற்றப் பட்டுள்ளதாக அச்செய்தி மேலும் தெரிவிக்கிறது. கடந்த 1900ஆம் ஆண்டில் உலகில் ஒரு லட்சம் புலிகள் இருந்ததாகவும் ஆனால் இன்று சுமார் 3,200 புலிகள் மட்டுமே இருப்பதாகவும் ஆய்வுகள் தெரிவிக்கின்றன. புலிகள் வேகமாக அழிந்து வருவதைக் கண்ட இந்திய அரசு 1970ஆம் ஆண்டு புலி வேட்டைக்குத் தடை விதித்து சட்டம் இயற்றியது. இந்தியாவில் புலிகளுக்கான முதல் சரணாலயம் உத்தரப்பிரதேச மாநிலம் நைனிடால் மாவட்டத்தில் 1973ஆம் ஆண்டு தொடங்கப்பட்டது.

உலகளவில் கடந்த நூறு ஆண்டுகளில் புலிகளின் எண்ணிக்கையில் 97 சதவீதம் குறைந்துவிட்டது. அடையாளம் காணப்பட்ட எட்டுப் புலி இனங்களில் இரண்டு இனங்கள் தற்போது இல்லை என்பது வேதனையான தகவல். ஓர் ஆண்புலி வசிப்பதற்கு 25 சதுர கிலோமீட்டர் நிலப்பரப்பும் பெண்புலி என்றால் 5 சதுர கிலோமீட்டர் நிலப்பரப்பும் தேவை என்று காட்டுயிர் ஆர்வலர்கள் தெரிவிக்கின்றனர். உலகில் புலிகளின் இயற்கை வாழ்விடங்களில் 93 சதவீதம் அழிக்கப்பட்டு, அது விவசாய நிலங்களாகவும் குடியிருப்புகளாகவும் தொழிற் சாலைகளாகவும் தேயிலைத் தோட்டங்களாகவும் மாற்றப் பட்டுள்ளன.

■■■

காட்டையே நம்பி காட்டின் பிள்ளைகளாக வாழ்ந்துவரும் பளியர்களின் வாழ்க்கையையும் தன் தாயைக்கொன்றவனைப் பழிதீர்க்க அலையும் ஒரு குட்டிப் புலியின் வன்மத்தையும் கருவாகக் கொண்டு லக்ஷ்மி சரவணகுமார் எழுதியிருக்கும் *கானகன்* நாவலைப் புரிந்துகொள்ள மேற்கண்ட தகவல்கள் முக்கியமானவை. காடு குறித்தும் பழங்குடியினர் குறித்தும் தமிழில் ஒருசில படைப்புகளே வெளிவந்துள்ளன. காடு மற்றும் காட்டுயிர்களின் அவசியம் குறித்து இப்போதுதான் பேசத் தொடங்கியிருக்கிறோம். அதேபோன்று தமிழகத்திலும் தமிழகத்தை ஒட்டியுள்ள மலைகளிலும் காடுகளிலும் 36 பழங்குடி இனங்கள் வசித்து வருகின்றன என அரசு அட்டவணைப் படுத்தியுள்ளது. இவர்களின் வாழ்க்கைமுறை, பண்பாடு சார்ந்தும் தமிழில் சிரத்தையான படைப்புகள் ஒருசில மட்டுமே வெளிவந்துள்ளன. ச.பாலமுருகன் எழுதிய *சோளகர் தொட்டி* அந்த வகையில் மிகச்சிறந்த நாவலாகக் கொண்டாடப்பட்டது. சோளகரின் பண்பாட்டையும் வீரப்பன் தேடுதல் வேட்டை யினூடாக அவர்கள் எதிர்கொண்ட மனித உரிமை மீறல்களையும் அந்நாவல் பதிவு செய்தது. *கானகன்* நாவலைப் பொறுத்தவரை இதற்கு நேர் எதிரானது. தன் வாழிடங்களைக் கொஞ்சம் கொஞ்சமாகத் தேயிலைத் தோட்டங்களுக்கும் கஞ்சா தோட்டங் களுக்கும் கேளிக்கை விடுதிகளுக்கும் இழந்துகொண்டிருக்கும் பளியர்களையும் தன் இனத்தையே வேட்டை என்ற பெயரில் இழந்துகொண்டிருக்கும் புலியையும் இந்நாவல் மறைமுகமாகப் பாதுகாக்கக் கோருகிறது. ஏனெனில் 2001ஆம் ஆண்டில் எடுக்கப்பட்ட மக்கள்தொகை கணக்கெடுப்பின்படி 3,052 பளியர்கள் மட்டுமே உள்ளனர். இவர்களோடு ஒப்பிடும்போது புலிகளின் எண்ணிக்கை மிகக் குறைவு. 2010ஆம் ஆண்டின் கணக்கெடுப்பின்படி இந்திய அளவில் 1,700 புலிகள் மட்டுமே உள்ளதாக ஆய்வுகள் தெரிவிக்கின்றன.

நான்கு பகுதிகளாக இந்நாவல் பிரிக்கப்பட்டுள்ளது. தங்கப்பன் என்ற தேர்ந்த வேட்டைக்காரன் அன்சாரி என்பவனோடு சேர்ந்து ஒரு பெண் புலியை வேட்டையாடுகிறான். பெண் புலியை வேட்டையாடியதனூடாகப் புலிக்கும் மனிதர்களுக்குமான யுத்தம் அக்கணத்தில் முளைவிடத் தொடங்குகிறது. தங்கப்பனுக்கு மூன்று மனைவியர். அதில் ஒருவள் செல்லாயி. அவள் பளியர் இனத்தைச் சேர்ந்தவள். சடையன் என்ற பளியனின் மனைவி. சடையனுக்கும் செல்லாயிக்கும் பிறந்தவன் வாசிமலையன். பொதுவாகப் பளியர்கள் விலங்குகளைத் தேவையில்லாமல்

வேட்டையாட மாட்டார்கள். தங்களைக் காத்துக்கொள்வதற்காக மட்டுமே ஒருசில நேரங்களில் வேட்டையாடுகின்றனர். ‘பளியர்களின் வேட்டைமுறை பலவகையானது. அதில் ஒன்று தண்ணீர் வைத்துப் பிடிப்பது. வேட்டைக்குச் செல்லும் பளியர்கள் தலையில் சட்டி நிறைய தண்ணீரைச் சுமந்து செல்வார்கள். கோடைகாலத்தில் தண்ணீரைப் பாறையில் உள்ள பள்ளத்தில் ஊற்றிவிட்டு அருகில் உள்ள புதரில் மறைந்து கொள்வார்கள். தண்ணீரைக் குடிக்கவரும் மான், காட்டுப்பன்றி, மயில் எதுவாயினும் பிடித்துவிடுவார்கள்’ (*தமிழகப் பழங்குடிகள்*) என்று பக்தவத்சல பாரதி பளியர்களின் வேட்டைமுறை குறித்துப் பதிவு செய்துள்ளார். ஆனால் வேட்டையில் பெருவிருப்பம் கொண்ட செல்லாயி, காட்டையும் காட்டுயிர்களையும் விரும்பும் சடையனை விட்டுத் தங்கப்பனோடு சேர்ந்து விடுகிறாள். வாசி தங்கப்பனைத் தந்தையாக ஏற்றுக்கொள்ள முடியாமல் தவிக்கிறான். ஆனால் தங்கப்பனின் பிற மனைவிகளான மாரி மற்றும் சகாயராணியின் அன்புக்குக் கட்டுப்பட்டுப் பளியக்குடியை விட்டு இவர்களோடு வந்து தங்குகிறான்.

சடையன் காட்டுக்கும் காட்டுயிர்களுக்கும் வரக்கூடிய பேரழிவினை அவ்வப்போது தன்னுடைய செய்கைகளினூடாக உணர்த்திக்கொண்டிருக்கிறான். அவனை அனைவரும் மனநிலை பிறழ்ந்தவனாகச் சிலர் பார்க்கின்றனர். காட்டின்மொழி தெரிந்தவன் சடையன். அவனுடைய குரலுக்கும் பார்வைக்கும் தாமாகவே விலங்குகள் கட்டுப்படும். அவன் பளிச்சியால் ஆசீர்வதிக்கப் பட்டவன் என்று பளியர்கள் நம்புகின்றனர். பெண்புலி கொல்லப்படுவது துர்சகுனமாகப் பார்க்கின்றனர் பளியர்கள். பளிச்சியாத்தாளின் கோபத்திற்குத் தாங்கள் உள்ளாகியிருப்பதாகக் கருதுகிறார் பளியர்களின் தலைவனாக விளக்கும் பூசணி பாட்டா. அவர்கள் கண்காணிப்பில் இருந்த காடு பெரு முதலாளிகளின் கட்டுப்பாட்டில் வருகிறது. காட்டைக் குடைந்து விவசாய நிலமாக்குகின்றர்; மரங்களை வெட்டி கேரளாவுக்குக் கடத்துகின்றனர்; மலையைச் சமன்படுத்தி கஞ்சா தோட்டம் அமைக்கின்றனர். வேறு வழியில்லாமல் பளியர்கள் கஞ்சா தோட்டத்திற்கு வேலைக்குச் செல்கின்றனர். தங்கப்பனுக்குக் கஞ்சா தோட்ட முதலாளிகளோடு பழக்கம் ஏற்படுகிறது. தோட்டத்தை அழிக்க வரும் யானைகளை வேட்டையாட தங்கப்பனின் உதவியை முதலாளிகள் நாடுகின்றனர். மிகப்பெரிய வேட்டையை நடத்துகிறான் தங்கப்பன். இந்த வேட்டையைத் தடுத்து நிறுத்த வாசி முயற்சிக்கிறான். இரண்டு பெரிய யானைகள்

இந்த வேட்டையில் கொல்லப்படுகின்றன. இதன் காரணமாக வாசிக்கும் தங்கப்பனுக்கும் ஏற்கெனவே இருந்த பகை அதிகரிக்கிறது. இருவருமே ஒருவரை ஒருவர் பழிவாங்க நினைக்கின்றனர்.

வாசி காட்டை நேசிக்கும் மிகச்சிறந்த பளியனாகப் பார்க்கப் படுகிறான். இதற்கிடையில் யானையை வேட்டையாடியதாகக் கூறி, கஞ்சா தோட்ட முதலாளிகளிடம் பணம் பெற்றுக்கொண்டு பளியர்களைக் கைது செய்ய காவல்துறை முயற்சிக்கிறது. முதலாளிகளோடு சேர்ந்துகொண்டு அரசு அதிகாரிகளும் பளியர்களைக் காட்டை விட்டு விரட்ட முயற்சிக்கின்றனர். கம்யூனிஸ்ட் கட்சியினர் பளியர்களுக்காகப் போராடுகின்றனர். இறுதியில் தங்கப்பன் கைது செய்யப்படுகிறான். இரண்டுமாத சிறைக்குப் பிறகு தங்கப்பனின் நடத்தையில் மாற்றம் ஏற்படுகிறது. வேட்டையை வெறுக்கிறான். துப்பாக்கியை வாசியிடம் கொடுத்துவிடுகிறான். வாசி குயிலம்மாள் என்ற பெண்ணோடு சேர்ந்து பளியக்குடியிலேயே வாழ்கிறான். சடையன் காட்டு யானையைக் கட்டுப்படுத்தி கஞ்சா தோட்டங்களை அழிக்கிறான். தாயைக் கொன்றவனைப் பழிவாங்க புலி தொடர்ந்து முயற்சி செய்கிறது. புலியின் வலியைப் புரிந்துகொண்ட வாசி, தங்கப்பனைப் புலிவேட்டைக்கு அழைத்துச் செல்கிறான். புலி தங்கப்பனை வேட்டையாட வாசி உதவி செய்கிறான். புலியின் கோபம் தணிகிறது. காட்டை நேசிக்கும் பளியனாக வாசி தன் குடிக்குத் திரும்புகிறான்.

களஆய்வு செய்து எழுதப்பட்ட இந்நாவல் நேரடியாக எந்த அறத்தையும் போதிக்கவில்லை. மறைமுகமாகப் பல உண்மைகளைக் கூறிச்செல்கிறது. 1970ஆம் ஆண்டு முதல் புலிவேட்டைக்குத் தடை விதித்துள்ளது இந்திய அரசு. கானகன் நாவலில் எம்.ஜி.ஆர். அமெரிக்காவிலிருந்து சிகிச்சை பெற்றுத் திரும்பும் நிகழ்வு சுட்டப்படுவதால் கதை 1980களுக்குப் பிறகு நடப்பதாகக் கூறலாம். வேட்டைக்குத் தடை விதித்தும் அரசு அதிகாரிகளின் ஒப்புதலோடு காட்டுயிர்களின் வேட்டை தொடர்ந்து நடைபெறுகிறது. அரசின் சட்டம் எந்த அளவிலும் நடைமுறைப் படுத்தப்படவில்லை. அரசு அதிகாரிகளும் அந்தச் சட்டத்தைப் பின்தொடரவில்லை. மலைகளை ஆக்கிரமித்து கஞ்சா தோட்டங்களைப் பயிரிட்டு வரும் முதலாளிகளுக்கு ஆதரவாக அதிகாரிகளே தங்கப்பனைக் காட்டுயிர்களை வேட்டையாட அழைக்கின்றனர். தங்கப்பன் மறுத்தும் அவனைக் கட்டாயப்

படுத்துகின்றனர். அரசாங்கத்திற்குக் கணக்குக்காட்ட பளியர்களைக் கைது செய்வதை வழக்கமாகக் கொள்கின்றனர். ஜமீன்தார்கள் தங்களுடைய செல்வாக்கைப் பயன்படுத்தி வீரத்தைக் காட்டவும் மகிழ்ச்சியாகப் பொழுதைக் கழிக்கவும் வேட்டையாட குடும்பத்தோடு காட்டிற்கு வருகின்றனர். காட்டின் எந்த அறத்தைப் பற்றியும் கவலையில்லாமல் வேட்டையாடி மகிழ்கின்றனர். இதனையும் வனத்துறை அதிகாரிகள் அனுமதிக்கின்றனர். காட்டை நேசிக்கும் காட்டாளர்களான பளியர்களை விரட்டிவிட்டுக் காட்டையும் மலையையும் முழுமையாக ஆக்கிரமிக்க அரசாங்கத்தின் எந்திரங்கள் பலவழிகளில் தொடர்ந்து முயன்று கொண்டிருப்பதை நாவல் வெளிச்சமாக்குகிறது.

கஞ்சா தோட்டத்தின் வருகை ஒட்டுமொத்த பளியர்களின் வாழ்க்கையையும் சிதைக்கிறது. ஆடைக்கு முக்கியத்துவம் கொடுக்காத பளியர்கள் சேலை கட்டுகின்றனர். காட்டின் நிசப்தத்தைக் கெடுக்கும் ரேடியோ அறிமுகமாகிறது; டிராக்டர் காட்டுக்குள் வருகிறது. சேலை கட்டும் பெண்கள், பிறரைவிட நாகரிகத்தில் முன்னேறியவர்கள் என்று பெருமிதம் கொள்கின்றனர். இத்தகைய நடவடிக்கைகளெல்லாம் பளியர் சமூகத்தின் வீழ்ச்சி என்றே அக்குடியின் பெரியவர் பூசணி பாட்டா கருதுகிறார். பளியர்கள் சாதி ரீதியாக தாழ்த்தப்பட்டவர்கள் என்ற கருத்து அனைவரிடமும் மேலோங்கி காணப்படுகிறது. காவல்துறை அதிகாரிகள், வனத்துறை அதிகாரிகள், காட்டிலிருக்கும் மூலிகைகளைக் கொள்ளையடிக்க வரும் தொண்டு நிறுவனங்கள் வரை இதே மனநிலையிலேயே இருக்கின்றனர். பளியர்கள் எதிர்த்துப் பேசும்போது தாங்கள் அவமானப்படுத்தப்பட்டதாக உணர்கின்றனர். அவர்களைப் பழிவாங்கவேண்டும் என்று வன்மம் கொள்கின்றனர். வழக்கமாக பழங்குடியினர் அரசு எந்திரங்களால் அடிவாங்கியே பழக்கப்பட்டவர்கள். அதாவது பழங்குடியினர் எதிர்க்கத் திராணியற்றவர்கள் என்ற கருத்து பொதுப்புத்தியில் படிந்துபோயுள்ளது. தங்களைக் கைது செய்யவரும் அதிகாரிகளைப் பிடித்து பளியர் மரத்தில் கட்டி வைக்கின்றனர்; காலில் விழுந்து மன்னிப்புக் கேட்க வைக்கின்றனர். ஆதிக்கச் சாதியினராலும் அரசு எந்திரங்களாலும் பழங்குடியினர் தொடர்ந்து பாதிக்கப்படும் இச்சூழ்நிலையில் இத்தகைய எழுச்சி முக்கியமானது; தன்னம்பிக்கையைத் தரக்கூடியது.

பளியர் சமூகம் குறித்த சில புரிதல்களையும் இந்நாவல் முன்வைக்கிறது. தன் தேவைக்கு அதிகமாகக் காட்டிலிருந்து

எந்தப் பொருளையும் எடுத்துக்கொள்ள பளியர்கள் விரும்புவதில்லை. வெட்டப்படும் ஒவ்வொரு மரத்திலிருந்தும் பளிச்சியாத்தாளின் குருதியும் முலைப்பாலும் வழிவதாகக் கருதுகின்றனர். பளியர்கள் விலங்குகளின்மீது தேவையில்லாமல் ஆயுதங்களைப் பயன்படுத்துவதில்லை. 'காட்டு விலங்கான சிறுத்தையின் பிடியிலிருந்து தப்பிப் பாதுகாப்பாகத் தங்கியிருக்க விரும்பும் இடத்தின் நான்கு மூலைகளிலும் நான்கு நரிகளின் வால்களைப் புதைத்து வைப்பர். இதனை அவர்கள் போதுமான பாதுகாப்பாகக் கருதுகின்றனர். இவ்வாறு எல்லை வகுக்கப்பட்ட இடத்தில் சிறுத்தைகள் நுழைந்தாலும் அவற்றின் வாய் கட்டப்பட்டு விட்டதால் அவை பளியன்களுக்கு எத்தகைய தீங்கும் இழைக்கா என இவர்கள் நம்புகின்றனர்' என தர்ஸ்டன் குறிப்பிடுகிறார். காட்டில் ஆடு, மாடு மேய்ப்பவர்கள் இத்தகைய மந்திரத்தைச் செய்யும்படி பளியர்களிடம் கேட்பதாகப் பக்தவத்சல பாரதியும் குறிப்பிட்டுள்ளார். இதிலிருந்து பளியர்கள் காட்டுயிர்களைக் கொல்வதற்கு முக்கியத்துவம் கொடுக்கவில்லை என்பது தெரியவருகிறது. 'பளியனுக்குக் காடுதான் பாதுகாப்பு. அதைத்தாண்டி இன்னொரு ஆயுதம் தேவை இல்லை' என்று கருதுகின்றனர். ஆனால் பிற சமூகத்தினர் காட்டில் வேட்டை யாடுவதற்கு முன்பு பளியர்களைக் கொண்டு பூசை செய்கின்றனர். பளிச்சியாத்தாளின் கோபத்தைத் தணிக்க இந்தப் பூசையை அவர்கள் செய்கின்றனர். பளியர்கள் வேட்டைச் சமூகத்தில் பிறந்திருந்தாலும் மாட்டிறைச்சியை உண்ணுவதில்லை. இது இந்நாவலிலும் வெளிப்படுகிறது. 'புலையன்களைப் போல நாகரிகத்தில் இவர்கள் முன்னேற்றம் பெறாதவர்களாயினும் மாட்டிறைச்சியை உண்ணும் பழக்கம் இல்லாத காரணத்தால் இவர்கள் தீட்டு உண்டாக்கும் சாதியராகக் கருதப்படுவதில்லை' (மேலது) என்ற விவாதத்திற்குரிய கருத்தை தர்ஸ்டன் பதிந்திருக்கிறார். மாடு இறந்துபோயிருக்கும் இடத்தைக்கூட இவர்கள் தீட்டாகக் கருதுகிறார்கள். மாட்டிறைச்சி உண்ணுவது தொடர்பாகப் பளியர்களிடம் கேட்டபோது கோபப்பட்டதாகவும் தர்ஸ்டன் குறிப்பிடுகிறார்.

பளியக்குடி பெண்கள் பிற சமூகத்தினரைத் திருமணம் செய்துகொள்வதில்லை. தனக்கு விருப்பமான ஆணோடு சேர்ந்து குடும்பம் நடத்தலாம்; விரும்பும்போது திருமணம் செய்துகொள்ளலாம். குழந்தையைப் பிரசவிக்கும் பளிச்சி அவளாகவேதான் பிரசவம் பார்த்துக்கொள்ள வேண்டும்; தொப்புள் கொடியை அறுத்து குழந்தையைக் காட்டிற்குத்தான் காட்ட

வேண்டும்; நட்சத்திரங்கள்தாம் குழந்தைகளாகப் பிறக்கிறதென்ற நம்பிக்கை போன்றவை பளியர்களுக்குண்டு. விடியற் காலையிலேயே குழந்தைகளைப் பெற்றுக்கொள்ள விரும்புகின்றனர். பளியர் குடியில் பிறக்கும் ஒவ்வொரு பெண்ணையும் அவர்கள் பளிச்சியாத்தாளின் வடிவமாகப் பார்க்கின்றனர். இதுதவிர, 'குழந்தைகளைப் பெற்றவுடன் பெண்கள் தங்கள் குழந்தைகளை வெதுவெதுப்பான சாம்பலில் படுக்க வைப்பர் எனக் கூறப்படுகிறது. இது வெப்பம் தரும் உடைகளுக்கும் படுக்கைக்கும் பதிலான ஏற்பாடாகும்' (மேலது) என்று தர்ஸ்டனும் இவர்களின் குழந்தைப் பிறப்பு குறித்த சடங்கைப் பதிவு செய்துள்ளார்.

இந்நாவலில் வரும் செல்லாத்தா மட்டும் பளியர்களில் வேறுபட்டவளாகக் காட்டப்படுகிறாள். தாய்வழிச்சமூகத்தின் எச்சமாக இக்கதாபாத்திரத்தின் நடவடிக்கைகள் அமைந்திருக் கின்றன. விலங்குகளை வேட்டையாடுவதில் தீராத ஆர்வம் கொண்டவளாக இருக்கிறாள். தன் கணவனான சடையனையும் வேட்டைக்காரனாக மாற்ற முயற்சிக்கிறாள். அது முடியாதபோது பளியர் இனமல்லாத தங்கப்பனோடு சேர்ந்துகொள்கிறாள். அவ்வப்போது சடையனையும் கணவனாக அரவணைத்துக் கொள்கிறாள். 'பாஞ்சாலி அஞ்சு பேருக்கு பொண்டாட்டியா இருந்திருக்கா, நான் ரெண்டு பேருக்கு இருக்கக் கூடாதா என்ன?' என்று தன் நடத்தைக்கு நியாயம் கற்பிக்கிறாள். தங்கப்பன் மூலமாகப் பிறந்த குழந்தையிடம், 'உனக்கு ரெண்டு அப்பனுங்கடி செல்லக்குட்டி' என்று மகிழ்ச்சி கொள்கிறாள். செல்லாயி என்ற இக்கதாபாத்திரம் விவாதிப்பதற்கான ஒரு வெளியை நாவலில் உருவாக்கியுள்ளது.

காடு குறித்தும் காட்டுயிர்கள் குறித்தும் இந்நாவல் பதிவு செய்துள்ள தகவல்கள் கூடுதல் கவனம் செலுத்தக் கூடியவை. புலியைக் கொன்ற தங்கப்பன் அதன் கண்களைப் பார்க்கிறான். இறப்பிற்கு முந்தைய கணத்தில் அவர்கள் இருவரிடமும் எந்தக் கருணையையும் எதிர்பார்த்துக் கிடக்காத புலியின் கண்களில் கம்பீரமாகச் சாகக் காத்திருக்கும் தவிப்பு தெரிகிறது. வேறொரு இடத்தில் யானையை வேட்டையாடும்போது, இந்த உலகத்திலிருந்து தனக்கான விடுதலையை வேண்டி நிற்கும் அதன் கண்களில் இன்னும் சிலகாலம் உயிர்வாழ ஆசைப்பட்டு முடியாமல்போன நிராசைகள் கண்ணீராகக் கசிந்து கொண்டிருப்பதைக் காண்கிறான். தாயை இழந்த புலியின்

கண்களில் ஏதோ ஒன்றை இழந்ததற்குப் பழிவாங்கத் துடிக்கும் வன்மம் பெருகியோடியதை வாசி காண்கிறான். இதுபோன்ற காட்டுயிர்கள் குறித்த நுட்பமான அவதானிப்புகள் நாவல் முழுக்க வெளிப்படுகின்றன. மேலும் காடு பலவகையில் சுரண்டப்படுவதையும் இந்நாவல் உறுதிப்படுத்துகிறது. மலைகளைச் சமன்படுத்தி தேயிலைத் தோட்டங்களையும் கஞ்சா தோட்டங்களையும் வைக்கின்றனர். யானை வரும் வழிகளை அடைத்து அந்தத் தோட்டங்களில் வேலை செய்யும் ஆட்களுக்கு குடியிருப்புக்களை உண்டாக்குகின்றனர். காட்டுயிர்கள் நீரருந்தும் சுனைகளை ஆக்கிரமித்துத் தோட்டங்களுக்குப் பாய்ச்சுகின்றனர். புல்வெளியைத் தேடிவரும் விலங்குகளை விரட்ட வெடி வைக்கின்றனர். விலங்குகள் வரும் வழிகளில் பள்ளம் தோண்டுகின்றனர். காட்டிலுள்ள சந்தனம், வேங்கை உள்ளிட்ட மதிப்புமிக்க மரங்களை வெட்டிக் கடத்துகின்றனர். இதுபோன்ற தொடர் நிகழ்வுகளால் காடு தன்னியல்பிழந்து காணப்படுகிறது. மனிதர்களின் பேராசை காட்டைச் சூன்யமாக்குகிறது.

இந்நாவலில் வெளிப்படும் கட்டற்ற பாலுறவுகள் குறித்த விவரணைகள் நாவலை அதன் மையத்திலிருந்து சிதைத்து விடுகிறது. காட்டின்மீதும் காட்டுயிர்களின்மீதும் குவியவேண்டிய வாசக கவனத்தை, வலிந்து திணிக்கப்பட்ட பாலுறவு நிகழ்வுகள் மடைமாற்றம் செய்துவிடுகிறது. இந்தத் திணிப்பு நாவலுக்கு எந்தவிதத்திலும் கூடுதல் கவனத்தைச் சேர்க்கவில்லை என்பதையும் இங்கு குறிப்பிடவேண்டும். அடுத்ததாக பல்வேறு உள்முரண்களைக் கொண்ட பாத்திரமாகத் தங்கப்பன் விளங்குகிறான். தங்கப்பனிடம் புலியை வேட்டையாட வேண்டும் என்று செல்லாயி கேட்கிறாள். அதற்குத் தங்கப்பன், 'புலி இல்லைன்னா என்னாகும்னு தெரியுமா? மான், ஆடு, மாடு எல்லாம் பெருத்துப் போயி காட்டுல பச்சையே இல்லாமப் போகும். புலி, சிங்கம், சிறுத்தை, யானை எல்லாம் இருந்தாத்தான் நல்ல காடு. இது எதும் இல்லாத காடு வெறும் தோப்பு' என்கிறான். இந்த உரையாடல் தங்கப்பனின் குணநலன்களோடு முரண்பட்டு நிற்கிறது. ஆனாலும் இதுதான் இந்நாவலின் மூலம் வெளிப்படும் எச்சரிக்கை. வேகமாக அழிந்து வரும் காடுகள் குறித்தும் காட்டுயிர்கள் குறித்தும் ஒரு விழிப்புணர்வை அனைவரிடமும் கொண்டுபோய்ச் சேர்க்கவேண்டிய தேவை இப்போது தீவிரமடைந்துள்ளது. தவிர, காடுகளில் வாழ்ந்துவரும் பழங்குடியினரைத் தவிர வேறு எவராலும் காட்டைக் காப்பாற்ற முடியாது என்ற தகவலையும் இந்நாவல் நம்மிடம் பகிர்ந்து

கொள்கிறது. காட்டைக் காப்பாற்றுவதோடு காட்டாளன்களாகக் காடுகளில் வசித்துவரும் பழங்குடியினரையும் காக்கவேண்டிய பொறுப்பு ஒவ்வொருவருக்கும் உண்டு. கம்யூனிஸ்டுகள் மட்டும்தான் இந்த வேலையைச் செய்யவேண்டும் என்ற எந்த நிர்பந்தமும் இல்லை.

அடவி, டிச. 2016

சென்னைக்கு மிக அருகில்: ஆடைகளை இழக்கும் எழுத்து

விநாயகமுருகன் எழுதியிருக்கும் இரண்டாவது நாவல் *சென்னைக்கு மிக அருகில்*. மென்பொருள் நிறுவனமொன்றில் பணியாற்றி வருகிறார். பொதுவாக இவரைப்போன்று மென்பொருள் நிறுவனங்களில் பணியாற்றும் ஒருசிலருக்கு அவ்வப்போது கிளர்ந்தெழும் சமூக அக்கறை நாவல் எழுதவும் தூண்டும். முதல் நாவலுக்குக் கிடைத்த வரவேற்பு இவரை இரண்டாவது நாவல்வரை அழைத்து வந்திருக்கிறது. அடுத்தடுத்த வருடங்களில் இரண்டு நாவல்களை எழுதிவிட்டார். இனி விநாயக முருகன் அமைதி அடைய வாய்ப்பில்லை என்றே தோன்றுகிறது. தான் சொல்லும் கருத்துக்களைப் பிறர் கேட்க ஆரம்பித்துவிட்டார்கள் என்று இவர் நம்ப ஆரம்பித்துவிட்டார். அதனால் இவர் மூலமாக மேலும் பல நாவல்கள் தமிழ்ச்சூழலுக்குக் கிடைக்கும். முகநூல் பக்கங்களில் மட்டும் வானத்துக்கீழ் உள்ள அனைத்தையும் பற்றிக் கருத்துச் சொல்லிவந்த ஒரு தலைமுறை தற்போது படைப் பிலக்கியத்தில் ஆர்வம் காட்டுவது ஆரோக்கியமான நிகழ்வுதான் என்பதை மறுப்பதற்கில்லை. அந்த வகையில் கருத்து, கவிதை, சிறுகதை என நகர்ந்து நெடுங்கதையில் தற்போது கவனம் செலுத்தி வருகிறார். *சென்னைக்கு மிக அருகில்* நாவல்

2014ஆம் ஆண்டிற்கான சுஜாதா விருதைப் பெற்றிருக்கிறது என்பது கூடுதல் தகவல்.

விநாயக முருகன் இந்நாவலின் மூலம் ஓர் புதிய இலக்கியப் பாதையைத் திறந்து விட்டிருக்கிறார். எழுதுவதின்மீது ஆர்வம் கொண்ட இளைஞர்கள் தொடர்ந்து ஒரு வாரம் அவரவர்களின் கேபில் இணைப்பில் வரும் தொலைக்காட்சிகளில் ஒளிபரப்பாகும் நிகழ்ச்சிகளை அவதானித்து அதன்மீது தங்களுடைய கருத்துக்களைப் பதிவு செய்வதன்மூலமாக ஒரு நாவலை எழுதிவிட முடியும் என்பதற்கு வழிகாட்டியாக இருக்கிறார். பகலில் ஒளிபரப்பப்படும் நிகழ்ச்சிகளுக்கு நீங்கள் கொடுக்கும் முக்கியத்துவத்தில் இரண்டு மடங்கு முக்கியத்துவம் இரவில் ஒளிபரப்பப்படும் நிகழ்ச்சிகளுக்குக் கொடுக்க வேண்டும் என்பதைக் கவனத்தில் கொள்ளவேண்டும்; சரோஜாதேவி வகையிலான மஞ்சள் இதழ்களைப் படித்திருந்தால், பெண்களின் அங்கங்களை மிக நுட்பமாக வர்ணிப்பதற்கு உங்களுக்கு உதவக்கூடும். விநாயக முருகனுக்குக் கிடைத்த எடிட்டரைப் போல் உங்களுக்கும் கிடைத்தால் இன்னும் கூடுதல் சிறப்பு.

சித்திரை என்கிற பெரியவர்தான் இந்நாவலின் முதன்மைக் கதாபாத்திரம். சென்னைக்கு மிக அருகில் உள்ளதாகக் கற்பிதம் செய்யப்பட்டிருக்கும் மணிமங்கலம் என்கிற கிராமம்தான் அவருடைய சொந்த ஊர். அந்தக் கிராமத்தைச் சுற்றிதான் கதை நகர்கிறது. அக்கிராமத்தில் வசித்துவரும் நில உரிமையாளர்கள் ஒவ்வொருவராகத் தங்கள் நிலங்களை ரியல் எஸ்டேட்காரர்களுக்கு விற்றுவிட்டு சென்னையில் தங்கள் குடியிருப்புக்களை அமைத்துக் கொள்கிறார்கள். தங்கள் பிள்ளைகளைப் பெரிய பெரிய பள்ளிகளில் பல லகரங்கள் கொடுத்துப் படிக்க வைக்கிறார்கள். சித்திரை மட்டும் தன்னுடைய இரண்டு ஏக்கர் நிலத்தை விற்க மனம் ஒப்பாமல் சிறிய அளவில் கீரை விதைத்து விவசாயம் செய்து வருகிறார். தன் உடல் மற்றும் மனம் முழுக்க சொந்த மண்ணைப் பூசிக்கொண்டு வாழ்ந்து வருபவரை இந்தச் சமூகம் எப்படியெல்லாம் நெருக்கி, அவரை அந்த மண்ணைவிட்டு வெளியேற்ற முயற்சி செய்கிறது என்பதுதான் விநாயக முருகன் எழுத நினைத்த நாவல் என்பதை அவரது முன்னுரையிலிருந்து புரிந்துகொள்ள முடிகிறது.

சென்னைக்கு மிக அருகில் என்ற நாவலின் தலைப்பே நாவலின் உள்ளடக்கத்தைச் சொல்லிவிடுகிறது. சென்னையை ஒட்டியுள்ள கிராமங்கள் கொஞ்சம் கொஞ்சமாக தங்களுடைய

அடையாளத்தை இழந்து நகரங்களாக மாறி வருகின்றன. இதற்கு இச்சமூகம் வளர்ச்சி என்று பெயர்வைத்து பெருமை அடைகிறது. கிராமத்தில் இருக்கும் டீக்கடையில்கூட தண்ணீர் அடைத்து வைக்கப்பட்ட பாக்கெட்டை காசுக்கு விற்கிறார்கள்; அடர்த்தியான மரங்கள் இருந்த இடங்களில் எல்லாம் தற்போது அடுக்குமாடி குடியிருப்புகளும் வண்ண வண்ண ரியல் எஸ்டேட் விளம்பரக் கொடிகளும் ஆக்கிரமித்துக் கொண்டிருக்கின்றன; ஏரிகளைத் தூர்த்து பொறியியல் கல்லூரிகளைக் கட்டி வியாபாரம் செய்கிறார்கள்; அடுத்த தலைமுறையைச் சார்ந்த ஆண்கள் விவசாயத்திற்கு முக்கியத்துவம் கொடுக்காமல் மென்பொருள் நிறுவனங்களில் மூன்றாம்தர பணியாளர்களாக வேலைக்குச் செல்கிறார்கள்; பெண்கள் தொலைக்காட்சிக்கும் அலை பேசிக்கும் முக்கியத்துவம் கொடுத்து அதிலேயே மூழ்கிக் கிடக்கிறார்கள் என்ற விமர்சனங்களோடு மண்ணுக்கு முக்கியத்துவம் கொடுத்து ஆரம்பிக்கப்பட்ட நாவலை இறுதியில் இரண்டு பெண்கள் ஆக்கிரமித்துக் கொள்கிறார்கள் என்பதுதான் நாவல்மீது வைக்கும் விமர்சனம். தன்னுடைய மண்ணுக்காகப் பலவித அவமானங்களையும் தாங்கிக்கொண்ட சித்திரை, ''கடைசியில் நீகூட என்னை ஏமாத்திட்டில்லை?'' என்று அந்தப் பனைமரத்தைப் பார்த்துக் கேட்டார் என்று நாவல் முடிகிறது. இந்தக் கேள்வி விநாயக முருகனைப் பார்த்துக் கேட்கப்பட்ட கேள்வியாகவே தோன்றுகிறது. கூடுவாஞ்சேரி சார்பதிவாளர் அலுவலகத்தில் என்னைப் பற்றி எழுதுவதாக என்னிடம் கதை கேட்டுவிட்டு, இறுதியில் நீயும் அந்த காவ்யாஸ்ரீயின் உடலைத்தானே பக்கம்பக்கமாக எழுதினாய் என்று கேட்பதாகப் புரிந்துகொள்வதில் தவறேதுமில்லை. நாவலின் முதல்பகுதி முழுக்க காவ்யாஸ்ரீயின் உடலுக்குத்தான் முக்கியத்துவம் கொடுக்கப்படுகிறது. இரண்டாம் பகுதியில் அந்த இடத்தைப் பரிமளா எடுத்துக்கொள்கிறாள். 'வெளிச்சம்' என்ற தொலைக்காட்சி நிகழ்ச்சியில் பங்கேற்றதற்காகக் கொடுக்கப்பட்ட ஐந்து லட்ச ரூபாயை வாங்கிக்கொண்டு தன் கணவனோடு பரிமளா ஊரைவிட்டு வெளியேறுகிறாள். அதன்பிறகுதான் சித்திரை என்ற கதாபாத்திரம் முக்கியத்துவம் பெறுகிறது என்பது என்னுடைய அவதானிப்பு. இறுதி நூறு பக்கம்தான் நாவல் என்பதில்கூட நான் நாவலாசிரியர் சார்பாகப் பேசுகிறேன் என்றுகூட சிலர் நினைக்கக்கூடும்.

சென்னையைச் சுற்றி ஏறக்குறைய நூறு கிலோமீட்டர் வரையுள்ள விவசாய நிலங்கள் தற்போது வீட்டுமனைகளாக

மாற்றப்பட்டுள்ளன. விவசாயத்திற்குத் தேவையான நீர் ஆதாரங்கள் முதலில் அழிக்கப்படுகின்றன. நிலம் தரிசாக்கப்படுகிறது. ராசுக்குட்டி போன்ற நாவன்மை மிகுந்த நிலத்தரகர்களால் தந்திரத்தோடு அந்நிலம் விவசாயிகளிடமிருந்து அபகரிக்கப்படுகிறது. கிராம நிர்வாக அதிகாரிகள் முதல் அரசியல்வாதிகள் வரை இதற்குப் பின்புலமாக இருந்து செயல்படுகிறார்கள். இறுதியில் ஊடகங்களின் உதவியோடு அம்மனைகள் விற்பனை செய்யப்படுகின்றன. விவசாயிகளுக்கு எதிராகப் பின்னப்படும் சிலந்திவலையின் தொடக்கத்தைக் கண்டறிவதென்பது கடினமான ஒன்றாக இருக்கிறது. நேர்த்தியாக ஆரம்பிக்கப்பட்ட நாவல் சமூக ஒழுங்கின்மைக்கு எதிராக எழும் அறச்சீற்றத்தின் காரணமாக உருவாகும் பல கிளைக்கதைகளால் தன் இலக்கை அடைய முடியாமல் வலுவிழந்து போகிறது.

அதிக கட்டணம் வசூலிக்கும் பள்ளிகள்; தொலைக்காட்சி தொடர்களில் மூழ்கிக் கிடக்கும் பெண்கள்; டாஸ்மாக் கடைகளில் மயங்கிக் கிடக்கும் ஆண்கள்; நித்தியானந்தா-ரஞ்சிதா பாலியல் வீடியோவின் பின்புல அரசியல்; டிஆர்பியின் தரத்தைத் தக்கவைத்துக்கொள்ள எந்தவித உறுத்தலும் இல்லாமல் மலினமான அந்தரங்க நிகழ்ச்சிகளை ஒளிபரப்பும் தொலைக்காட்சிகள்; சென்னைக்கு மிக அருகில் என்று கூறி செங்கல்பட்டில் நிலத்தைக் காட்டும் ரியல் எஸ்டேட் விளம்பரங்கள்; பணத்திற்காகத் தங்களது உடலை மூலதனமாகப் பயன்படுத்திக் கொள்ளும் நடிகைகள்; ஆழ்துளை கிணற்றில் விழுந்த குழந்தையின் மரணத்தை எந்தவிதக் குற்ற உணர்ச்சியும் இல்லாமல் பரபரப்பாக்கும் செய்தியாளர்கள்; காதல் திருமணங்களால் பற்றி எரியும் சாதிய அரசியல்; பள்ளிப் பேருந்தின் ஓட்டை வழியாகக் கீழே விழுந்த மேற்குத் தாம்பரப் பள்ளி மாணவியின் அகால மரணம் என விநாயக முருகன் கடந்த வருடங்களில் ஊடகங்களில் பரபரப்பாகப் பேசப்பட்ட அனைத்தையும் தம்முடைய நாவலுக்குள் கொண்டுவந்து தம்முடைய கருத்தைப் பதிவு செய்கிறார். கருத்துச் சொல்வதற்கும் எல்லாவற்றையும் எள்ளல் செய்வதற்கும் ஏற்ற வடிவம் நாவல் அல்ல என்பது தி.ஜானகிராமனைப் படித்த விநாய முருகனுக்குக் கண்டிப்பாகத் தெரிந்திருக்கும். 'ஏன் மனிதர்கள் அடுத்தவர்களின் வக்கிரங்களையும் அந்தரங்கங்களையும், மரணத்தையும் பார்க்க இப்படி அரிப்பெடுத்து அலைகிறார்கள்' என்று விநாயக முருகனின் ஒரு கதாபாத்திரம் நினைத்துப் பார்க்கிறது. இதே கேள்வி எனக்கும் உண்டு. ஏன் விநாயக முருகன் அடுத்தவர்களின் அந்தரங்கங்களை எழுதும்போது மட்டும் அந்தக் கதாபாத்திரமாக மாறி அதிக

ஆர்வம் காட்டுகிறார். நித்தியானந்தா-ரஞ்சிதா, நடிகை லட்சுமி, நடிகையும் இயக்குநருமான லட்சுமி ராமகிருஷ்ணன் போன்றோர்கள் குறித்து நேரிடையான தாக்குதல் இந்நாவலில் நிகழ்த்தப்பட்டுள்ளது. 'யானை லத்தியா இருந்தாகூட நாலு தரம் டிவியில கூவிக் கூவி வித்தா அவங்களுக்கே ஒருவித ஆர்வம் வந்துடும்' என்ற வடிவேலு பாணியிலான விமர்சனத்தையும் பொதுமக்கள்மீது வைக்கிறார்.

பெண்களின் உடலை இந்த அளவுக்கு மோசமாகக் கொச்சைப்படுத்தி நாவலேதும் வந்ததாகத் தெரியவில்லை. கேலக்ஸி தொலைக்காட்சியின் உரிமையாளர் காசிநாதன்; மருதம் பில்டர்ஸின் நிறுவனர் மாணிக்கவேலு; கேலக்ஸி தொலைக்காட்சியின் கேமராமேன் வின்சென்ட்; மகாமுத்ரா யோகராஜ் சாமியார் எனப் பலர் காவ்யாஸ்ரீயின் உடல்மீது உரிமை கொண்டாடுகிறார்கள். நாவலில் வரும் சித்திரை வெயிலுக்கான குறியீடாக மதிப்பிட்டால், காவ்யாஸ்ரீயின் உடல்தான் நிலத்திற்கான குறியீடு என்று மதிப்பிடுவதில் எந்த உள்நோக்கமும் இல்லை. மனம் பிறழ்ந்த தன்னுடைய கணவனைக் காப்பாற்ற விபச்சாரம் செய்கிறாள் பரிமளா. இது தெரிந்தும் சித்திரையின் பேரன் பாலாஜி அவளைக் காதலிக்கிறான். அவன் தன்னைக் காதலிப்பது தெரிந்தும் அவனுடைய அண்ணன் பொன்ராசுவையும் அவனுடைய நண்பன் ராசுக்குட்டியையும் ஒரேநேரத்தில் தன்னுடைய வீட்டில் அனுமதிக்கிறாள் பரிமளா. இதுபோன்ற ஒரு நெருக்கடி புதுமைப் பித்தனின் பொன்னகரம் கதையில் வரும் அம்மாளுவுக்கும் ஏற்படுகிறது. 'இருவரும் இருளில் மறைகிறார்கள். அம்மாளு முக்கால் ரூபாய் சம்பாதித்துவிட்டாள். ஆம், புருஷனுக்குப் பால் கஞ்சி வார்க்கத்தான்!' இது புதுமைப்பித்தனின் எழுத்து. விநாயக முருகனின் எழுத்தை நாகரிகம் கருதி இங்கே குறிப்பிடாமல் கடக்கிறேன். கேலக்ஸி தொலைக்காட்சியின் வெளிச்சம் நிகழ்ச்சியை நடத்தும் தனலெட்சுமி நரசிம்ம நாயுடு என்ற பெண்ணைக் குறித்த இரக்கமற்ற வர்ணனையையும் இதனோடு சேர்த்து வாசிக்க வேண்டும்.

நாவலில் அடுத்தவர்களின் அந்தரங்கங்களுக்கு முக்கியத்துவம் கொடுக்கப்பட்டுள்ளது. மாணிக்கவேலுவும் காவ்யாஸ்ரீயும் படுத்திருக்கும் அறையை எட்டிப்பார்த்து ஏமாற்றமடைகிறான் ஜான்ஸன்; அண்ணனும் அண்ணியும் படுத்திருக்கும் அறையின் சுவரில் காது பதித்துப் பரவசமடைகிறான் பொன்ராசு; பொன்ராசுவின்மீது மையல்கொண்ட அவனது அண்ணி, அவனது அறையைத் தொடர்ந்து கண்காணித்து செய்வதறியாது திகைக்

கிறாள்; குருஜியின் படுக்கை அறையை உலகமே எட்டிப்பார்த்து அருவருப்படைகிறது. 'பணக்காரர்கள் ரோல்ஸ்ராய்ஸ் கார் வாங்குகிறார்கள். காரை அவர்களா ஓட்டுகிறார்கள்?', 'சாமியைப் பார்க்காவிட்டால் கோபுரத்தைப் பார்த்து கன்னத்தில் போட்டுக் கொள்வதில்லையா என்று நினைத்துக்கொண்டு அவளது வளர்ந்திருந்த மிச்சப் பகுதிகளைப் பார்க்க ஆரம்பித்தான்' என்பது போன்ற பெண்கள் குறித்த பல வெறுக்கத்தக்க இரட்டை அர்த்தப் பதிவுகளை இந்நாவலில் பல இடங்களில் உதாரணங்களாகக் காட்ட முடியும். இத்தகைய உதாரணங்கள் இந்நாவலை மூன்றாம்தர பாலியல் நாவல் என்ற அடையாளத்துக்கு இட்டுச் செல்வதைத் தடுக்க நாவலில் போதிய எதிர்த்தரவுகள் இல்லை.

சென்னைக்கு மிக அருகில் நாவலை உரைநடையில் எழுதப்படும் மகாபாரதமாகக் கருதி விநாயக முருகன் எழுதியிருக்கிறார். பல இடங்களில் இதனை நிறுவ முயற்சியும் செய்கிறார். 'ஆதி நாளிலிருந்து இரண்டு பிரதான விஷயங்களை முன்னிறுத்தியே சண்டைகள் நடந்துள்ளன. ஒன்று பெண்ணுக்கு; அடுத்து மண்ணுக்கு. எழுதப்பட்ட எல்லா இதிகாசங்களும் அதைத்தான் மீண்டும் மீண்டும் சொல்கின்றன' என்கிறார். இந்நாவலில் இடம்பெறும் காவ்யாஸ்ரீ என்ற பெண்ணுக்காக காசிநாதனும் மாணிக்கவேலுவும் பகைத்துக் கொள்கிறார்கள். 'அந்தத் தேவடியா பய கூப்பிட்டா நீ போயிடறதா. எங்கிட்ட சொல்ல வேண்டியதுதானே. நீ வேலை செய்றது என்னோட டிவிக்கா இல்ல அவன் ரியல் எஸ்டேட் கம்பெனிக்கா?' என்று கோபமடைகிறார் காசிநாதன். சித்திரையின் இரண்டு ஏக்கர் மண்ணுக்காகச் சித்திரையின் வீடு மூன்றாகப் பிரிகிறது. மகாபாரதத்தில் வரும் சகுனி, இந்நாவலில் வரும் ராசுக்குட்டி. தன்னுடைய மந்திரப் பேச்சினால் சித்திரையின் குடும்பத்தைச் சிதைக்கிறான்; இறுதியில் சித்திரையையே நிலத்தை விற்க உடன்படச் செய்கிறான். 'தங்கவேலுவின் குடும்பத்தையும் பெரியவர் சித்திரையையும் நினைத்தால் அவனுக்குப் பாவமாகத்தான் இருந்தது. ஆனால் எல்லாரையும்விட நான் பாவம் இல்லையா?' என்று ராசுக்குட்டி தனக்கென்று ஓர் அறத்தைக் கற்பித்துக் கொள்கிறான். இவ்வாறு நாவல் எழுதப்பட்டதற்கான அறம் நாவலில் தொடர்ந்து கற்பிதம் செய்யப்படுகிறது.

நாவலில் அளவுக்கதிகமான தகவல் பிழைகள் உள்ளன. மூர்த்தி என்பவர் தன் மகளைப் பொறியியல் கல்லூரியில்

சேர்த்தார் என்று ஓரிடத்தில் வருகிறது. அடுத்த நான்காவது பக்கத்தில் மூர்த்தியின் மகள் மெடிக்கல் கல்லூரியில் மூன்றாம் வருடப் படிப்பை முடித்துவிட்டாள் என்று வருகிறது. 'மாணிக்கவேலு டெல்லியில் நடக்கும் கட்டுமான நிறுவனங்களின் வர்த்தகக் கண்காட்சிக்குச் சென்றிருந்தார்' என்று ஓரிடத்தில் இடம்பெற்றுள்ளது. அடுத்த மூன்றாவது பக்கத்தில் மாணிக்கவேலு பெங்களூர் சென்றிருந்தார் என்று வருகிறது. சித்திரையின் இரண்டாவது மருமகள் சாரதா. ஆனால் ஓரிடத்தில் சித்திரையின் மூன்றாவது மருமகள் சாரதா என்று இடம்பெற்றுள்ளது.

சென்னைக்கு வெளியே வசிப்பவர்கள் நிலங்களை விற்றுச் சென்னைக்குள் போவதும் சென்னைக்குள் வசிக்கும் நடுத்தர மக்கள் சென்னைக்கு வெளியே நிலம் வாங்கி வீடு கட்ட வருவதும்தான் வாழ்க்கையின் அவிழ்க்க முடியாத புதிர்களுள் ஒன்று. இந்தப் புதிரை அவிழ்க்கப் போராடும் சித்திரையின் வீழ்ச்சிதான் நாவலில் முக்கியத்துவம் பெற்றிருக்க வேண்டும். ஆனால் ஆர்வத்தின் காரணமாகச் செய்திகளின் கோர்வையாக நாவல் நீர்த்துப் போகிறது. இறுதியாக, நாவலின் இரண்டாவது பகுதியில் திணிக்கப்படிருக்கும் கதாபாத்திரம் பரிமளா. துயரத்தின் மொத்த உருவம். இதுபோன்ற பாத்திரங்களின்மீது அளவுக்கதிகமான துயரத்தின் சாற்றை நிரப்பி வாசகர்களைக் குடிக்கச்செய்பவர் இமயம் என்ற விமர்சனம் அவர்மீதுண்டு. சாருநிவேதிதாவின் சீடராக அடையாளப்படுத்தப்படுபவர் விநாயக முருகன். இதிலிருந்து அறியப்படுவது யாதெனில் விநாயக முருகன் தனி ஆள் இல்லை.

தீராநதி, அக். 2015

186 ♦ சுப்பிரமணி இரமேஷ்

சேவல்களம்:
நாவலில் தமிழ்ச்சமூக விழுமியங்கள்

சங்க காலத்திற்கு முன்பிருந்தே சேவலுக்கும் தமிழர்களுக்குமான உறவு நெருக்கமாக இருந்திருக்கிறது. சங்க இலக்கியத்தில் 'சேவல்' என்ற பறவை இனம் அக புற வாழ்க்கையின் ஒருபகுதியாக மாறிவிட்டிருக்கிறது. கோழியை 'அளகு' என்ற சொல்லால் குறித்திருக்கின்றனர். சங்கநூல்கள் 19 இடங்களில் 'கோழி' என்ற சொல்லைப் பயன்படுத்தியுள்ளன. மயில் நீங்கலாக ஏனைய பறவைகளின் ஆண்பாலைச் 'சேவல்' என்றே அழைப்பர். குதிரையின் ஆணினத்திற்கும் 'சேவல்' என்று பொருள் (உபயம்: தொல்காப்பியர்). பொதுவாகச் 'சேவல்' என்பது கோழிச் சேவலையே குறிக்கும். இதற்குச் சங்க இலக்கியங்கள் (அகம். 103; குறுந்.107) வலுவான சான்றுகளைத் தருகின்றன. 'வாரணம்' என்ற சொல்லும் சேவலைக் குறிக்கும். சங்க இலக்கியத்தில் 'சேவல்' என்ற சொல் 65 இடங்களில் வருகிறது. இதனூடாக மக்களுக்கும் சேவலுக்குமுள்ள பண்பாட்டு விழுமியத்தை அவதானிக்கலாம்.

'கோழிக்கொற்றனார்' என்ற பெயரில் புலவரொருவர் சங்ககாலத்தில் வாழ்ந்திருக்கிறார். குறுந்தொகையில் இவர் பாடிய பாடலொன்று (276) இடம்பெற்றுள்ளது. இதில் 'கோழி' என்பது உறையூரைக் குறிக்கும். பிசிராந்தையார்

கோப்பெருஞ்சோழனைக் 'கோழியோன்' என்று அழைக்கிறார். உறையூருக்குக் 'கோழியூர்' என்ற பெயர் வந்த வரலாறு கோழியின் பெருமைக்குச் சான்று பகர்கிறது. சேவலொன்று யானையை எதிர்த்து வீரமாகச் சண்டையிட்டதாகவும் அதன் வீரத்தைக் கொண்டாடும் வகையிலேயே 'கோழி' என்று அந்நகருக்குப் பெயரிடப்பட்டதாக வும் கூறப்படுகிறது. சிலப்பதிகாரம் நாடுகாண் காதையில் 'முறஞ்செவி வாரண முன்சம முருக்கிய / புறஞ்சிறை வாரணம் புக்கனர் புரிந்தென்' என்ற அடிகள் கோழியூர் வரலாற்றுக்குச் சான்று பகர்கிறது. இதில் 'புறஞ்சிறை வாரணம்' என்பது சேவலைக் குறிக்கும். *சிந்துவெளிப் பண்பாட்டின் திராவிட அடித்தளம்* என்ற நூலை எழுதியுள்ள ஆர்.பாலகிருஷ்ணன், 'சேவல்' தொடர்பாக அரிய வரலாறுகளைத் தம் நூலில் தொகுத்தளித்துள்ளார். 'மொகஞ்சதரோவில் பொதுவாக நகரைக் குறிப்பதாகக் கருதப்படும் குறியீட்டுடன் இரண்டு சேவல்கள் அருகருகே இருக்கும் உருவப்பொறிப்புடன் கூடிய முத்திரை யொன்று கிடைத்துள்ளது. முத்திரையைக் கவனமாகப் பார்த்தால் சேவல்களின் கழுத்து நிமிர்ந்து புடைத்திருக்கிறது; வால் இறக்கை மேல்நோக்கி விறைப்பாக இருக்கிறது; கால்கள் தரையில் பாவாமல் மேலெடுத்து உள்ளன. இந்தச் சேவல்கள் இரண்டும் அநேகமாகச் சண்டைபோடும் தோரணையில் உள்ளன' (ப.129) என்று குறிப்பிடுகிறார். அந்தப் படத்தையும் நூலில் சேர்த்துள்ளார். சங்ககாலச் சோழர்கள் சேவலொன்று ஒரு யானையின் நேர்நின்று சரிக்குச் சரியாகச் சண்டை போடுவது போன்ற காட்சி பொறிக்கப் பட்ட நாணயத்தை வெளியிட்டுள்ளனர் (ப.130) என்ற தகவலையும் அந்நூல்வழி அறிய முடிகிறது. இந்த வரலாற்றின் தொடர்ச்சியாக உறையூரிலுள்ள பஞ்சவர்ணேஸ்வரர் கோயிலில் இரண்டு சிற்பங்கள் பிற்காலத்தில் செதுக்கப் பட்டுள்ளன. சிந்துசமவெளி நாகரிகத்தில் சேவல்சண்டை நடைபெற்றதற்கான ஆவணங்களாக இச்சான்றுகளை எடுத்துக்கொள்ளலாம்.

விழுப்புரம் மாவட்டம் அரசலாபுரம் என்ற ஊரில், கி.பி.5ஆம் நூற்றாண்டைச் சேர்ந்த சண்டைச்சேவல் 'நடுகல்' கண்டெடுக்கப் பட்டுள்ளது. இந்த நடுகல் முகையூர் என்ற ஊரின் மேலச்சேரி எனப்படும் மேற்குக் குடியிருப்பின் சார்பில் சண்டையிட்டு இறந்த வீரச்சேவலின் நினைவாக எழுப்பட்டுள்ளது என்ற தகவலை ஐராவதம் மகாதேவன் (*Early Tamil epigraphy from the earliest times to the sixth century A.D.*) குறிப்பிடுகிறார். இதன் தொடர்ச்சியாக இந்தஊரில் கீழச்சேரி என்ற இடத்தைச்

சார்ந்த சண்டைச்சேவலுக்கு எழுப்பப்பட்டுள்ள 'நடுகல்' ஒன்றும் கிடைத்துள்ளது. 'பொற்கொற்றி' என்ற அச்சேவலின் பெயரும் நடுகல்லில் இடம்பெற்றுள்ளது. தொல்காப்பியத்திற்கு உரையெழுதிய இளம்பூரணரும் நன்னூலுக்கு உரையெழுதிய சங்கரநமச்சிவாயரும் மேலச்சேரி, கீழச்சேரி சேவல் சண்டைகள் குறித்துத் தமது உரைகளில் குறிப்பிட்டுள்ளனர். சேவலுக்கு நடுகல் எழுப்பும் வழக்கம் தமிழகத்தைத் தவிர வேறெங்கும் இருப்பதாகத் தெரியவில்லை என்று ஆர்.பாலகிருஷ்ணன் குறிப்பிடுகிறார்.

அகநானூற்றில், '... கூர்வாய் / அழல்அகைந் தன்ன காமர் துதைமயிர்/ மனைஉறை கோழி மறனுடைச் சேவல் / போர்புரி எருத்தம் போலக் கஞலிய' *(277)* என்ற கருவூர் நன்மார்பனாரின் பாடல், போர்புரியும் சேவலின் தோற்றத்தைக் காட்சிப் படுத்துகிறது. இன்றும் கரூர் மாவட்டம் அரவக்குறிச்சி அடுத்த பூலாம்வலசு என்ற கிராமத்தில் அரசு அனுமதியுடன் சேவல் சண்டை நடத்தப்படுகிறது. சங்ககாலத் தொடர்ச்சி இன்றும் அறுபடவில்லை என்பதற்கு இப்பாடல் சான்றாகும். '... உய்த்தனர் விடாஅர் பிரித்து இடை களையார் / குப்பைக் கோழித் தனிப்போர் போல' *(305)* என்ற குறுந்தொகைப் பாடலும் சேவல்சண்டை நடைபெற்றதற்கான இலக்கியத் தரவாக நிற்கிறது. 'கோழிகள் சண்டையிட்டு அழியும்' என்ற செய்தியை இப்பாடல்மூலம் அறியமுடிகிறது. தனது பெயரைக் குறிப்பிடாத இவர், இவ்வுவமை மூலமாகக் 'குப்பைக் கோழியார்' என்று பெயர்பெற்றார். இத்தரவுகளை எல்லாம் எளிமையாகக் கடந்துவிட முடியாது. அனைத்திற்கும் ஒரு பண்பாட்டுத் தொடர்ச்சி இருக்கிறது. எருது, ஆட்டுச் சண்டைகளுக்கு நிகரானது சேவல் சண்டை. கௌதாரி என்று பொருள்படு 'சிவல்' என்ற பறவையைக்கூட (பட்டினப்பாலை) போரிடச் செய்து மகிழ்ந்திருக்கின்றனர் சங்ககால மக்கள்.

'முருகப்பெருமானுடைய கொடி ஊர்தியாகிய கோழிச் சேவலையும் திருமால் ஊர்தி கொடி ஆகிய கருடச் சேவலையும் சிறப்பித்துப் பாடும் பிரபந்தம் சேவல் பாட்டு. இது 96 வகைப் பிரபந்தங்களில் வேறுபட்டது' என்று தி.வே.கோபாலையர் *(தமிழ் இலக்கணப் பேரகராதி)* குறிப்பிட்டுள்ளார். ஐயனாரிதனார் இயற்றிய புறப்பொருள் வெண்பாமாலையில் பாடாண்திணை ஒழிபு பகுதியில் இடம்பெற்றுள்ள கீழ்க்காணும் வெண்பா, சேவல்சண்டையைப் பற்றியும் களத்தில் செயல்படும் சேவலின்

உடலசைவுகளைப் பற்றிய நுணுக்கங்களையும் பகிர்ந்து கொள்கிறது.

பாய்ந்தும் எறிந்தும் படிந்தும் பலகாலும்
காய்ந்தும்வாய்க் கொண்டும் கடுஞ்சேவல் - ஆய்ந்து
நிறங்கண்டு வித்தகர் நேர்விட்ட கோழிப்
புறங்கண்டும் தான்வருமே போர்க்கு (348)

ஐயனாரிதனாரின் காலம் கி.பி.7ஆம் நூற்றாண்டு என்கின்றனர். சேவல் சண்டையின் களச்செயல்பாடுகளை இந்த அளவுக்குக் கச்சிதமாக விவரிக்கும் மரபிலக்கியம் வேறில்லை எனலாம். சேவல்சண்டையைச் சேவல்கட்டு, வெப்போர், வெற்றுக்கால் சண்டை, கட்டுச்சேவல் சண்டை என்று இடத்திற்கேற்ப வெவ்வேறு பெயர்களில் அழைக்கின்றனர். ஒன்றேமுக்கால் மணிநேரம் நடைபெறும் இச்சண்டையின் இடையில், பதினைந்து நிமிடத்திற்கு ஒருமுறை பதினைந்து நிமிட இடைவேளையும் உண்டு. பொதுவாகக் கத்திக்கால் சண்டை, வெத்துக்கால் சண்டை என்று இரண்டு வகைகளில் சேவல் சண்டையை நடத்துகின்றனர். தென்தமிழகத்தில்தான் சேவல்சண்டை சிரத்தையாக முன்னெடுத்து நடத்தப்படுகிறது. ஆங்கிலேயர் காலத்தில் (1879) இச்சண்டைக்குத் தடை விதிக்கப்பட்டிருக்கிறது. தொல்தமிழரின் விழுமியங்களைச் சுமந்து கொண்டிருந்த சேவற்போர், பிற்காலத்தில் சாதியத்தையும் அதன் மதிப்பீடுகளையும் சுமந்து களமிறங்கியது. தமிழ்ப் பண்பாட்டின் அடையாளமாகப் பார்க்கப்பட்ட இந்த விளையாட்டு இன்று சூதாட்டமாகச் சுருங்கிப்போனது.

சிந்துவெளியில் தொடங்கி சங்க இலக்கியம், சோழர்கால நாணயம், சேவல் நடுகற்கள், சேவல் பாட்டு என்று காலந்தோறும் நிலைபெற்று வளர்ந்த சேவல்சண்டை குறித்த விழுமியங்களின் தொடர்ச்சியை நவீன இலக்கியத்திலும் காணலாம். ம.தவசி எழுதிய *சேவல்கட்டு* (2009) நாவல்தான் நவீன இலக்கியத்தில் சேவல்சண்டை குறித்த விழுமியங்களை மீட்டுருவாக்கம் செய்துகொடுத்தது. சி.சு.செல்லப்பா, ஏறுதழுவுதல் குறித்து எழுதிய *வாடிவாசல்* (1959) நாவலுடன் வைத்துச் சேவல்கட்டு நாவலை விமர்சகர்கள் மதிப்பிட்டனர். பத்தாண்டுக்குப் பிறகு பாலகுமார் விஜயராமன் எழுதியுள்ள *சேவல்களம்* என்ற நாவலும் தென்தமிழகத்தின் சேவல்சண்டையை மையம்கொண்டு சுழல்கிறது. முள் அடிக்கிற பெருநாழி வகையறா சேவல்களைப் பற்றிய கதைதான் *சேவல்களம்* நாவல். மூன்று தலைமுறை

சேவல்கட்டிகள் இப்புனைவில் இடம்பெற்றுள்ளனர். இராமர் இவர்களுக்கு மையமாகச் செயல்படுகிறார். இடைவேளைகளில் சேவல்களைத் தயார்படுத்துவதில் இராமர் சமர்த்தர். நாற்பது வருடங்களாக இப்பணியை அவர் செய்து வருகிறார். இடைவேளைச் சிகிச்சையின் பிதாமகரான அவரின் நினைவிலிருந்துதான் நாவல் முன்னும்பின்னுமாக நகர்கிறது. சேவல் சண்டையின் மேன்மைகளை மட்டுமே இந்நாவல் முன்னெடுக்கிறது. சாதிய மோதல் நிகழும் களமாகவும் இலகரத்தில் சூதாடும் இடமாகவும் கீழிறக்கம் செய்யப்பட்ட சேவல்களத்தை எண்ணிப் பொருமுகிறார் இராமர். நீண்ட பாரம்பரியத்தைக் கொண்டிருந்த இவ்விளையாட்டு, சிலரின் போலியான மதிப்பீடுகளால் இன்று சரிவுகளைச் சந்தித்துள்ளது. இதனைப் பயன்படுத்திக்கொண்ட ஊடகங்கள் சேவல்சண்டையின் எதிர்ப்புகளை முன்னிலைப்படுத்தத் தொடங்கின. மகிழ்ச்சியாகப் பொழுதுகழிக்கும் விளையாட்டாக இருந்த சேவல்சண்டை, தற்காலத்தில் சுயகௌரவத்தை நிறுவும் களமாக மாறிப்போனது. இதற்கெல்லாம் ஒரு கதையினூடே எதிர்வினையைப் பதிவு செய்யும் பிரதியாக இப்புனைவு உள்ளது.

சேவல் வளர்ப்பதில் இயல்பிலேயே ஈர்ப்புள்ள இராமரின் விருப்பத்தை அவரின் தந்தை முருகைய்யா நிறைவேற்றுகிறார். களச்சேவல் வளர்ப்பதில் புகழ்பெற்றிருந்த பெருநாழி பெரியசாமியிடம் சேவலையும் பெட்டையையும் வாங்கிப் பராமரிக்கிறார். முள்ள்டிக்கிற பெருநாழி வம்ச சேவல் அடுத்த தலைமுறையைச் சார்ந்த இராமரிடம் கைமாறுகிறது. சேவல்களத்தில் நிகழ்ந்த கசப்பான சம்பவங்களால் மனம்நொந்துபோன இராமர், சேவல்கட்டிலிருந்து விலகி நிற்கிறார். இராமரின் இடத்தைக் குமார் நிரப்புகிறான். சேவல்களத்திற்கான நிறம் அதன் விழுமியங்களுடன்தான் இன்றும் இருந்து வருகிறது. ஆனால் அதன் குணம் மாறியிருக்கிறது. பெரியசாமியும் இராமரும்கூட அதன் சான்றுகள்தாம். ‘கறுத்த உடம்பில் கழுத்துக்குக் கீழும் வலது முழங்கைக்கு மேலும் ஆழமாய் வெட்டுக் காயங்கள் தெரிந்தன’ என்று பெரியசாமியை அறிமுகப்படுத்துகிறார் பாலகுமார். ‘வலது கணுக்கால் விண் விண்ணெனத் தெறித்ததைப் போல உணர்ந்தார்’ என்று இராமருக்கு எழுதுகிறார். சேவலின் காலில் கத்தியைக் கட்டிக் கள்மிறக்கும் போக்கு தற்காலத்தில் அதிகரித்துவிட்டது. ம.தவசியின் சேவல்கட்டு களம் இதுதான். பாலகுமாரின் களம் வெற்றுக்கால் சேவல்சண்டை. முடிந்தவரை இந்நாவல் சேவல்சண்டையின்

உன்னதங்களை மீட்டெடுக்க முயல்கிறது. களத்தில் தோற்ற சேவலையும் பாராட்டும் குணம்தான் உண்மையானது; கொல்வது அறத்திற்கு எதிரானது என்ற குரலையும் நாவல் பதிவு செய்கிறது.

நாவலின் இராமர் கதாபாத்திரம் அனைத்து மேன்மைகளையும் தாங்கிய வார்ப்பு. சேவல்சண்டைகளின் தற்காலப் போக்கை அவரால் உள்செரிக்க முடியவில்லை. மரபின் விழுமியங்களை அடுத்தத் தலைமுறைக்குக் கொண்டு செல்வதில் அவர் தோல்வி அடைகிறார். இந்தப் போட்டிகளுக்குக் கிடைத்த சினிமா வெளிச்சம் அதற்குத் தடையாக நிற்கிறது. சேவல்களத்தின் புதிய வடிவங்களை அவரால் ஏற்றுக்கொள்ள முடியவில்லை. சேவலுக்கு மரத்துப்போகும் ஊசியைப் போட்டுக் களத்தில் இறக்குகின்றனர். மனிதன் தன்னுடைய வன்மங்களைச் சேவல்மூலம் தீர்க்க நினைக்கிறான். சேவலைக்கொண்டு வருவாய்க்கு வழி தேடுகிறான்; தன்னுடைய சாதிய அடையாளத்தை நிலைநிறுத்த சேவலைப் பயன்படுத்திக்கொள்ள திட்டமிடுகிறான். நவீன சேவல்களம் இயற்கைக்கு எதிரானதாக இருக்கிறது. மரபிற்கும் நவீனத்திற்கும் இடையில் ஊசலாடுகிறார் இராமர். விளைவு, அடுத்த தலைமுறையைச் சேர்ந்த குமாரிடம் சேவலைக் கையளித்து விலகி நிற்கிறார். இராமர் தன்னுடைய குடும்பத்துடன் தன் தங்கையின் குடும்பத்தையும் பாதுகாக்க வேண்டிய பொறுப்பில் இருக்கிறார். சேவல்சண்டை கள்ளத்தனம் நிரம்பிய சூதாட்டமானதில் காவல்துறையினரின் கட்டுப் பாட்டுக்குச் சென்றுவிட்டது. சதுரகிரியில் நடந்த சேவல்சண்டை இராமருக்கு அதன் வீழ்ச்சியைத் தெளிவாக்கிவிட்டது. இனி ஒதுங்கியிருப்பதுதான் நலம் என்ற முடிவை நோக்கிக் காவல்துறையின் செயல்பாடுகள் நகர்த்துகிறது.

சேவல்களத்திற்கு நிகராக மூன்று குடும்பங்களின் கதையை நாவலுக்குள் ஊடாட விட்டிருக்கிறார் பாலகுமார். இராமர் குடும்பம்; அவரின் தங்கை ஆண்டாள் குடும்பம்; கட்டிட ஒப்பந்ததாரர் சதாசிவம் குடும்பம் என்று மூன்று குடும்பங்களும் இராமர் என்ற மையத்தில் இறுதியில் இணைகின்றன. நல்ல விடயங்களையும் நல்ல மனிதர்களையுமே நாவல் பிரதானப் படுத்துகிறது. அடுத்து ஏதோவோர் அசம்பாவிதம் நிகழப்போகிறது என்ற அச்ச உணர்வைப் பாலகுமாரின் மொழி ஏற்படுத்தினாலும் அப்படி நிகழவில்லை என்பதும்கூட நாவலின் வெற்றியாகக் கருதலாம். ஒரு பகுதியில் சேவல் களமும் அடுத்த பகுதியில் மூன்று குடும்பங்களின் கதையும் இரட்டைப் பாதைகளாக

ஊர்கின்றன. முடிவில் மூன்று குடும்பங்களும் திருமணத்தில் ஒன்று சேர்கின்றன. முடிவு தமிழ்த் திரைப்படத்தின் தன்மைகளை ஒத்திருந்தாலும் கதையில் வெளிப்படும் அப்பாவித்தனம் புனைவிற்கு ஓர் அழகைக் கூ'-டுகிறது. சேவலின் கதைகளுடன் மூன்று குடும்பங்களுக்குள் நிகழும் உறவுகளின் மேன்மைகளையும் புனைவு தவறவிடவில்லை. மூன்று குடும்பங்களும் வேர்பிடித்துச் சுயமாக வளர்ந்தவை. அதனால் அவர்களிடம் ஒரு நேர்மை இருக்கிறது. தற்கால அரசியலையும் தொழில்நுட்ப வில்லத் தனங்களையும்கூட புனைவு உதிரி உதிரியான சம்பங்களாகக் கூறுகிறது. ஆனால் முடிவில் எல்லாவற்றையும் ஒரு கண்ணியாகத் தொடுத்துவிடுகிறார். ஒரு கயிற்றில் குழுமியிருக்கும் மலர்களாகக் கதை நிறைவை அடைகிறது.

சேவல் என்ற உயிரினம் தமிழ்ப் பண்பாட்டின் விழுமியங்களுள் ஒன்று. சங்க இலக்கியத் தலைவியரின் செல்லக் கோபங்களுக்கு ஆளான சேவல்கள், முருகப்பெருமானுக்குக் கொடியாகி வணக்கத்திற்குரியதானது தனிக்கதை. காலந்தோறும் சேவல்கள்மீது கட்டப்படும் விழுமியங்கள் மாறிவந்திருக்கின்றன. இதற்கு அந்தந்தக் காலத்தில் உருவான இலக்கியப் பதிவுகள்தான் சான்று. அந்த வகையில் நவீன இலக்கியப் புனைவுகளிலும் சேவல்கள்மீது கட்டப்படும் விழுமியங்கள் மாறியிருக்கின்றன. இதற்கான பின்புலம் குறித்து விரிவான ஆய்வு தேவை. அதன் ஒருபகுதியைச் *சேவல்களம்* நாவல் செய்திருக்கிறது. பாலகுமார் மூன்று தலைமுறையைச் சாந்த சேவல்கட்டிகளின் உணர்வுகளை எழுதியிருக்கிறார். சேவலுக்கும் அவர்களுக்குமான உறவில்கூட நெகிழ்வுத் தன்மை தெரிகிறது.

வாழ்க்கையின் குரூரங்களையும் வீழ்ச்சிகளையும் மட்டுமே கதையாக்குவது படைப்பின் முழுமையாகிவிடாது என்பதை உணர்ந்து எழுதப்பட்ட நாவல் *சேவல்களம்*. மூன்று தலைமுறையினருக்குக் கைமாறும் சேவல்களத்தின் வடிவங்கள் மாறியிருந்தாலும் அதன் மீதான விழுமியங்களும் மதிப்பீடுகளும் இராமரைப் போன்றவர்களின் நினைவுகளில் அசைபோடப் படுகின்றன. சங்க இலக்கியங்கள் சேவலுக்கு வழங்கிய இடம் பெரியது. இன்று அந்த இடம் தளர்ச்சி அடைந்திருக்கிறது. இதற்குச் சேவல்கள் ஒருநாளும் பொறுப்பாகாது என்ற உணர்விற்கு அழைத்துச் செல்லும் பணியை இந்நாவல் செய்திருக்கிறது.

நிலநடுக் கோடு: அடையாளச் சிக்கலைப் பேசும் நாவல்

குறிப்பிட்ட காலகட்டத்தின் வரலாற்றை அறிய ஏராளமான நூல்கள் காலந்தோறும் எழுதப்பட்டுக் கொண்டே இருக்கின்றன. குறிப்பாகச் சங்க காலம், பல்லவர் காலம், சோழர் காலம், நாயக்கர் காலம் என்று ஒரு காலத்தில் செல்வாக்குச் செலுத்திய மன்னர்களின் பரம்பரையை அடிப்படையாகக் கொண்டு வரலாற்று நூல்கள் எழுதப்படுவது வழக்கம். இதில் முற்கால, பிற்கால என்ற முன்னொட்டுகளும் உண்டு. இத்தகைய வரலாற்று நூல்களில் அந்தந்தக் காலத்தில் அரசு கட்டிலை அலங்கரித்திருந்த மன்னர்களின் பேராளுமைக்கே முக்கியத்துவம் கொடுக்கப்பட்டிருக்கும். அக்காலத்தில் பெருந்திரளாகக் குடிமக்களும் வாழ்ந்திருப்பார்கள். ஆனால், அந்நூல்களில் குடிமக்களுக்குரிய இடம் குறைவாகவே இருக்கும். மன்னர்களின் தகவல் களஞ்சியமாக வறட்சியான மொழிநடையில் அவை எழுதப்பட்டிருக்கும். பின்னாட்களில் உருவான நவீன இலக்கிய வடிவம் வரலாற்று நூல்களின் முகத்தை மாற்றியமைத்தது. ஒரு குறிப்பிட்ட காலகட்டத்தின் வரலாற்றைப் புனைவாக எழுதும் முறைமைக்கு வாசகர்களிடத்தில் நல்ல வரவேற்புள்ளது. இத்தகைய புனைவுகளை வெகுசனத்தளத்தில் எழுதிப் புகழ்பெற்றவர்களும்

உண்டு; காத்திரமாக அணுகி நிலைபெற்றவர்களும் உண்டு. இப்புனைவுகள் மக்களின் அன்றாட வாழ்வியலின் வழியே வரலாற்றைக் கட்டமைத்தன. இதனால் வரலாறு மீளுருவாக்கம் செய்யப்பட்டது. உதாரணமாகப் பாணர்கள், நரிக்குறவர்கள், குடுகுடுப்பைக்காரர்கள், இருளர்கள் போன்ற அலைகுடிகளின் வரலாறு நவீன இலக்கியத்தின் வருகையினூடாக முக்கியத்துவம் பெற்றது.

இந்தியா, பிரித்தானியர்களின் ஆளுகைக்கு உட்பட்டிருந்த போது ஐரோப்பிய ஆண்களுக்கும் இந்தியப் பெண்களுக்கு மிடையே உருவான தலைமுறையை ஆங்கிலோ - இந்தியர்கள் என்று அழைத்தனர். இவர்கள் பெரும்பாலும் இந்தியப் பெருநகரங் களிலேயே குடியிருந்தனர்; ஐரோப்பியப் பண்பாட்டையே தம் பண்பாடாக வரித்துக்கொண்டிருந்தனர். இவ்வினத்தைச் சார்ந்த ஆண்களும் பெண்களும் சட்டை அணிந்ததால் இவர்களைச் 'சட்டைக்காரர்கள்' என்று அழைத்தனர். தவிர, ஆப்பக்காரர்கள், மிஸ்ஸியம்மா, பீட்டர் என்று பல்வேறு பெயர்களால் இவர்கள் அழைக்கப்பட்டனர். இந்தப் பெயர்களுக்குப் பின்னால் இவர்களைக் கேலிசெய்யும் தொனி மறைந்திருப்பதை அவதானிக்கலாம். ஐரோப்பியத்தன்மை குறைந்து காணப்பட்டதால் இவர்களைப் பிரித்தானியர்கள் தங்களுக்குள் ஒருவராக ஏற்றுக்கொள்ளவில்லை. ஐரோப்பியர்களைப் போன்ற தோற்றத்தில் இருப்பதால் இந்தியர்களும் இவர்களை வெறுத்தனர். அதனால், சுதந்திரத்திற்குப் பிறகு இவர்களுள் பலர் பல்வேறு நாடுகளுக்கு வேலைக்காக நிலம் பெயர்ந்தனர்; சிலர் இங்கேயே தங்கி விட்டனர். ஆங்கிலேயர்களால் உருவாக்கப்பட்ட பொதுத்துறை நிறுவனங்களான ரயில்வே மற்றும் தொலைத்தொடர்புத் துறைகளில் இவர்களுக்கான வேலைவாய்ப்பை ஆங்கிலேயர்கள் உருவாக்கிவிட்டுச் சென்றனர். பின்னர் இந்த ஒப்பந்தமும் காலாவதியானது.

ஆங்கிலோ இந்திய இனக்கலப்பு தமிழகத்தில் எவ்விதத் தாக்கத்தை ஏற்படுத்தியது என்பது குறித்துத் தமிழ்ப் புனைவுலகில் நூல்கள் இல்லை என்றே கருதுகிறேன். அடையாளமில்லாமல் தவிக்கும் இவர்களைப் பற்றி விட்டல்ராவ் எழுதியிருக்கும் நாவல்தான் *நிலநடுக்கோடு*. இந்நாவலின் கதைநாயகன் தேவேந்திர அய்தாள. இந்தப் பெயர்தான் இவனுக்கு எல்லா இடங்களிலும் அடையாளச் சிக்கலை ஏற்படுத்துகிறது. கர்நாடகத்தைப் பூர்வீகமாகக் கொண்ட இவன், சேலத்தில் வசிக்கிறான். வீட்டில் கன்னடமும் தமிழும் கலந்த மொழியைப் பேசுகிறான். ஆங்கிலோ

இந்தியருக்கு ஏற்பட்ட ஏற்புச் சிக்கல் இவனுக்கும் ஏற்படுகிறது. கன்னடர்களும் தமிழர்களும் இவனை ஏற்க மறுக்கின்றனர். இறுதிவரை தனது அடையாளத்தைத் தேடி தேவ் அலைகிறான். இந்தக் கதை நாவலின் மையமாக இருந்தாலும், ஐம்பதுகளுக்குப் பிறகுள்ள இருபத்தைந்து ஆண்டுக்கால சென்னையின் வரலாற்றை எளிய மனிதர்களின் அன்றாட வாழ்க்கை மூலமாகவும் பேசுகிறது நாவல். இந்நாவலுக்குப் பாவண்ணன் எழுதியிருக்கும் சிறப்பான முன்னுரை, இந்நாவலின் நுண்ணடுக்குகளுக்குள் வாசகரைப் பயணிக்க வைக்கிறது.

வரலாறு எப்போதும் அதிகாரத்தில் இருப்பவர்களைத்தான் கண்டுகொள்கிறது; எளிய மனிதர்கள் அதற்கு ஒரு பொருட்டே இல்லை. ஆனால், இந்நாவலைப் பொறுத்தவரை அக்கால கட்டத்தில் நடந்த முக்கியமான அரசியல் மாற்றங்கள் ஒரு சம்பவம்; அவ்வளவுதான். ஓர் ஒற்றை உரையாடல் மூலமாக அப்பெரும் சம்பவத்தை இப்புனைவின் கதாபாத்திரங்கள் எளிதாகக் கடந்துவிடுகின்றன. ஆனாலும், அந்த உரையாடல் ஏற்படுத்தும் விரிவு பொருட்படுத்தக்கூடியது என்பதை மறுப்பதற்கில்லை. இந்நாவலில் பேசப்படும் அனைத்துடனும் ஏதோ ஒருவகையில் 'தேவ்' என்ற எளிய மனிதன் சம்பந்தப் பட்டிருக்கிறான். அவன்தான் இப்புனைவின் நிலநடுக்கோடு.

இந்நாவலை வாசித்ததனூடாக நான் என்னவெல்லாம் தெரிந்துகொண்டேன் என்பதே இக்கட்டுரை. *1639*இல் உருவாக்கப்பட்ட சென்னை நகரின் ஒரு குறிப்பிட்ட கால வளர்ச்சி யைத் தன் மொழியால் நாவல் கட்டிப் போட்டிருக்கிறது. *1964*இல் இந்தியாவின் முதல் *Multi Theatre complex* சென்னையில் தொடங்கப்பட்டிருக்கிறது. இந்த வளாகத்தில் சஃபையர், ப்ளூ டயமண்ட், எமரால்டு என்று மூன்று தியேட்டர்கள் இயங்கியிருக்கின்றன. இவ்வளாக வாயிலில், ஓடிய படங்களின் எண்ணிக்கை, ஓடிய நாட்கள் மற்றும் வசூல்கள் குறித்த தகவல்களை அழகாக எழுதி வைத்திருந்திருக்கின்றனர். தொடர்ந்து படம் காண்பிக்கும் தியேட்டராக 'ப்ளூ டயமண்ட்' இருந்திருக்கிறது. காலை பத்து மணிக்குத் தொடங்கும் திரைப்படம் நிற்காமல் இரவு இரண்டுமணி வரை ஓடிக்கொண்டே இருந்திருக்கிறது. எப்போது வேண்டுமானாலும் இந்தத் தியேட்டருக்குள் நுழைந்து திரைப்படம் பார்க்கலாம். அக்காலத்தில் சென்னையில் இருந்த சினிமா தியேட்டர்களின் அமைப்பு, உணவகங்கள் பற்றி அவ்வளவு நுணுக்கமாக

விட்டல்ராவ் இப்புனைவில் எழுதியிருக்கிறார். வெளிநாட்டி லிருந்து கடத்திவரப்பட்ட பொருட்களின் விற்பனை சென்னையில் அமோகமாக நடைபெற்றிருக்கிறது. குறிப்பாகச் சென்னையில் வணிகம் செய்த ஈரானியர்கள் தங்கம், வைரம், கைக்கடிகாரம், துணிகள் போன்றவற்றைக் கடத்திவந்து சென்னையில் விற்றிருக்கிறார்கள்.

ஆங்கிலோ இந்தியர்களின் வாழ்க்கையைத் தனித்துவமாக எழுதியிருக்கிறார் விட்டல்ராவ். மாட்டுக்கறி அவர்களின் பிரதான உணவாக இருந்திருக்கிறது. சுதந்திரத்திற்கு முன்பு செல்வாக்குடனிருந்த அவர்கள், பின்னர் கொஞ்சம் கொஞ்சமாக வீழ்ச்சியடைந்திருக்கிறார்கள். சென்னையிலிருந்த பெரும்பாலான கை ரிக்ஷாக்களுக்கு உரிமையாளர்களாக ஆங்கிலோ இந்தியர்களே தொடக்கத்தில் இருந்திருக்கிறார்கள். இப்புனைவில் இடம்பெறும் ராபர்ட் ஹெல்ட் குடும்பத்திற்கு இருபத்து மூன்று ரிக்ஷாக்கள் இருந்திருக்கின்றன. குதிரைப்பந்தயங்களில் இவர்களின் பங்கேற்பு அதிக அளவில் இருந்திருக்கிறது. ஒரு சின்ன மகிழ்ச்சியையும் நண்பர்களுடன் கொண்டாடும் பழக்கத்தை இவர்கள் இறுதிவரை கொண்டிருந்தனர். பொருளாதாரத்தில் பின்னடைவைச் சந்தித்த இச்சமூகத்தின் பெண்கள், அக்காலத் திரைப்படங்களில் இடம்பெறும் 'க்ளப் டான்ஸ்' பாடல்களில் குட்டைப்பாவாடையும் ஃப்ராக்குமாக நடனமாடினர். இந்தியப் பெண்களின் வாழ்க்கை யுடன் ஒப்பிடும்போது, இவர்கள் சுதந்திரமானவர்களாகவே இருந்திருக்கின்றனர். அனைவருமே காதலித்துள்ளனர். சாதி மதம் கடந்து தம் வாழ்க்கைத் துணையைத் தேர்வுசெய்யும் உரிமையை இப்பெண்கள் பெற்றிருந்தனர். காதல் தோல்விகளையும் ஏமாற்றங்களையும் உணர்ச்சிவசப்படாமல் கடந்துசெல்லும் மனநிலையை இப்பெண்கள் கொண்டிருந்தனர். யாரும் யாரையும் சார்ந்திருக்காத குடும்ப அமைப்பை இச்சமூகம் கொண்டிருந்தது. ஆண், வாரிசு, சொத்து போன்ற இந்திய மனப்பான்மை இவர்களிடம் இல்லை.

எக்ஸ்ரே பற்றிய பல நுணுக்கங்களை விட்டல்ராவ் விரிவாக எழுதியிருக்கிறார். அதில் ஒரு செய்தி ஆச்சரியமாக இருந்தது. பாலியல் தொழில் செய்யும் பெண்களின் வயதையும் திருமணம் செய்துகொள்ள காவல் நிலையத்தை நாடும் பெண்களின் வயதையும் அறிய, காவல்துறையினர் எக்ஸ்ரேவின் உதவியை நாடியிருக்கின்றனர். அவர்களின் எலும்பு வளர்ச்சியைக்கொண்டு வயதை அறியும் முறை அப்போது வழக்கத்தில் இருந்திருக்கிறது. மக்கள்தொகையைக் கட்டுப்படுத்த மத்திய அரசு ஊழியர்களுக்கு

ஊதியத்துடன் ஆணுறையையும் கொடுத்திருக்கிறது. மத்திய அரசு, தன் ஊழியர்களைக் கட்டாய இந்தி வகுப்புகளுக்கு அனுப்பியிருக்கிறது. ஆனால், வேலையிலிருந்து கிடைத்த சில மணிநேர விடுதலையாகவே ஊழியர்கள் இவ்வகுப்பை அணுகியிருக்கின்றனர். ஒருமாதம் முழுக்க வருகைப் பதிவேட்டில் இந்தியில் கையெழுத்துப் போடுபவர்களுக்குக் கூடுதல் ஊதியம் என்ற அறிவிப்பையும் மத்திய அரசு கொண்டுவந்திருக்கிறது. மத்திய அரசு இந்தியைத் திணிக்கத் திணிக்க தி.மு.க. ஆலமரமாக வளரத் தொடங்கியது. தமிழகத்தில் தி.மு.க. ஆட்சியைப் பிடிக்கக் காங்கிரஸின் மறைமுக உதவியாகவே இந்நிகழ்வு பார்க்கப் படுகிறது.

இந்தியா - பாகிஸ்தான் பிரிவினையின்போது நடந்த துயரச் சம்பவங்களால் பாதிக்கப்பட்டவர்கள், அதனை இன்றும் மறக்கவில்லை என்பதை நாவல் ஓரிடத்தில் கோடிட்டுக் காட்டுகிறது. பதின்மூன்று வயதுச் சிறுவனாக இருந்தபோது, இஸ்லாமியர்களால் தன் குடும்பம் சிதைந்துபோனதை மதன்லால் சோனியால் இன்றும் மறக்க முடியவில்லை. இஸ்லாமியப் பெயர்கள் அவனைத் தொடர்ந்து தொந்தரவு செய்துகொண்டே இருக்கின்றன. வட்டிக்குக் கடன் கொடுத்து அவர்களைப் பழிவாங்குகிறான். இன்னொன்றையும் விட்டல்ராவ் இவ்விடத்தில் குறிப்பிடுகிறார். நிலம்பெயர்ந்த இஸ்லாமியர்களுள் சிலர் இன்னும் தங்களை இந்தியர்களாக உணரவே இல்லை என்பதுதான் அது. குறிப்பாக, இந்தியா - பாகிஸ்தான் கிரிக்கெட் போட்டிகள் நடைபெறும்போதெல்லாம் இஸ்லாமியர்கள் தங்களைப் பாகிஸ்தானியர்களாகவே உணருவதை வெளிப்படையாக அறியலாம். இன்றுவரை இப்பிரச்சினை நீடிப்பதாகவே அறிகிறேன். இதனையும் சேர்த்தால் மூன்று அடையாளச் சிக்கல்களை இந்நாவல் பேசுவதாகவும் உணரலாம்.

நாவல் பல இடங்களில் சமகாலத்தைப் பிரதிபலிப்பதையும் குறிப்பிட வேண்டும். 1969இல் தி.மு.க. முதன்முதலாக ஆட்சியைப் பிடிப்பதற்கு மூன்று காரணங்கள் முக்கியமாக இருந்திருக்கின்றன. ஒன்று, மத்திய அரசின் இந்தித் திணிப்புக் கொள்கை; இரண்டு, அப்போது ஏற்பட்ட அரிசிப் பஞ்சம்; மூன்றாவது, எம்.ஆர்.ராதா எம்.ஜி.ஆரைச் சுட்டது. எம்.ஆர். ராதா தி.க.வைச் சார்ந்தவர். பெரியார், காங்கிரஸை ஆதரித்தார். இந்த மூன்று காரணங்களும் தமிழகத்தில் அண்ணா ஆட்சியமைக்கக் காரணமாக இருந்திருக்கின்றன. இப்புனைவில் போகிறபோக்கில் இரண்டு கதாபாத்திரங்கள் பேசிக்கொள்வதாக,

இப்பெரும் நிகழ்வை விட்டல்ராவ் எழுதியிருக்கிறார். இந்தியைத் திணித்த நேருவும் அதனைத் தம் அரசியலுக்குப் பயன்படுத்திக் கொண்ட அண்ணாவும் இப்புனைவுக்கு அவசியமற்றவர்கள். இதனால்தான் இந்நாவல் முக்கியத்துவம் பெறுகிறது. மத்திய அரசு '*Miss a Meal*' என்ற திட்டத்தைக் கொண்டுவந்து, இரவுச் சாப்பாட்டைக் கைவிடச் சொல்கிறது. ஓட்டலையே நம்பி இருப்பவர்கள் இதனால் பெரிதும் பாதிக்கப்படுகின்றனர். கடைகளில் மறைமுகமாக உணவுப் பொருள் விநியோகம் நடைபெறுகிறது. தங்களுக்கான உணவுப் பொருளைத் திருட்டுத்தனமாக வாங்கும் சூழல் மக்களுக்கு ஏற்படுகிறது. அறுபதுகளின் இறுதியில் நடந்த அந்நிகழ்வு, பெருந்தொற்றின் காரணமாக ஊரடங்கு நடைமுறையில் இருக்கும் இன்றும் நடைபெறுவதைக் காணமுடிகிறது.

*1969*இல் மஞ்சள் காமாலை நோய் தீவிரமாகப் பரவி யிருக்கிறது. இன்று ரெம்டெசிவிர் மருந்துக்கு மக்கள் அலைவதைப் போன்று அன்று கீழாநெல்லியைத் தேடி அலைந்திருக்கிறார்கள். இந்நோயும் கல்லீரலையும் நுரையீரலையுமே முதலில் தாக்கும். இந்நாவலில் வரும் லூயி, மஞ்சள் காமாலையால் பாதிக்கப்பட்டு மருத்துவமனையில் சேர்க்கப்படுகிறான்; ஆக்ஸிஜனுக்காகப் போராடுகிறான். இறுதியில் இறந்தும் விடுகிறான். நாவலின் இவ்விடங்களெல்லாம், சமகாலச் சூழலுக்கு மிக நெருக்கமாக இருக்கின்றன. பயிற்சிக்காக வரும் மாணவர்களை அந்தந்தத் துறைகளில் இருக்கும் நிரந்தர ஊழியர்கள் சுரண்டும் தன்மையும் காலந்தோறும் தொடர்கிறது. இப்பகுதிகள் விரிவாக எழுதப்படவில்லை என்றாலும், புனைவை வாசிப்பவர்களுக்கு அதன் தீவிரத்தை விட்டல்ராவ் எளிமையாகக் கடத்திவிடுகிறார்.

இந்நாவலின் மற்றுமொரு சிறப்பாக, இதிலுள்ள உரையாடல்களைக் குறிப்பிடலாம். ஆசிரியரின் குறுக்கீடே இல்லாமல் அவ்வளவு கதாபாத்திரங்களையும் சுயமாக உரையாட விட்டிருக்கிறார் விட்டல்ராவ். புனைவில் இவர் உருவாக்கி யிருக்கும் களம் மிகப் பெரியது. அதனை எளிய உரையாடல் களினூடாகவே கடந்திருக்கிறார். ஒரு வரிக்கும் அடுத்த வரிக்கும் இடையிலேயே அடுத்தடுத்த காட்சிகளை உருவாக்கிவிடுகிறார். உரையாடல் நுட்பத்துக்குப் பல இடங்களைச் சான்றாகக் கூறலாம். ஆங்கிலோ இந்தியப் பெண்ணான சிந்தியா, நான்காயிரத்து ஐந்நூறு ரூபாயை அவனது திருமணச் செலவுக்காகத் தேவிடம் கொடுக்கிறாள். அதனைத் தொடர்ந்து, 'சரி சரி, கைய வுடு மேன்' என்று ஒரு வரி வருகிறது. தேவ் உணர்ச்சிவசப்படுகிறான்;

சிந்தியாவின் கையைப் பிடித்திருக்கிறான்; அவளும் உணர்ச்சி வசப்படுகிறாள் என்ற விவரணைகளை எல்லாம் ஒற்றைவரியில் வாசகர்களுக்குக் கடத்திவிடுகிறார் புனைவாசிரியர்.

தேவ் பேசும் மொழியும் அவனது பெயரும் தொடர்ந்து அடையாளச் சிக்கலை ஏற்படுத்துகின்றன. ஆங்கிலோ இந்தியர்களைப் போன்ற ஒதுக்குதலை இவனும் அடைகிறான். ராபர்ட் ஹெல்டின் குடும்பத்திற்கு இவனைப் பிடிப்பதற்கு இதுவும் ஒரு காரணமாக இருக்கலாம். தன் அடையாளத்தைத் தேடி பெங்களூர் செல்லும் இவனை அங்குள்ளவர்கள் ஏற்க மறுக்கின்றனர். காவிரி அரசியல் இவன் அடையாளத்தின்மீது பெரும் தாக்கத்தை ஏற்படுத்துகிறது. தேசியம் இங்குக் கேள்விக்குள்ளாவதை விட்டல்ராவ், தேவ் கதாபாத்திரத்தின் மூலமாக நிறுவுகிறார். கர்நாடகாவில் பிறந்ததற்கோ சேலத்தில் வாழ நேர்ந்ததற்கோ தேவ் எப்படிக் காரணமாக முடியும்? அடிப்படையான இக்கேள்வி, நாவலில் தொனிப்பொருளாக குமுறிக்கொண்டே இருக்கிறது.

விட்டல்ராவ் இந்நாவலில் உருவாக்க நினைத்த பரப்பு மிகப் பெரியது. ஆனால், இறுதியில் தேவ் என்ற ஒற்றைக் கதாபாத்திரத்தின் மூலம் முடிவை எட்டிவிடுகிறார். தேவ் நினைத்ததைப் போல அவனுக்கென்று ஒரு குடும்பம் அமைகிறது. ஒதுக்கிவைத்த மாமனார் அவனை ஏற்றுக்கொள்கிறார். இக்குடும்பம் தேவின் குடும்பமாகிறது. தன் மனைவியின் வழியாகக் கிடைத்த குடும்பத்திற்குள் அவனும் ஒருவனாகி விட்டான். ஆனால், நாவலின் தொடக்கத்தில் விவரித்த ராபர்ட் ஹெல்ட் குடும்பத்தைப் பற்றிய விரிவான சித்திரத்தை நாவல் தவறவிட்டிருக்கிறது. ஹெல்டின் பெண்கள் குறித்து நாவலில் விரிவாக எழுதப்படவில்லை. அவர்களின் வாழ்க்கை வழியாக உருவாகியிருக்க வேண்டிய ஆங்கிலோ இந்தியர்களின் மேலதிகப் பண்பாட்டு வரலாற்றை நாவல் கவனிக்கத் தவறியிருக்கிறது. அந்தப் பெண்கள்தாம் தேவிற்குச் சென்னை நகரை அறிமுகப் படுத்துகிறார்கள். அக்குடும்பத்தைவிட்டு நாவலின் கதை நழுவியபின் அதன் விரிவு சுருங்கிவிடுகிறது. ஆனாலும், *நிலநடுக்கோடு* தமிழ்ச் சூழலில் வரவேற்கப்படவேண்டிய அருமையான நாவல்.

இந்து தமிழ் திசை, 29.05.2021

குதிப்பி: 'குடி'க்கு எதிரான குரல்

எழுத்தாளர் ம.காமுத்துரை எண்பதுகளில் இருந்து எழுதிவருகிறார். 2019ஆம் ஆண்டு இவரது குதிப்பி நாவல் பிரபஞ்சன் நினைவுப் பரிசைப் பெற்றது. பிரபஞ்சன் நினைவு நாவல் போட்டி அறிவிப்பிற்கு முன்பே இந்நாவல் எழுதப்பட்டிருக்கிறது. "கடந்த எட்டாண்டுகளாகச் சமையல் பாத்திரங்களை வாடகைக்கு விடும் வேலையைச் செய்துவருகிறேன். சமையல் தொழிலாளர்களோடு நெருங்கிப் பழகும் சூழலும், அவர்களது வேலைப்பளுவை அருகிலிருந்து பார்க்கும் வாய்ப்பும் வாய்த்தது. அவ்வாறு பார்த்த - பழகிய அனுபவங்களை அவ்வப்போது சில சிறுகதைகளாகவும் எழுதி யிருக்கிறேன். தற்போது சமையல் தொழிலாளர்களின் வாழ்வைச் சித்தரிக்கும் நாவலொன்றை எழுதி வருகிறேன்'' (இந்து தமிழ், 03.10.2015). சுமார் நான்கு ஆண்டுகளாக இந்நாவலை அவர் எழுதி வந்திருக்கிறார். அதற்கு முன்பே இந்தக்கதை அவர் மனதில் ஊறிக்கிடந்திருக்கிறது. பிரபஞ்சன் நினைவு நாவல் போட்டி இந்நாவலை வெளியிடுவதற்கு ஒரு வாய்ப்பை உருவாக்கிக் கொடுத்திருக்கிறது.

சமையல் கலைஞர்களின் வாழ்க்கையை முதன்முதலில் தமிழில் பதிவுசெய்த நாவலாகக் குதிப்பியைச் சொல்லலாம் (தி.ஜா.வின் நளபாகம் களம்வேறு). சமையல்பணி செய்பவர்களுடன் புழங்கும் வாய்ப்பினைப் பெற்றிருக்கிற காமுத்துரை

இந்நாவலை எழுதியிருப்பது புனைவிற்கு நம்பகத்தன்மையை அளித்திருக்கிறது. களமும் புதியது. சமீப காலங்களில் இலக்கிய கவனம் கொள்ளாமல் இருந்த நாவிதர்கள், சோழியர்கள், துப்புறவுப் பணியாளர்கள், வண்ணார்கள், நாதஸ்வர கலைஞர்கள் குறித்துக் காத்திரமான படைப்புகள் தமிழில் வெளிவந்திருக் கின்றன. அவை வாசக கவனத்தையும் குவித்திருக்கிறது. அவற்றின் தொடர்ச்சியாகத்தான் இந்நாவலையும் பார்க்க வேண்டும். ஆனால், சமையல் கலைஞர்கள் வாழ்க்கையின் ஒரு பகுதிக்குத்தான் புனைவு முக்கியத்துவம் கொடுத்திருக்கிறது என்ற விமர்சனமும் இந்நாவலுக்குப் பொருந்தும்.

சமையலர்களின் வாழ்க்கையைத் தெரிந்துகொள்ளும் பொருட்டு இந்நாவலை வாசிக்கும் வாசகன், அவர்களின் எதிர்மறையான பகுதிகளைத்தான் தெரிந்துகொள்ள முடியும்; ஒரு சமையல்காரர்கூட யோக்கியன் இல்லை என்ற முடிவுக்கு வாசிப்பவர்களை நாவல் அழைத்துச் சென்றுவிடும் அபாயமும் இருக்கிறது. அவர்கள் வாழ்க்கையுடன் தொடர்புடைய நேர்ப்பகுதிகளை நாவல் முன்னிறுத்தவில்லை. அடுத்து, கடைக்காரர் என்ற கதாபாத்திரம் நாவல் முழுக்கப் பயணித்து வருகிறது. சமையல்காரர்களைவிட இந்தக் கதாபாத்திரத்திற்குத் தான் புனைவு அதிக இடமளித்திருக்கிறது. இவர், சமையல் பாத்திரங்களை வாடகைக்கு விடும் கடைக்காரர். இவர்தான் நாவலின் நாயகன். உன்னத குணங்கள் அனைத்தும் நிரம்பியவர். சமையல் தொழிலாளர்களின் ரட்சகராக இவர் இருக்கிறார். வாழ்க்கையின் ஒழுங்குகளைக் கொஞ்சமும் பின்பற்றாத இந்தச் சமையல் தொழிலாளர்களிடம் ஒரு பாத்திரக் கடைக்காரர் படும் அவத்தைகளை காமுத்துரை விரிவாக எழுதியிருக்கிறார். இதனால் நாவல் சமையல் கலைஞர்களைப் பற்றியது என்ற எனது தொடக்ககாலக் கூற்றை நானே மறுக்கவேண்டியிருக்கிறது. மூன்றாவது, சாரதி என்ற சமையல்காரரின் குவாட்டர் பாட்டில் மூடித் திறப்பில்தான் நாவல் தொடங்குகிறது; சாரதியின் மகன் சரவணன் குவாட்டர் பாட்டிலைத் தூக்கி வெளியே எறிவதில் நாவல் முடிவடைகிறது. சமையல் என்ற சொல்லைவிட குவாட்டர் என்ற சொல்தான் நாவலில் அதிகமும் பயன்படுத்தப்பட்டி ருக்கிறது. சமையல் கூடத்தைவிட மதுபானக் கூடத்தைத்தான் நாவல் மிகுதியாகக் காட்சிப்படுத்தியிருக்கிறது. குதிப்பியைவிட மதுக்குப்பிகளையே இக்கலைஞர்கள் அதிகமும் பிடித்திருக் கிறார்கள். அதனால் இந்நாவல் சமையல் கலைஞர்களின் வாழ்க்கையைப் பதிவு செய்த நாவல் என்று முழுமையாகக் கூற

முடியாது. அவர்கள் இந்நாவலின் ஒரு பகுதி; அவ்வளவுதான். குடிக்கு அடுத்து புகைப்பது குறித்து காமுத்துரை விரிவாக எழுதியிருக்கிறார். முந்நூற்றைம்பது பக்கமுள்ள புனைவில் ஐம்பது பக்கங்களுக்கும் குறைவாகத்தான் சமையல் சார்ந்த நிகழ்வுகள் ஊடாடுகின்றன. ஓரிடத்தில் மட்டும் அவர்களின் பிரச்சனைகள் பற்றி கொஞ்சம் எழுதியிருக்கிறார். சமையல் தொழில் தமிழ்ப் பண்பாட்டில் உருவாக்கியுள்ள சடங்குகள் குறித்தும் புழங்கு பொருட்களின் தொன்மம் சார்ந்த மதிப்பீடுகள் குறித்தும் நாவல் கவனம் செலுத்தவில்லை.

முன்னெப்போதும் இல்லாத அளவுக்கு இன்று குடிக் கலாச்சாரம் சமூகத்தில் பெருகியிருக்கிறது. பள்ளி மற்றும் கல்லூரி மாணவர்கள் பலரும் தற்போது குடிக்கு அடிமையாகிக் கிடக்கின்றனர். பள்ளி செல்லும் பெண்களுக்கும் குடிமீது ஓர் ஈர்ப்பு உருவாகியிருக்கிறது. குடிப்பதினூடாக ஆண்களுக்கு நிகரான சமூகவெளியைப் பெற்றுவிட முடியும் என்ற கற்பிதம் அவர்களின் மனதை அசைத்திருக்கிறது. ஊருக்கு வெளியே ஒதுக்குப்புறமான இடங்களில் மட்டுமே சாத்தியப்பட்ட மதுபானம், இன்று நம் வீடுகளுக்கு அருகிலேயே எப்போதும் கிடைக்கும் சூழலை அரசு உருவாக்கிக் கொடுத்திருக்கிறது. இதனால் குடிப்பவர்களின் எண்ணிக்கை பன்மடங்கு அதிகரித்திருக்கிறது. இந்தக் குடிப்பழக்கம் சமூக ஒழுங்கைச் சிதைத்திருக்கிறது. கற்பனைக்கெட்டாத குற்றச் செயல்கள் நடக்க மதுவும் ஒரு காரணம். அதனால்தான் நாவலின் இந்தப் பகுதிக்கு ஆசிரியர் முக்கியத்துவம் கொடுத்திருக்கிறார். குடியைப் பற்றி இவ்வளவு விரிவாக தமிழில் எழுதப்பட்ட நாவல் வேறில்லை என்று நினைக்கிறேன். குடிப்பழக்கத்தால் அழிந்துகொண்டிருக்கும் சமையல் தொழிலாளர்களின் கதையாக இந்நாவலை முன்னிறுத்தலாம். சமையல் தொழிலாளர்கள் வாழ்க்கையின் ஒரு பகுதியாக உள்ள பாத்திரக் கடைக்காரரின் கதையாகவும் இந்நாவலை வாசிக்கலாம்.

குடிக்கு எதிராக வலிமையான குரலைக் கொடுக்கும் நாவல் என்று குதிப்பியைக் கூறலாம். சாரதி, சேது, முஜிபுர், துரைப்பாண்டி, முனியாண்டி உள்ளிட்ட அனைவரும் குடிக்கு அடிமையானவர்கள். சாரதி பதினான்கு வயதிலிருந்தே குடித்துக் கொண்டிருப்பவன். சம்பாதிப்பதற்கும் மேலாகக் கந்து வட்டிக்குக் கடன் வாங்கிக் குடிப்பவன். மகனின் படிப்புச் செலவுக்கு வாங்கிய பணத்தையும் நண்பர்களுடன் சேர்ந்து குடித்தழிப்பவன். கடைக்காரருக்கு அடுத்து சாரதி புனைவில் முக்கியத்துவம்

பெறுகிறான். சாரதியின் குடும்பத்தைச் சுற்றிக் கதை நிகழ்வதான தோற்றத்தை நாவல் ஏற்படுத்துகிறது. இவனது மறைவிற்குப் பிறகு நவீன உத்திகளுடன் சாரதியின் மகன் சரவணன் சமையல் களத்தில் இறங்குகிறான். இவன் சமையல் கலையின் நவீன தொழில்முறைகளை உள்வாங்கியவன். சமையல் கலைஞர்களின் தரத்தை அடுத்த கட்டத்திற்குக் கொண்டுசெல்லும் நம்பிக்கையின் கீற்று. இது குடியை வெறுப்பதின் மூலமே நிகழும் என்ற இடத்தையும் தொட்டு நாவல் நிறைவடைகிறது.

சமையல் கலைஞர்களின் தலைவரைப் போன்றவன் சேது. அனைவருக்கும் வேலையைப் பெற்றுத்தரும் இவனும் குடிக்குத் தன்னை ஒப்புக்கொடுத்தவனே. சாரதி அளவுக்குக் குடித்துவிட்டு கீழே விழுந்துகிடப்பவன் அல்லன்; உடன் பணியாற்றும் பெண்ணின் கம்மலை நண்பனின் தேவைக்காக ஏமாற்றி வாங்கக் கூடியவன். அதனால் இவனையும் யோக்கியன் என்று சொல்ல முடியாது. அம்மாவிடம் பொய்சொல்லி காசு வாங்கிக் குடிப்பவன் முஜிபுர். எப்போதும் யாரிடமாவது பீடிக்காகவும் குவாட்டருக்காக வும் அலைந்துகொண்டிருப்பவன். ரேசன் கார்டைகூட அடகுவைத்துச் சரக்குடன் கஞ்சாவையும் கலந்து குடித்துவிட்டுச் சாக்கடையில் விழுந்து கிடப்பவன் துரைப்பாண்டி. சோறு இருந்த ஒரே ஈயச்சட்டியையும் நசுக்கி எடைக்குப் போட்டுக் குடிப்பவன். இவனுக்கு வயது முதிர்ந்த அம்மா மட்டும்தான். சமையல் வேலைசெய்யும் இடத்தில் சமையல் பொருட்களைத் திடுடிவிற்றுக் குடிப்பவன் முனியாண்டி. இவர்களின் வாழ்க்கைதான் நாவல். இவர்கள் எப்படியெல்லாம் பிறரை ஏமாற்றிக் குடிப்பார்கள் என்ற கதைதான் நாவல் முழுவதும் இடம்பெற்றுள்ளது. சடங்கிற்கு இரண்டு மூன்று இடங்களில் சமையல் செய்வது குறித்த சம்பவங்கள் இடம்பெற்றுள்ளன. இவர்கள் செய்யும் சமையலின் தரம் குறித்தும் அந்தப் பணியின் வேறு தன்மைகள் குறித்தும் நாவல் பதிவுசெய்ய தவர விட்டிருக்கிறது. குடிப்பதும் புகைப்பதும் ஏமாற்றுவதும்தான் இவர்களின் அசலான வாழ்க்கையா என்ற கேள்வி எழுகிறது. இவர்கள் வாழ்க்கையின் ஒரு பகுதியாக உள்ள இந்தக் குடிப்பழக்கத்தை நாவல் முதன்மைப்படுத்துகிறது என்பது புனைவின் மீதான விமர்சனம்.

நாவலில் குறிப்பிடவேண்டிய அம்சங்களும் இடம் பெற்றுள்ளன. இந்நாவலின் களம் தேனியும் சுற்றியுள்ள பகுதியும்தான். சமையலர்களின் வாழ்க்கையில் சாதி பிரதான இடம் வகிக்கிறது. தேனி போன்ற சிறு நகரங்களில் சாதிய

அடையாளத்தை மறைத்துக்கொண்டு சமையல் வேலை செய்வதென்பது இயலாத காரியம். தனக்குச் சமைத்துத் தருபவன் தன்னைவிடவும் சாதிய கட்டுமானத்தில் உயர்ந்தவனாக இருக்கவேண்டும் என்ற பொதுப்புத்தி மனநிலை அனைவரிடமும் படிந்துபோயுள்ளது. பிற மதத்தினரை ஏற்றுக்கொள்ளும் சமூகம், தம் மதத்திலுள்ள ஒடுக்கப்பட்ட சாதியைச் சார்ந்தவர்களைச் சமையல் வேலைக்கு அனுமதிப்பதில்லை. ஐயர் என்றோ பிள்ளை என்றோ தங்களது அடையாளத்தை மாற்றிக்கொள்ள வேண்டி யிருக்கிறது. 'ராசப்பிள்ள மகெங்க' என்று சொன்னபிறகுதான் வேலை கொடுப்பவர்களுக்கு உயிர் வருகிறது. 'விசேச வீட்டுக்காரர்கிட்ட நான் இன்ன ஆளுகனு சொல்லீர வேண்டாம்... சொல்லித்தே ஆகணும்னா, பிள்ளைமார்னே சொல்லுங்க' என்று பாத்திரக் கடைக்காரரிடம் சொல்கிறார் சின்னப்பாண்டி என்ற சமையல்காரர். 'ஏண்டா அத்தைக்கி சக்கிலிப் பயல்கள வச்சு சோறாக்கிப் போட்டுட்டீக' என தன் மகனிடம் தன் தங்கை கேட்டதையும் நினைத்துப் பார்க்கிறார் கடைக்காரர். இந்தப் பகுதி நாவலில் விரிவான கதையாகியிருக்க வேண்டும். உண்மையில் சமையல் கலைஞர்கள் நெருக்கடிக்குள்ளாகும் இடம் இதுதான். அரசு பள்ளிகளில்கூட ஒடுக்கப்பட்ட சாதியைச் சார்ந்தவர்கள் சமையல் பணியாற்ற எதிர்ப்பு எழுகிறது. 'அவர்கள் சமைத்த உணவை எங்கள் பிள்ளைகள் சாப்பிட மாட்டார்கள்' என்று பெற்றோர்கள் பள்ளிகளை முற்றுகையிடுகிற நிலைதான் இன்று. காமுத்துரை போகிறபோக்கில் இதனைச் சுட்டிக் காட்டிவிட்டுக் கடந்துவிடுகிறார்.

கிராமம் சார்ந்த வாழ்க்கையை நவீனத்துவக் கூறுகள் எவ்வாறு தனதாக்கிக் கொள்கின்றன என்ற இடமும் புனைவில் ஆங்காங்கே இடம்பெற்றுள்ளன. இந்த இடத்தைதான் காமுத்துரை தனது தொழிலின் வீழ்ச்சியை எழுதிக்கொள்ள பயன்படுத்திக்கொள்கிறார். வீட்டில் நடந்த விசேஷங்களெல்லாம் இன்று திருமண மண்டபங்களில் நடக்கின்றன. திருமண மண்டபங்களின் பெருக்கம் பாத்திரக் கடைத் தொழிலை நசுக்குகிறது. கிராமங்களில்கூட தண்ணீர் பாட்டிலைக் காசு கொடுத்து வாங்கிக்கொள்ளும் மனநிலைக்கு நகருகின்றனர். அதேநேரத்தில் நவீன வாழ்க்கை சார்ந்த கூறுகள் சில நல்ல தொடக்கங்களையும் திறந்து விடுகிறது. தரம் இறக்கிப் பார்க்கும் சமையல் தொழிலை, கேட்ரிங் படிப்பினூடாக மதிப்புக்குரியதாக மாற்ற முயல்கிறான் சரவணன். அதற்கான வாய்ப்புகளை உருவாக்கிக் கொடுக்கிறார் வாசு. ஆடையிலிருந்து அடுப்புவரை மாற்றிக்காட்டுகிறான் சரவணன்.

உணவிலும் புதிய வகைகளை அறிமுகம் செய்கிறான். தென்னங்கீற்றுப் பந்தலைப் போட்டுக்கொண்டிருந்த சேதுவின் அண்ணன் சாமியானாவிற்கு மாறுகிறான். இந்த மாற்றம் சமையல் தொழிலிலும் நிகழ வேண்டும் என்ற வாசிப்பிற்கும் புனைவு கொண்டு செல்கிறது. அதனை நிகழ்த்திக் காட்டுபவனாக சரவணனை முன்னிறுத்துகிறார் புனைவாசிரியர்.

நிகழ்கால அரசியலையும் நாவல் பேசுகிறது. இந்தித் திணிப்புப் போராட்டம், நீட் எதிர்ப்புப் போராட்டம், அனிதா மரணம், அரசியல் கட்சிக் கூட்டங்களுக்கு ஆள் சேர்த்தல் என்று நீள்கிறது. ஆனால், இதெல்லாம் புனைவிலிருந்து விலகி நிற்கிறது. சமையல் வேலைசெய்யும் பாக்கியம் தன் மகள் வசந்தியை டாக்டராக்க நினைக்கிறாள். பள்ளியில் முதல் மதிப்பெண் வாங்கும் அவள் நீட் தேர்வில் தோல்வியடைகிறாள். அவள் தற்கொலை செய்துகொள்ளாமல் அடுத்த கனவை நோக்கி நகர்கிறாள். இதெல்லாம் வலிமையாகப் பதிவாகவில்லை; தவிர நாவலின் களமும் இதுவல்ல. சமையலர்களின் வாழ்க்கையில் நிகழ்கால அரசியல் எந்தமாதிரியான பாதிப்பை ஏற்படுத்துகிறது என்ற புரிதல் நாவலில் இல்லை.

நாவலில் தோழர் சண்முகம் என்றொரு கதாபாத்திரம் வருகிறது. சமையல் கலைஞர்கள் ஒன்றிணைந்து சங்கம் அமைப்பது குறித்துப் பிரச்சாரம் செய்கிறார். இதுவும் கடைக்காரரின் முயற்சியால் நடைபெறுகிறது. திடீரென நிகழும் துரைப்பாண்டியின் மரணமும் சாரதியின் மருத்துவச் செலவும் சங்கத்தின் தேவையை நெருக்குகின்றன. ஒரு கம்யூனிஸ முகத்தை நாவலுக்குக் கொடுக்க முயன்றதன் விளைவுதான் தோழர் சண்முகம் கதாபாத்திரம். நாவல் பாதிவரை அதன் இலக்கிலேயே நகர்கிறது. பாதிக்குமேல் நிகழ்கால அரசியலையும் பொதுவுடைமை அரசியலையும் கையில் எடுக்கிறது. இதெல்லாம் நாவலுக்கு ஒரு பிரச்சாரத் தன்மையைக் கொடுத்து விடுகிறது. சமையல் கலைஞர்களின் உண்மையான வாழ்க்கையையும் வலிகளையும் பதிவுசெய்யவேண்டிய புனைவு, வெவ்வேறு திசைகளில் நகர்ந்து வலிமை இழந்து விடுகிறது. ஆனாலும் இந்த அரசு மதுக் கடைகளை வரம்பின்றி திறந்துவிட்டுக் கூலித் தொழிலாளர்களின் வாழ்க்கையை எப்படிப் புரட்டிப்போடுகிறது என்ற தொனியில் இந்நாவலை வரவேற்கலாம்.

இந்து தமிழ் திசை, 30.05.2020

தீர்ப்புகளின் காலம்: சிறுதெய்வ உருவாக்கத்தின் பின்னணி

ஒவ்வொரு நாட்டார் தெய்வத்துக்கும் ஒரு வலிமையான உருவாக்கப் பின்னணி இருக்கிறது. கூற்றுமுறைகளில் சிறுசிறு வேறுபாடுகள் இருக்கலாம்; ஆனால் அத்தெய்வ உருவாக்கத்தின் மையக்கூறு ஒன்றாக இருப்பதை அறியலாம். பெரும்பான்மைக் குடும்பங்களின் குலதெய்வங்கள் சிறுதெய்வங்களாக இருப்பதினூடாக அத்தெய்வங்களின் இருப்பைப் புரிந்துகொள்ளலாம். அய்யனார், கருப்பசாமி, மதுரைவீரன், சுடலைமாடன், முனீஸ்வரன் போன்ற ஆண் சிறுதெய்வங்களுக்கு இணையாக மாரியம்மன், காளியம்மன், முத்தாலம்மன், பேச்சியம்மன் போன்ற பெண் சிறுதெய்வங்களும் பொதுமக்களால் கொண்டாடப் படுகின்றனர். ஓர் ஊரையோ, இனத்தையோ காக்கும் போராட்டத்தில் வீரமரணம் எய்திய ஆண்கள், பின்னாளின் அப்பகுதியின் தெய்வமாக்கப் பட்டார்கள்.

பெண் சிறுதெய்வங்களின் வரலாறு இதற்கு நேரெதிராக இருக்கிறது. பூப்பெய்தி கன்னித் தன்மை இழக்காத பெண்கள் அப்பகுதியின் ஆதிக்க சாதியினரால் வன்புணரப்பட்டுக் கொலை செய்யப் பட்டிருக்கிறார்கள். அந்தப் பெண்களை அப்பகுதி மக்கள் தெய்வமாகக் கருதி கோயிலெழுப்பிக்

கொண்டாடி இருக்கிறார்கள். அந்தப் பெண் தங்கள் ஊரையும் குடும்பத்தையும் காப்பாற்றுவாள் என்ற நம்பிக்கை இதற்குப் பின்னால் தீர்க்கமாக உள்ளது. இந்த நம்பிக்கையை விதைப்பதற்கு, கொலை செய்யப்பட்ட பெண்கள் திருவிழா நடைபெறும் நாட்களில் பிறபெண்களின் உடலில் இறங்கியிருக்கிறார்கள். அவர்களின் கொலைக்குக் காரணமானவர்கள் தண்டிக்கப் பட்டிருக்கிறார்கள். இதனூடாகத்தான் மக்களின் நம்பிக்கையை அப்பெண்கள் பெற்றிருக்கிறார்கள். ஆண்-பெண் தெய்வ உருவாக்கத்தின் பின்னுள்ள வரலாறும் ஆண்களுக்குச் சார்பானதாகவே இருக்கிறது. இந்தப் பின்னணியைக் களமாகக் கொண்டுதான் அபிமானியின் *தீர்ப்புகளின் காலம்* என்ற நாவலை அணுக வேண்டும்.

சிறுதெய்வங்களின் எண்ணிக்கை தென் தமிழகத்தில்தான் அதிகம். அங்குச் சிறுதெய்வங்களுக்காக வெவ்வேறு பெயர்களில் இன்றும் பல்வேறு திருவிழாக்கள் நடைபெற்று வருகின்றன. சிறுதெய்வங்களே அத்திருவிழாக்களுக்கு மூலகாரணிகள். இந்நாவல்கூட தென் தமிழகத்தின் திருநெல்வேலி மாவட்டத்தைக் களனாகக் கொண்டுதான் எழுதப்பட்டிருக்கிறது. ஆதிக்கச் சாதியினர் தெற்குத் தெருவிலும் ஒடுக்கப்பட்டவர்கள் வடக்குத் தெருவிலும் வசித்து வருகின்றனர். திருமணம் நடைபெறுவதற்குச் சில நிமிடங்களுக்கு முன்பு, ஆதிக்கச் சாதியைச் சார்ந்த மூன்றுபேர் தெய்வானை என்ற ஒடுக்கப்பட்ட சாதியைச் சார்ந்த பெண்ணைத் தூக்கிச்சென்று வன்புணர்ந்து கொலைசெய்து விடுகின்றனர். தெய்வானை, சந்திரமதி என்ற ஒடுக்கப்பட்ட பெண்ணுடலில் தெய்வமாக இறங்கி அனைவரையும் பழிவாங்குகிறாள். ஒடுக்கப்பட்டவர்கள் தெய்வானையின் மூலமாக எழுச்சி பெறுகிறார்கள். இப்போது அவள் அந்த ஊருக்குத் தெய்வம். இதுதான் நாவலின் கதை. பெண் சிறுதெய்வங்களின் வரலாற்றை ஆராயும்போது அவர்களுள் பலரும் ஒடுக்கப்பட்ட சாதியைச் சார்ந்தவர்களாக இருப்பதை அறியலாம்.

இந்த நாவலை வாசிப்பதன் மூலமாக வேறுசில விஷயங்களையும் அபிமானி நமக்குக் கடத்துகிறார். ஒடுக்கப்பட்ட சாதியைச் சார்ந்தவர்களால் சில பயன்களைப் பெறும்போது அங்குச் சாதி அடிபட்டுப்போகிறது. சாதியைக் கைவிடுவதற்குப் பின்பு கடவுள் மீதான பயம் முக்கிய பங்காற்றுகிறது. சந்திரமதியின் காலில் விழுந்து வணங்குவதற்குக்கூட ஆதிக்கச் சாதியினர் தற்போது தயக்கம் காட்டுவதில்லை. ஏனெனில் சந்திரமதி என்கிற

ஒடுக்கப்பட்ட பெண்ணுக்குள் இருப்பது தெய்வம். அந்தத் தெய்வத்தைத் தாங்கிக்கொண்டு நிற்கும் சந்திரமதியும் இப்போது தெய்வம். அடுத்து, ஆதிக்கச் சாதியினர் விற்கும் சாராயத்தைக் குடிப்பதற்கும் அவர்களின் நிலங்களில் உழைப்பதற்கும் சாதி குறுக்கே நிற்பதில்லை. இந்த விஷயத்தை நாவல் காத்திரமாகவே பேசுகிறது. ஒரு கோழியைப் போல ஒடுக்கப்பட்ட சாதிப் பெண்களைத் தூக்கிச் செல்வதில் சாதியோ தீட்டோ தடையாக இல்லை. அது ஒரு காலம். ஆனால் தற்போது காலம் மாறியுள்ளது. இது குற்றங்களுக்குரிய தண்டனைகளை வழங்கும் தீர்ப்புகளின் காலம். அதற்கான விதையைத் தூவியவள் தெய்வானை.

ஒடுக்கப்பட்டவர்களின் வாழ்க்கையைப் பேசுவதால் இதனை ஒரு தலித் நாவல் என்றும் கூறலாம். அபிமானியும், ''நான் 'தலித் எழுத்தாளன்' என்று பிரகடனப்படுத்திக் கொள்வது ஆதிக்கவாதிகளின் தூக்கத்தைக் கெடுக்குமானால் மீண்டும் மீண்டும் என்னைத் 'தலித் எழுத்தாளன்' என்றே சொல்லிக் கொள்வேன்'' என்று முன்னுரையில் எழுதியிருக்கிறார். இவரது முந்தைய ஆக்கங்களும் ஒடுக்கப்பட்டவர்களின் வாழ்க்கையைப் பேசியவைதாம். இதனையே இவரின் அடையாளமாகவும் கருதலாம். தொண்ணூறுகளுக்குப் பிறகுதான் தலித் இலக்கியம் தமிழகத்தில் உருவாகத் தொடங்கியது. தொடக்கத்தில் மொழிபெயர்ப்பு ஆக்கங்களூடே தலித் இலக்கியம் தமிழ்ச்சூழலில் அறிமுகமானது. பின்னர் தலித் சிந்தனைவாதிகள் இதனை ஓர் இயக்கமாக முன்னெடுத்தனர். *நிறப்பிரிகை* என்ற சிற்றிதழ் இதற்குப் பின்புலமாக இருந்தது. ஒரு புதிய இலக்கிய வகைமையைத் தலித் இயக்கம் கட்டமைத்தது. இதன்மூலம் ஒடுக்கப்பட்டவர்களின் அசலான மொழி இலக்கியமாக மாறியது. அவ்விலக்கியம் பேசிய வாழ்க்கையும் புதியதாக இருந்தது.

கடந்த பத்தாண்டுகளில் தலித் இலக்கியம் முன்நகரவே இல்லை என்றே கருதுகிறேன். ஒடுக்கப்பட்டவர்களின் வாழ்க்கையை அவர்களது மொழியில் கழிவிரக்கத்துடன் பதிவு செய்வதே தலித் இலக்கியம் என்ற வரையறையை உள்ளீடுகளற்று உருவாக்கிக் கொண்டனர். அடுத்து, ஆதிக்கச் சாதியினர் நிகழ்த்திய வன்முறையைத் திருப்பி நிகழ்த்துவதனூடாகத் தலித்துகள் வரலாற்றை மீள் கட்டமைப்புச் செய்கின்றனர் என்ற பாவனையைத் தலித் இலக்கியங்கள் பிரச்சாரமாக முன்னெடுக்கத் தொடங்கின. இதன் காரணமாகத் தலித் இலக்கியத்தின் வீரியம் குறையத் தொடங்கியது. இன்று தலித் இலக்கியம் எனும் தனித்த இலக்கிய

வடிவம் பொதுத்தளத்தில் கலந்து தன்னைக் கரைத்துக்கொண்டது என்றே கருதவேண்டியிருக்கிறது. இந்தப் பிரச்சினை இப்புனைவிற் குள்ளும் இருக்கிறது.

தெய்வானையின் கொலைக்குக் காரணமானவர்கள் தெற்குத் தெருவைச் சார்ந்த கண்ணையாவும் அவன் மகன் கொம்பையாவும் கொம்பையாவின் மாமன் சண்முகமும்தாம். கண்ணையாவும் சண்முகமும் தெய்வானையால் பின்னர் கொலை செய்யப் படுகிறார்கள். மூன்றாம் நபராகக் கொம்பையாவும் கொலை செய்யப்படுகிறான். இந்தக் கொலையைச் செய்தது தெய்வமாக வணங்கப்படும் தெய்வானை இல்லை. தெய்வானையின் அண்ணனும் அப்பாவும். இந்த இடத்தில் உயிர்ப்பிச்சை கேட்டு வந்தவர்களைத் தெய்வங்கள் பழிவாங்குவதில்லை; தெய்வங்களால் தண்டிக்கப்படாதபோது நாங்களே அதனைச் செய்வோம் என்ற சமிக்ஞைகள் கொடுக்கப்பட்டிருக்கின்றன. கொம்பையா தலித் பெண்கள்மீது பாலியல் மீறல்களை நிகழ்த்தியிருக்கிறான். அவன் தற்போது உயிருடன் இல்லை. அவனைப் பழிவாங்க, அவன் மனைவி தற்போது ஒடுக்கப்பட்ட சாதியைச் சார்ந்த சோமுவின் தொடுப்பு என்று அபிமானி நாவலை முடிக்கிறார். இதன்மூலம், நெடுங்காலமாக ஆதிக்கச் சாதியின் மீதிருந்த வன்மம் நேர்செய்யப்படுகிறது என்ற பாவனையைத்தான் பிரதி உருவாக்குகிறது.

குணசீலன் இப்புனைவின் முதன்மைக் கதாபாத்திரம். படித்தவன். வங்கி பணியில் இருக்கிறான். தன் மனைவியின் பிரசவத்திற்குக்கூட விடுமுறை எடுக்காமல் பணிக்குச் செல்கிறான். கொம்பையாவைக் கொலை செய்தவர்களைப் பிணையில் எடுக்க இவன்தான் பணம் கொடுத்து உதவுகிறான். ஆதிக்கச் சாதியினர் கடையில் சிகரெட் வாங்கி பிடிக்கிறான்; கடையின் எதிரில் இருக்கும் சேரில் மனைவியுடன் அமர்கிறான். இந்த முன்னெடுப்புகளுக்கு அவன் கற்ற கல்விதான் காரணமாக இருக்கிறது. ஆனால் அவன்தான் கொம்பையாவின் மனைவி, சோமுவின் தொடுப்பாக இருப்பதைக் கேட்டுப் புளகாங்கிதம் அடைகிறான். நாவல் இந்த இடத்தில்தான் பிரச்சார தன்மையை அடைந்து விடுகிறது. இதுவொரு பொதுத் தன்மையாகத் தலித் படைப்புகளில் இடம்பெறும்போது அவ்விலக்கிய வடிவம் ஒரு பிரச்சார வாகனமாக மாறிவிடுகிறது. கொம்பையா, தெய்வானை இறங்கியிருக்கும் சந்திரமதியின் காலில் விழும்போதே நாவல் முடிந்துவிடுகிறது. ஆனால் புனைவு அதையும் கடந்து நீள்கிறது. குழந்தைக்குத் 'தெய்வானை' எனப் பெயர் வைப்பதன் மூலமாகத்

தெய்வானைகள் மீண்டும் மீண்டும் பிறந்துகொண்டே இருப்பார்கள் என்ற குறிப்பினைப் பிரதியாசிரியர் குணசீலன் மூலமாக அளிக்க விரும்புகிறார். முடிவுரை திட்டமிட்டு எழுதப்பட்டிருக்கிறது.

இந்நாவலை ஒரு யதார்த்த நாவலாக அணுகும்போது சில முரண்களும் தெரிய வருகின்றன. செல்போன் பயன்பாட்டில் உள்ள காலம்தான் நாவலின் காலம். குணசீலனின் மனைவி பிரசவத்திற்காக மருத்துவமனையில் சேர்க்கப்பட்டிருக்கும் தகவலை செல்போனில்தான் கூறுகிறார்கள். இந்தக் காலத்திலிருந்து சுமார் பத்து வருடங்களுக்கு முன்பு, தெய்வானைக்கு நடந்த துயரம்தாம் நாவலின் மையம். குணசீலனின் மனைவி ராணி சிறுமியாக இருந்தபோது தெய்வானையுடன் பழகியிருக்கிறாள். அதனால் பெரிய கால இடைவெளி இல்லை. ஊரே கூடியிருக்க, அனைவரது கண்முன்னே மூன்றுபேர் ஒரு பெண்ணைத் தூக்கிச்சென்று பாலியல் பலாத்காரம் செய்ததாகப் புனைவு கூறுவதை ஏற்றுக்கொள்ள இயலவில்லை. புனைவின் கதை நிகழும் காலத்தில் பண்ணையார்கள் தங்கள் செல்வாக்கை இழந்துவிட்டதாகவே கருதுகிறேன். அதனால் ஒரு பண்ணையாரின் கட்டுப்பாட்டில் தலித்துகள் இல்லை. மேலும், ஆதிக்கச் சாதியினர் பட்டப்பகலில் ஒடுக்கப்பட்ட பெண்களை வீடுபுகுந்து வன்புணர்வதும் யதார்த்தத்துக்கு அப்பாற்பட்டது. இது வேறொரு காலத்தைக் காட்டுகிறது. ஆதிக்கச் சாதியினரின் வன்முறைச் சம்பவங்களைக் கோர்க்கும்போது காலப் பிரக்ஞையைக் கவனத்தில் கொள்ளவேண்டும்.

இப்படி நடந்தால் நன்றாக இருக்கும் என்ற ஆசிரியரின் குறுக்கீடு நாவலின் இறுதியில் அப்பட்டமாகத் தெரிகிறது. யாருக்கு நன்றாக இருக்கும் என்ற வாசகரின் கேள்வியில் ஆசிரியரின் அறம் அடிபட்டுப்போகிறது. கதாபாத்திரத்தின் இயல்பை மீறிக்கொண்டு புனைவாசிரியர் தம் கருத்தைத் திணித்திருக்கிறார். இது புனைவுடன் பொருந்தாமல் வன்மமாகத் தனித்து நிற்கிறது.

இந்து தமிழ் திசை, 17.07.2021

ஈமம்: புனைவின் காத்திரத்தால் நிற்கும் நாவல்

வட்டார எழுத்துக்களுக்கு ஓர் அங்கீகாரம் கிடைத்தபோதுதான் நவீன இலக்கியம் ஜனநாயகப் படுத்தப்பட்டது என்று கருதுகிறேன். அந்தந்தப் பகுதி சார்ந்த மொழிகளில் புனைகதைகள் எழுதப் படும்போது, மொழியுடன் அம்மண்ணின் பண்பாட்டு விழுமியங்களும் பரவலாக்கப்படுகின்றன. ஆனால், தமிழ்ப் புனைகதை வரலாற்றைத் திறந்து பார்க்கும்போது ஒரு குறிப்பிட்ட பகுதியே வட்டார இலக்கியத்தில் ஆதிக்கம் செலுத்துவதை அறிய முடிகிறது. குறிப்பாகத் தென் தமிழகத்தின் நெல்லை, கரிசல் பகுதிகளில் இருந்தான் வட்டார இலக்கியம் அதிக அளவில் எழுதப்படுவதாக அறிகிறேன். புதுமைப்பித்தனும் கி.ராஜநாராயணனுமே இதற்கு முன்விதைகள். ஆண்டுதோறும் பள்ளிக்கல்வித் துறை வெளியிடும் மாணவர்களின் தேர்ச்சி விகிதப் பட்டியலில் வட தமிழகம் பின்தங்கி இருப்பதைப் பார்க்கலாம். இலக்கியத்தில்கூட இந்நிலை இருப்பதாகவே உணர்கிறேன். குறிப்பாக திருவண்ணாமலை, வேலூர், கிருஷ்ணகிரி, தருமபுரி போன்ற மாவட்டங்களில் இலக்கிய வறட்சி அதிகம். இப்பகுதிகளில் இருந்து நிறைய எழுத்தாளர்கள் உருவாகவேண்டும். இம்மண்ணின் மொழியை, இம்மக்களின் வாழ்க்கையைக் குறைந்தபட்சம்

தமிழ்நிலமெங்கும் தூவும் படைப்புகள் அதிகமும் வெளிவர வேண்டும்.

வட ஆர்க்காட்டின் நிலமொழிதான் கவிப்பித்தனின் அடையாளம். இப்பகுதியின் மக்கள் மொழியைப் புனைவில் இவரளவிற்குப் பிறர் பயன்படுத்தவில்லை என்பது என் அவதானிப்பு. அவ்வகையில் கவிப்பித்தன் பாராட்டுக்குரியவர். மகேந்திரன் என்ற ஒரு மனிதனின் நிஜ உலகையும் அவன் பிணமாகி உயிர்த்தெழுந்ததற்குப் பின்புள்ள புனைவு உலகையும் கவிப்பித்தன் நாவலாக்கியுள்ளார். இச்சமூகம், மகேந்திரனின் இருப்பை நிஜ உலகத்தில் இயல்பானதாகவும் புனைவு உலகத்தில் அமானுஷ்யமானதாகவும் எடுத்துக்கொள்கிறது. புனைவு உலகில் அவன் மனிதனுக்குரிய தன்மைகளுடன் இருந்தாலும் சமூகத்தின் கூட்டு நனவு மனம் அவனைச் சக மனிதனாக ஏற்றுக்கொள்ள மறுக்கிறது. இத்தகைய சமூகத்தின் பிளவுபட்ட நாக்கை ஈமம் சுட்டிக்காட்டுகிறது. ஆனால் இதனைப் புனைவாக்கிய விதத்தில் கவிப்பித்தன் இன்னும் கூடுதல் சிரத்தை எடுத்திருக்க வேண்டும் என்றே கருதுகிறேன். முதலில் இதனை யதார்த்த நாவலாக வாசிப்போம்.

மகேந்திரனின் அத்தை மகள்தான் சுசீலா. இருவரின் அப்பாக்களுக்கும் இடையிலான மனக்கசப்பு அவர்கள் திருமணத்திற்குத் தடையாக இருக்கிறது. எதிர்ப்பை மீறி இருவரும் திருமணம் செய்துகொள்கின்றனர். ஆனால் எதனால் அவர்களுக்கிடையே பிரச்சினை வந்தது என்பது குறித்து நாவல் எதுவும் பேசவில்லை. புதியதாகக் கிடைத்த அரசு பணிகூட மகேந்திரனின் தந்தைக்குத் 'தான்' எனும் ஆணவத்தை அளித்திருக்கலாம். ஆக, பெற்றோர்களின் அகங்காரம் தங்கள் பிள்ளைகளை எப்படிப் பாதிக்கிறது என்ற நோக்கில்தான் நாவல் தொடக்கத்தில் பயணிக்கிறது. நாவலின் தொடக்கம், பிணம் அறுப்பவனின் உளவியல் பிரச்சினையைப் புனைவு விரிவாக ஆராயப்போகிறது என்ற புரிதலையும்கூட ஏற்படுத்துகிறது. இந்தக் களம்கூடத் தமிழ் நாவல் வளத்துக்குப் புதியதுதான். பாதிக்கு மேல்தான் நாவல், தலைப்புக்கான கதைக்குள் நுழைகிறது.

கணவன் மனைவிக்கு இடையிலான சாதாரண பிரச்சினைக்காக விஷம் குடிக்கிறான் மகேந்திரன். இது தெரிந்த சுசீலா, ஆறுமாதக் குழந்தையைக்கூட பொருட்படுத்தாது தூக்கு மாட்டிக்கொண்டு அவனுக்கு முன்பே இறந்துபோகிறாள்.

மகேந்திரனின் நாடித்துடிப்பைப் பரிசோதித்த மருத்துவர்கள் அவன் இறந்துவிட்டதாகக் கூறுகின்றனர். உடற்கூராய்வில் உயிருடன் இருப்பதைக் கண்டறிகின்றனர். இவனைப் பற்றிய தகவல் ஊர் முழுக்கப் பரவுகிறது. சுசீலாவின் இறப்பைக் கேள்விப்பட்டு ஓடிவந்த அவள் அம்மா ஆட்டோ மோதி இறந்து விடுகிறாள். அவள் அப்பாவுக்குப் புத்திப் பிசகிவிடுகிறது. அடுத்தடுத்து நிகழும் துர்சம்பவங்கள் திட்டமிட்டுப் புனைவாக்கப்பட்டவை போன்று தோன்றுகிறது. ஓர் அசல் யதார்த்த நாவல் இந்த இடத்தில் தடம் மாறிவிடுகிறது.

மலம் மிதக்கும் கால்வாய் ஓரத்தில்கூட அவனையும் அவன் குழந்தையையும் வாழவிடாத சமூகத்திலா நாம் வாழ்ந்து கொண்டிருக்கிறோம் என்ற குற்றவுணர்ச்சியை நாவல் ஏற்படுத்துகிறது. ஏனெனில், இந்தச் சமூகம் ஒரு மனிதனை இவ்வளவு வன்மத்துடன் நடத்துகிறதா என்று ஆச்சரியப்படும் விதத்தில்தான் மகேந்திரனின் வாழ்க்கை அமைகிறது. அவனைப் பிணம் என்று ஊர் ஒதுக்கலாம்; அம்மாவும் அப்பாவும்கூட அவனைப் பார்த்துப் பயந்து ஓடுகிறார்கள். நாவலின் பிற்பகுதியில் இடம்பெறும் மாசானம் என்ற கதாபாத்திரமாவது சுடுகாடுவரை சென்று பிழைக்கிறான்; அவரை ஊருக்குள் சேர்ப்பதில் மூடநம்பிக்கைகள் குறுக்கிடலாம். ஆனால் மகேந்திரனின் பிரச்சினை அவ்வாறானதில்லை. இறந்துவிட்டான் என்று மருத்துவரால் தவறாகக் கணிக்கப்பட்டவன். மனைவி இறந்த செய்திகேட்டு மூர்ச்சையில் கிடந்தவனைப் பிணம் என்று எப்படிச் சொல்ல முடியும். சுடுகாடு சென்ற பிணம்தான் திரும்பக் கூடாது என்று சொல்லுவார்கள். இதனை மகேந்திரனுக்கு எப்படிப் பொருத்த முடியும். நடைமுறை யதார்த்தங்கள் புனைவில் வலிமையாகக் கட்டமைக்கப்படவில்லை என்றே தோன்றுகிறது. நாவலில் ஒரு கதாபாத்திரத்திற்கு அடுத்தடுத்து நிகழும் தொடர் துயரங்களும் தொடர் மகிழ்ச்சிகளும் வெகுசன எழுத்தின் சாயை. அந்தச் சாயை மகேந்திரன்மீதும் படிந்துள்ளது.

பெற்றோரின் எதிர்ப்பை மீறித் திருமணம் செய்துகொண்ட மகேந்திரன் - சுசீலா இணைக்கு இருந்த போராட்ட குணம்கூட, சமூகமே ஒதுக்கி அவமானப்படுத்திய பிற்கால மகேந்திரனுக்கு இல்லாமல் போனது. ஒரு புழுவைப் போன்ற வாழ்க்கையைத்தான் அவன் வாழ்கிறான். அவனிடமிருந்து இந்த நாவலை வாசிக்கும் வாசகன் பெற்றுக்கொள்ள என்ன இருக்கிறது? அவனுடைய குழந்தையைப் பொறுப்பாகக் காப்பாற்றக்கூட வக்கற்றவனாக

இருக்கிறான். கிடைக்கும் பணத்தையெல்லாம் குடித்தே அழிக்கிறான். குழந்தைக்குப் பால் வாங்குவது குறித்தும் இவனுக்கு குவார்ட்டர் வாங்குவது குறித்தும் தொடர்ந்து சலிப்பூட்டும் வகையில் எழுதியிருக்கிறார். பசியால் அவனது கட்டை விரலைச் சப்பும் குழந்தைக்கு, பிணத்திற்கு ஊற்றும் பாலைக் குடிக்க கொடுக்கிறான். அந்தக் குழந்தையை நினைத்து, புனைவை வாசிப்பவர்கள் பரிதாபப்படவேண்டும் என்ற நோக்கமும் புனைவாசிரியருக்கு இருந்திருக்க வேண்டும்.

நாவலைத் தற்போது புனைவாக வாசிப்போம். நாவல் ஒரு சுதந்திரமான இலக்கிய வடிவம். வாசகர், தான் வாசிக்கும் நாவல் உருவாக்கியிருக்கும் உலகத்துக்குள் நின்று அதனுடன் ஊடாட வேண்டும். நாவலாசிரியரை வெளியேற்றிவிட்டு அவனது பிரதியை வாசிக்கும்போது அந்நாவலின் எல்லை கட்டுப் பாடற்றதாக இருப்பதை அவதானிக்கலாம். மாறாக, பிரதிக்கும் அதன் ஆசிரியனுக்கும் தொடர் கண்ணிகளை உருவாக்கிக் கொண்டே வாசிக்கும்போது புனைவின் எல்லை வாசகரின் பார்வை தூரத்துக்கு உட்பட்டே இயங்குவதையும் உணரலாம். இயல்புவாதத்துக்கு அப்பாற்பட்டு *ஈமம்* நாவலைப் புனைவாக மட்டுமே அணுகும்போது அது தரும் வெளிச்சத்தில் மனிதத் திரளின் மேன்மைகள் நொறுங்கி வீழ்வதை வாசகர்கள் உணரலாம்.

ஈமம் நாவலின் கதைநாயகன் மகேந்திரன். அவன் தனிநபர் இல்லை; இச்சமூகத்திரட்சியின் ஓர் உதிரி. அவன் இச்சமூகம் வழங்கிய அறிவுக்கு உட்பட்டே சிந்திக்கிறான்; செயல்படுகிறான். மகேந்திரனது ஒட்டுமொத்த நகர்வுகளும் இச்சமூகத்துடன் கட்டமைக்கப்பட்டுள்ளன. ஒரு மனிதனுக்கும் அவன் இயங்கும் சமூகத்திற்குமான உறவுகளும், ஒரு பிணத்திற்கும் அதன் மதிப்பீடுகள் செயல்படும் சமூகத்திற்குமான உறவுகளும் வெவ்வேறு இழைகளால் பின்னப்பட்டவை. இப்புனைவின் முதல் பகுதி, மனிதன் - சமூகம் - உறவு என்ற புள்ளியிலும் இரண்டாம் பகுதி, பிணம் - சமூகம் - உறவு என்ற புள்ளியிலும் இயங்குகிறது.

மகேந்திரன் மனிதனாக இருந்தபொழுது குடும்பம் - காதல் - உறவுகளுக்குள் எழும் தன்முனைப்பு - அகங்காரம் - சூழ்ச்சி - வீழ்ச்சி எனத் தொடர்ந்து, இறுதியில் அவனது தற்கொலையில் முடிகிறது. மகேந்திரன் பிணவறையிலிருந்து உயிர்த்தெழுகிறான். சிந்தனையால் ஒருங்கிணைக்கப்பட்ட இச்சமூகம் அவனைத் தற்போது பிணம் என்றே கருதுகிறது. அவனை அனைவருமே

அவ்வாறு கருதுவதற்கு அந்த ஒருங்கிணைக்கப்பட்ட சிந்தனைதான் காரணமாகவும் இருக்கிறது. வாடகைக்குக் குடியிருந்த வீட்டிலிருந்து கைக்குழந்தையுடன் விரட்டப்படுகிறான். நண்பர்கள் அவனைக் கண்டு அஞ்சுகிறார்கள். இறுதியில், அடைக்கலம் தேடிவந்த சொந்த வீட்டிலிருந்தே வெளியேற்றப்படுகிறான். அவனுக்கு வேலை கொடுக்கவும் பொதுவிடங்களில் ஒதுங்கிக் கொள்ளவும்கூட இச்சமூகம் மறுக்கிறது. ஏற்கனவே பொதுப் புத்தியில் பதிவாகியிருக்கும் பிணம் குறித்த எதிர் மதிப்பீடுகளும் கூட்டுச் சிந்தனையும்தான் மகேந்திரன் மீதான அச்சத்திற்குக் காரணம். இதனை அருவருப்பின் ஒரு மாற்று வடிவம் என்றுகூடச் சொல்லலாம். ஒரு பிணத்திற்கு இச்சமூகம் என்னமாதிரியான மதிப்பீட்டை வழங்குகிறது என்பதைத் தன்னிலையில் மனிதனாகவும் முன்னிலையில் பிணமாகவும் உள்ள மகேந்திரனே காண்கிறான். தாயும் மகனைப் புறக்கணிக்கும் மனநிலையைப் பிணம் குறித்த தொல்மதிப்பீடுகள் வழங்கியிருக்கின்றன.

மகேந்திரனை மனிதனாக இச்சமூகம் கருதியபொழுதும் புறக்கணிப்புகளை எதிர்கொண்டான். இரு குடும்பங்களின் எதிர்ப்புகளுக்கிடையே அத்தை மகளான சுசீலாவைத் திருமணம் செய்தபோது, அந்தப் புறக்கணிப்பு அவ்விரு குடும்பங்களின் மோதலாக மட்டுமே சுருங்கிவிடுகிறது. சுசீலா வேறொரு சாதியைச் சார்ந்தவளாக இருந்திருந்தால் அந்தப் பிரச்சினை அவ்விரு சாதிகளின் பிரச்சினையாக வெளிப்பட்டிருக்கும். சமூகத்தைப் பொறுத்தவரை மகேந்திரன் தற்போது பிணம். இது ஒட்டுமொத்தச் சமூக அமைப்பின் பிரச்சினையாகப் பொதுமைப் படுத்தப்படுகிறது. இதில் மகேந்திரனின் குடும்பம் எந்தப் பக்கம் நிற்கும் என்ற கேள்விக்கு இடமே இல்லை. சமூகத்திரளின் ஓர் அங்கமாக இருக்கும் அவனது குடும்பம், சமூக ஒழுங்கை மீறமுடியாத சூழலில், சமூகத்தின் பொதுப்புத்தி மனநிலைக்குத் தங்களை ஒப்புக்கொடுத்ததுதான் சரி. இவ்விடத்தில் அம்மா - அன்பு - குடும்பம் ஆகிய புனித பிம்பங்களின்மீது கட்டப்பட்டி ருக்கும் தொன்ம மதிப்பீடுகள் வலுவிழந்து போகின்றன. சடங்குகளால் ஒன்றிணைக்கப்பட்டிருக்கும் இச்சமூகத்திற்கு மகேந்திரன் என்ற தனிநபர் முக்கியம் அன்று. அதனால் அம்மாகூட மகனைப் புறக்கணிப்பாளா என்ற கேள்வி அடிபட்டுப்போகிறது.

தர்க்கத்தின் எல்லைகளைத் தகர்க்கும் ஆற்றல் புனைவுக்கு எப்போதும் உண்டு. அறிவு சூன்யத்தை அடையும் இடமும் அதுதான். சிந்திக்கும் ஆற்றல் பெற்ற ஒருவர்கூட மகேந்திரனை

மனிதனாகக் கருதவில்லை. அவனைப் புழுக்கள் நெளிழும் சாக்கடையின் ஓரத்தில் வசிக்கக்கூட அனுமதிக்கவில்லை என்ற இடத்தில் இவ்வாக்கம் புனைவு தன்மைக்குள் ஆழ்ந்து விடுகிறது. 'காக்கை குருவி எங்கள் சாதி, நீள் / கடலும் மலையும் எங்கள் கூட்டம்' என்ற பாடல்கூட புனைவின் இன்னொரு முகம்தான். அறிவுக்கும் உணர்வுக்கும் அப்பாற்பட்டுதான் இந்நாவலின் இரண்டாம் பகுதியை அணுக வேண்டும்.

மகேந்திரனின் முற்பகுதி வாழ்க்கை, இரண்டாம் பகுதிக்கான ஓர் அடித்தளம்தான். மகேந்திரன் கதாபாத்திரத்தினூடே சமூகத்தின் நிறுவனப்படுத்தப்பட்ட இன்னொரு முகத்தைப் புனைவு காட்டுகிறது. இதனை அவனே அறிவதுதான் சிறப்பு. ஏனெனில், வாசகர் இதில் மகேந்திரனின் வாழ்க்கையைத்தான் வாசிக்கிறார். மேலும், வாசகர் தன்னைச் சமூகத்தின் பிரதிநிதியாகக் கருதும்போது புனைவு யதார்த்தத்தை உள்ளடக்கிச் செல்வதாகவும், அவரே தன்னைச் சமூகத்தின் கூட்டு நினைவிலிருந்து விடுவித்துக்கொண்டு வாசிக்கும்போது யதார்த்தத்தைப் புனைவு கட்டுடைத்துச் செல்வதாகவும் உணர்வதற்கு வாய்ப்பிருக்கிறது. புராணீகச் சடங்குகளால் கட்டமைக்கப்பட்ட ஒரு பாவனைச் சமூகத்திரட்சியின்மீது எறியப்பட்ட கல் புனைவின் இரண்டாம் பகுதி. ஒரு குழந்தையின் துயரைப் பகிரக்கூட இச்சமூகத்தின் உணர்வுகள் கிளர்ந்தெழாது என்பதற்கு மகேந்திரனின் குழந்தை கதாபாத்திரமே சான்று. பிணத்தின் மீதுள்ள அருவருப்பு அந்தக் குழந்தையின்மீதும் படர்கிறது.

மகேந்திரனின் இரண்டாம்கட்ட வாழ்க்கையை வெறும் புனைவு என்று கடந்து செல்வதில் எந்தப் பிரச்சினையும் இல்லை. ஆனால் ஒரு நல்ல புனைவு தன் இறுதிக் கட்டத்தில் வாசகரின் நம்பிக்கைக்குரிய நிஜ உலகத்தைத் தொட முயல வேண்டும்; வெறும் நிழலாக மட்டுமே தோன்றி மறைந்துவிடக் கூடாது. ஈமம் இறுதியில் நிஜத்துடன் ஒன்றி விடுகிறது. மகேந்திரனுக்கு அரசு வேலை கிடைக்கிறது; மறுமணம் செய்துகொள்கிறான். இவ்விரண்டு நிகழ்வுகளும் அவனை மீண்டும் சமூகத்திரளுக்குள் அணுக்கமாக்குகிறது. பிணம் என்ற பிம்பம் எதிர்காலத்தில் கொஞ்சம் கொஞ்சமாக மறைவதற்கான வாய்ப்பைப் புனைவு திறந்து விடுகிறது. இரவில் கண்ட கனவிலிருந்து விழிப்பு நிலையை அடையும் மனநிலையை இந்நாவலை வாசிக்கும் வாசகர் இறுதியில் பெறுகிறார். அந்தக் கனவு உருவாக்கிய அதிர்வுதான் நாவல்.

இறுதியாக, வடிவம் பற்றிய பிரக்ஞையற்று எழுதியிருப்பது புனைவுக்குப் பலவீனத்தின் சாயலை ஏற்படுத்தி விடுகிறது. வாசகருக்குரிய வெளியைப் புனைவாசிரியரே நிரப்பிவிடுகிறார். இதனால் நாவல் வெகுசன வாசிப்பிற்கு நகர்ந்து விடுகிறது. ஒரு மனிதன் பிணத்தின் மதிப்பீட்டைப் பெறும்போது அவன் அடையும் உளவியல் பிரச்சினைகள் குறித்து விரிவாக எழுதியிருந்தால், நாவல் வேறொரு உச்சத்தைத் தொட்டிருக்கும். இதுவொரு பரிந்துரைதான். ஏனெனில் நவீன இலக்கியத்தில் 'வடிவம்' என்பது நவீன சிந்தனையை உருவாக்குவதில் முக்கிய பங்காற்றுகிறது. நாவலாசிரியர் இதில் கொஞ்சம் கூடுதல் கவனம் செலுத்தியிருக்க வேண்டும். நாவல் ஒரே நேர்க்கோட்டில் பயணிப்பதும் சேர்ந்தாற்போல இரண்டு பக்கங்களைத் திருப்பினாலும் நாவலில் திருப்பங்கள் ஏதும் இல்லாதிருப்பதும் வாசிப்பில் சலிப்பை ஏற்படுத்துகின்றன. ஒரு காத்திரமான புனைவு, வாசகரின் அரசியல், இலக்கிய அனுபவத்திற்கேற்ப தன்னைத் தொடர்ந்து புதுப்பித்துக்கொண்டே இருக்கும். மாறாக அனைவருக்கும் ஒரே வாசிப்பை நல்கும் பிரதி உள்ளீடுகளற்று தட்டையாகிவிடும் பிரச்சினையும் இருக்கிறது. பிணமான மகேந்திரனை இச்சமூகம் புறக்கணிப்பதற்குப் பின்பும் வலிமையான உளவியல் பிரச்சினைகள் உள்ளன. அவனுக்குக் கொடுத்த கவனத்தை அவனைப் புறக்கணித்த சமூகத்திற்கும் கொடுத்திருக்க வேண்டும். ஏனெனில், வாசிப்பவரின் எதிர்பார்ப்பும் நாவலெனும் வடிவத்தைப் போன்று கட்டற்றது.

இந்து தமிழ் திசை, 01.05.2021

நாவல் பதிப்பு விவரங்கள்

1. சிற்றன்னை (1950) புதுமைப்பித்தன் கதைகள் (பதிப்பாசிரியர்: ஆ.இரா.வேங்கடாசலபதி) பதிப்பு: 2001, காலச்சுவடு பதிப்பகம், நாகர்கோவில்

2. பஞ்சும் பசியும் (1951) பதிப்பு: 1997, என்.சி.பி.எச்., சென்னை

3. கடலுக்கு அப்பால் (1959) பதிப்பு: 2021, ஆதி பதிப்பகம், திருவண்ணாமலை

4. குறிஞ்சித் தேன் (1963) பதிப்பு: 2016, நாம் தமிழர் பதிப்பகம், சென்னை

5. சாயாவனம் (1969) பதிப்பு: 2013, நற்றிணை பதிப்பகம், சென்னை

6. சினிமாவுக்குப் போன சித்தாளு (1972) பதிப்பு: 2012, மீனாட்சி புத்தக நிலையம், மதுரை

7. தண்ணீர் (1973) பதிப்பு: 2015, நற்றிணை பதிப்பகம், சென்னை

8. மரப்பசு (1975) பதிப்பு: 2008, ஐந்திணை பதிப்பகம், சென்னை

9. காகித மலர்கள் (1977) பதிப்பு: 2004, உயிர்மை பதிப்பகம், சென்னை

10. ஆத்துக்குப் போகணும் (1986) பதிப்பு: 2011, காலச்சுவடு பதிப்பகம், நாகர்கோவில்

11. பறளியாற்று மாந்தர் (1991) பதிப்பு: 2008, காவ்யா பதிப்பகம், சென்னை

12. காதுகள் (1992) பதிப்பு: 1997, அகரம், கும்பகோணம்

13. *கோவேறு கழுதைகள் (1994)* பதிப்பு: 2003, க்ரியா, சென்னை
14. *அட்லாண்டிஸ் மனிதன் மற்றும் சிலருடன் (1999)* பதிப்பு: 1999, புதுப்புனல், சென்னை
15. *அம்மன் நெசவு (2002)* பதிப்பு: 2002, தமிழினி, சென்னை
16. *சோளகர் தொட்டி (2004)* பதிப்பு: 2013, எதிர் வெளியீடு, பொள்ளாச்சி
17. *மரம் (2007)* பதிப்பு: 2007, உயிர்மை பதிப்பகம், சென்னை
18. *மாதொருபாகன் (2010)* பதிப்பு: 2010, காலச்சுவடு பதிப்பகம், நாகர்கோவில்
19. *கானகன் (2014)* பதிப்பு: 2014, மலைச்சொல் பதிப்பகம், ஊட்டி
20. *சென்னைக்கு மிக அருகில் (2014)* பதிப்பு: 2014, உயிர்மை பதிப்பகம், சென்னை
21. *சேவல் களம் (2018)* பதிப்பு: 2018, காலச்சுவடு பதிப்பகம், நாகர்கோவில்
22. *நிலநடுக்கோடு (2018)* பதிப்பு: 2018, பாரதி புத்தகாலயம், சென்னை
23. *குதிப்பி (2019)* பதிப்பு: 2019, டிஸ்கவரி புக் பேலஸ், சென்னை
24. *தீர்ப்புகளின் காலம் (2019)* பதிப்பு: 2019, தடாகம், சென்னை
25. *ஈமம் (2021)* பதிப்பு: 2021, நூல்வனம், சென்னை

✸ அடைப்புக்குறிக்குள் இருப்பவை நாவலின் முதல் பதிப்பு ஆண்டு.

நாவல் ஆசிரியர்கள்

புதுமைப்பித்தன் (1906-1948)

இயற்பெயர் சொ.விருத்தாசலம். திருநெல்வேலியைச் சார்ந்தவர். 1933ஆம் ஆண்டு இவரது முதல் சிறுகதையான 'குலோப்ஜான் காதல்' *காந்தி* இதழில் வெளியானது. *மணிக்கொடியில்* தொடர்ந்து எழுதினார். *ஊழியன், தினமணி, தினசரி* ஆகிய இதழ்களில் உதவியாசிரியராகப் பணியாற்றினார். 1940இல் 'புதுமைப்பித்தன் கதைகள்' என்ற இவரது முதல் சிறுகதைத் தொகுப்பு வெளியானது. 97 சிறுகதைகளும் 'சிற்றன்னை' என்ற குறுநாவலும் 'அன்னை இட்ட தீ' என்ற முற்றுபெறாத நாவலும் இவரது படைப்புகளில் அடங்கும். காத்திரமானத் தமிழ்ச் சிறுகதை மரபைத் தமிழில் உருவாக்கிய பெருமை புதுமைப்பித்தனையே சாரும். கவிதை, மொழிபெயர்ப்பு, கட்டுரை, வாழ்க்கை வரலாறு என அனைத்து படைப்புத் தளங்களிலும் இயங்கினார். 'அவ்வை', 'காமவல்லி', 'ராஜமுக்தி' ஆகிய திரைப்படங்களிலும் பணியாற்றியுள்ளார்.

தொ.மு.சிதம்பர ரகுநாதன் (1923-2001)

திருநெல்வேலியைச் சார்ந்த மார்க்ஸிய எழுத்தாளர். சிறுகதை, நாவல், விமர்சனம், ஆய்வு, மொழிபெயர்ப்பு, நாடகம், வாழ்க்கை வரலாறு எனப் பல துறைகளிலும் இயங்கியவர். *சாந்தி* என்ற இலக்கிய இதழினை நடத்தினார். 'இலக்கிய விமர்சனம்' என்ற நூலும் 'பஞ்சும் பசியும்' என்ற நாவலும் தொ.மு.சி.யின் ஆக்கங்களுள் முக்கியமானவை. மார்க்ஸிம் கார்க்கியின் 'தாய்' இவரது மொழிபெயர்ப்பில் குறிப்பிடத்தக்கது. 'பாரதி: காலமும் கருத்தும்' என்ற நூலுக்காக 1983ஆம் ஆண்டு சாகித்ய அகாதெமி

விருது பெற்றார். 'புதுமைப்பித்தன் வரலாறு', 'புதுமைப்பித்தன் கதைகள்: சில விமர்சனங்களும் விஷமத்தனங்களும்' ஆகிய இரு நூல்களும் நண்பரான புதுமைப்பித்தனுக்காகத் தொ.மு.சி.யின் பங்களிப்புகள். 'திருச்சிற்றம்பலக் கவிராயர்' என்ற புனைபெயரில் கவிதைகளும் எழுதியுள்ளார். இவரின், 'பாரதியும் ஷெல்லியும்', 'கங்கையும் காவிரியும்' ஆகிய நூல்கள் ஒப்பிலக்கியத்துக்கு வளம் சேர்த்தவை.

ப.சிங்காரம் (1920- 1997)

சிவகங்கை மாவட்டம், சிங்கம்புணரி என்ற கிராமத்தைச் சார்ந்தவர் ப.சிங்காரம். பள்ளிக்கல்வியை முடித்த இவர், தன்னுடைய பதினெட்டாவது வயதில் இந்தோனேஷியாவிற்கு வட்டிக்கடையில் வேலை செய்வதற்காகச் சென்றார். இந்தோனேஷியாவில் இருக்கும்போதே ப.சிங்காரம் திருமணம் செய்து கொண்டார். தலைப்பிரசவத்தின்போது அவருடைய மனைவியும் பிறந்த ஆண் குழந்தையும் இறந்துவிட்டனர். தமிழகம் திரும்பிய ப.சிங்காரம், 1947ஆம் ஆண்டு 'தினத்தந்தி' பத்திரிகையின் மதுரை செய்திப் பிரிவில் வேலைக்குச் சேர்ந்தார். 1987 வரை இப்பணியில் இருந்தார். தனிமையிலேயே காலத்தைக் கழித்தவர். புலம்பெயர் இலக்கியத்தின் முன்னோடியான ப.சிங்காரம் எழுதிய 'கடலுக்கு அப்பால்', 'புயலிலே ஒரு தோணி' ஆகிய இரு நாவல்களுமே காலம் கடந்து கவனிக்கப்பட்ட தமிழின் மிகச்சிறந்த நாவல்களாகும்.

ராஜம் கிருஷ்ணன் (1925-2014)

திருச்சி மாவட்டம் முசிறியில் பிறந்தவர் ராஜம் கிருஷ்ணன். இவரது முதல் நாவலான 'சுதந்திரத் தாகம்' 1948ஆம் ஆண்டு வெளிவந்தது. அடுத்து, 'பெண் குரல்', 'குறிஞ்சித்தேன்', 'அலைவாய்க்கரையில்', 'கூட்டுக்குஞ்சுகள்', 'சேற்றில் மனிதர்கள்', 'கரிப்பு மணிகள்', 'மண்ணகத்துப் பூந்துளிகள்', 'மானுடத்தின் மகரந்தங்கள்', 'முள்ளும் மலர்ந்தது', 'வளைகரம்', 'அன்னையர் பூமி', 'மாணிக்க கங்கை' என்று தொடர்கிறது இவரது நாவல்களின் பட்டியல். 'வேருக்கு நீர்' என்ற நாவலுக்கு 1973ஆம் ஆண்டு சாகித்ய அகாதெமி விருது கிடைத்தது. நாவல்கள் தவிர்த்துச் சிறுகதை, நாடகம், கட்டுரை, வாழ்க்கை வரலாறு என எழுதியிருக்கிறார். பாரதி பற்றி இவரெழுதிய 'பாஞ்சாலி சபதம் பாடிய பாரதி' முக்கியமான நூலாகும். 'காலந்தோறும் பெண்',

'காலந்தோறும் பெண்மை', 'யாதுமாகி நின்றாய்' போன்ற பெண்ணிய நூல்களும் குறிப்பிட வேண்டியவை.

சா.கந்தசாமி (1940-2020)

நாகப்பட்டினம் மாவட்டம் மயிலாடுதுறையைச் சார்ந்தவர் சா.கந்தசாமி. 'சாயாவனம்' (1969) என்ற இவரது முதல் நாவலே கவனிக்கப்பட்டது. சுற்றுச்சூழல் சார்ந்த கவனத்தைத் தம் ஆக்கங்களினூடாகத் தொடர்ந்து முன்னெடுத்தவர் ச.கந்தசாமி. 'அவன் ஆனது', 'தொலைந்து போனவர்கள்', 'சூரியவம்சம்', 'எட்டாவது கடல்', 'வான்கூவர்', 'பெருமழை நாட்கள்', 'புது டில்லி' உள்ளிட்ட நாவல்களையும் 'ஆறுமுகசாமியின் ஆடுகள்', 'தக்கையின்மீது நான்கு கண்கள்', 'ரம்பையும் நாச்சியாரும்', 'கடவுளின் கனி', 'மாயவலி' போன்ற சிறுகதைத் தொகுப்புகளையும் எழுதியுள்ளார். சிற்பி தனபால், ஜெயகாந்தன், அசோகமித்திரன் ஆகியோர் குறித்து ஆவணப்படங்களை இயக்கியுள்ளார். 'விசாரணைக் கமிஷன்' நாவலுக்காக 1998ஆம் ஆண்டு சாகித்ய அகாதெமி விருது பெற்றார். நண்பர்களுடன் இணைந்து கசடதபற இதழினை நடத்தியுள்ளார். கட்டுரை, பயண இலக்கியம், குறும்படம் என தொடர்ந்து இயங்கியவர்.

ஜெயகாந்தன் (1934-2015)

கடலூர் மாவட்டம் மஞ்சக்குப்பத்தில் பிறந்தவர் ஜெயகாந்தன். சரஸ்வதி, தாமரை, கிராம ஊழியன், ஆகிய இதழ்களில் தொடர்ந்து எழுதினார். வெகுசன இதழான ஆனந்த விகடனில் காத்திரமான கதைகளை எழுதியவர் ஜெயகாந்தன். 1958ஆம் ஆண்டு இவரது முதல் நாவலான 'வாழ்க்கை அழைக்கிறது' பிரசுரமானது. தொடர்ந்து, 'பாரீசுக்குப் போ', 'ஒரு நடிகை நாடகம் பார்க்கிறாள்', 'ஒரு மனிதன் ஒரு வீடு ஒரு உலகம்', 'கங்கை எங்கே போகிறாள்' உள்ளிட்ட நாற்பதுக்கும் மேற்பட்ட நாவல் மற்றும் குறுநாவல்கள் இவரது பங்களிப்புகள். சிறுகதை, நாவல் என இரண்டு வடிவங்களிலும் எழுதி வெற்றிபெற்ற எழுத்தாளர்களுள் ஜெயகாந்தனுக்கு முக்கியமான இடமுண்டு. 'சில நேரங்களில் சில மனிதர்கள்' நாவலுக்காக இவருக்குச் சாகித்ய அகாதெமி விருது (1972) வழங்கப்பட்டது. இவரது ஒட்டுமொத்த இலக்கியப் பங்களிப்புக்காக ஞானபீடம் (2002), பத்மபூஷண் (2009) ஆகிய உயரிய விருதுகளை மத்திய அரசு வழங்கியுள்ளது. 'உன்னைப்போல் ஒருவன்', 'யாருக்காக

அழுதான்' ஆகிய நாவல்களை இவரே திரைப்படமாக இயக்கியுள்ளார்.

அசோகமித்திரன் (1931-2017)

அசோகமித்திரனின் இயற்பெயர் தியாகராஜன். ஆந்திரப் பிரதேசத்தின் செகந்திராபாத் நகரத்தில் பிறந்தவர். தந்தையின் மறைவிற்குப் பிறகு சென்னையில் குடியேறியவர். எளிமையும் மெல்லிய நகைச்சுவையும் கொண்டது இவரது எழுத்து. தமிழ் இலக்கியத்துக்கு உலக அளவில் அங்கீகாரம் பெற்றுத் தந்தவை இவரது கதைகள். 1996இல் 'அப்பாவின் சிநேகிதர்' என்ற சிறுகதைத் தொகுப்புக்காகச் சாகித்ய அகாடமி விருது பெற்றார். 'வாழ்விலே ஒருமுறை', 'காலமும் ஐந்து குழந்தைகளும்', 'நாடகத்தின் முடிவு', 'உண்மை வேட்கை' போன்ற சிறுகதைத் தொகுப்புகளும் 'கரைந்த நிழல்கள்', 'பதினெட்டாவது அட்சக்கோடு', 'தண்ணீர்', 'ஆகாயத் தாமரை', 'ஒற்றன்', 'மானசரோவர்', 'இன்று' ஆகிய நாவல்களும் 'இருட்டிலிருந்து வெளிச்சம்', 'படைப்பாளிகள் உலகம்', 'எரியாத நினைவுகள்', 'இந்திய முதல் நாவல்கள்' போன்ற கட்டுரை நூல்களும் முக்கியமானவை. *கணையாழி*யில் ஆசிரியராகப் பணியாற்றினார்.

தி.ஜானகிராமன் (1921-1982)

தி.ஜா. என்று அழைக்கப்படும் தி.ஜானகிராமன், தமிழ் இலக்கிய முன்னோடிகளுள் ஒருவர். இவரது ஊர், தஞ்சாவூர் மாவட்டம் தேவகுடி. பள்ளி ஆசிரியராகவும் அகில இந்திய வானொலி நிலையத்திலும் பணியாற்றியுள்ளார். இவரெழுதிய முதல் நாவல் 'அமிர்தம்' (1945). 'மோகமுள்', 'அம்மா வந்தாள்', 'மரப்பசு', 'உயிர்த்தேன்' உள்ளிட்ட பதினோரு நாவல்களை எழுதியுள்ளார். 'கமலம்', 'தோடு', 'அவலும் உமியும்' போன்ற ஆறு குறுநாவல்களும் இவரது படைப்புகளில் அடங்கும். 'மோகமுள்' இயக்குநர் ஞானராஜசேகரன் இயக்கத்தில் 1995ஆம் ஆண்டு திரைப்படமாக வெளியானது. தஞ்சை மண்ணின் அடையாளமான தி.ஜா.வுக்குச் 'சக்தி வைத்தியம்' என்ற சிறுகதைத் தொகுப்புக்காக 1979ஆம் ஆண்டு சாகித்ய அகாதெமி விருது வழங்கப்பட்டது. படைப்பிலக்கியம் தவிர்த்து கட்டுரை, பயண இலக்கியம், நாடகம், மொழிபெயர்ப்பு என பல துறைகளில் செயல் பட்டுள்ளார். பெண்களுக்கு ஆதரவான குரலைத் தொடர்ந்து தம் படைப்புகளில் முன்வைத்த தி.ஜானகிராமன், *கணையாழி* இதழிலும் பணியாற்றியுள்ளார்.

ஆதவன் (1942-1987)

ஆதவனின் இயற்பெயர் கே.எஸ்.சுந்தரம். திருநெல்வேலி மாவட்டம் கல்லிடைக்குறிச்சியில் பிறந்தவர். நெல்லை மாவட்டம் தந்த எழுத்தாளர். நேஷ்னல் புக் டிரஸ்டில் பணியாற்றினார். தமிழ் இலக்கியத்துக்கு 'காகித மலர்கள்', 'என்பெயர் ராமசேஷன்' ஆகிய புதினங்களைக் கையளித்தவர். குறிப்பிடும்படியான சிறுகதைகளையும் எழுதியிருக்கிறார். 'முதலில் இரவு வரும்' என்ற சிறுகதைத் தொகுப்பிற்காக 1987ஆம் ஆண்டு இவருக்குச் சாகித்ய அகாதெமி விருது வழங்கப்பட்டது. அப்போது ஆதவன் உயிருடன் இல்லை. 'புழுதியில் வீணை' என்றொரு நாடகமும் எழுதியிருக்கிறார். ஆதவன் நடுத்தர மக்களின் வாழ்க்கையைக் கூர்ந்து அவதானித்தவர். அக்குடும்பங்களில் நிகழும் மிகச்சிறிய அசைவுகளையும் புனைவுகளாக்கியவர். குறிப்பாக, பெண்களுக்கான வெளியைத் தம் புனைவுகளில் விரிவாக்கியவர்.

காவேரி (1947)

காவேரி என்ற புனைபெயரில் எழுதி வருபவர் லக்ஷ்மி கண்ணன். ஆங்கிலத்திலும் தமிழிலும் ஒரே நேரத்தில் எழுதுபவர். கர்நாடக மாநிலம் மைசூரில் பிறந்தவர். தமது இளமைக் காலத்தை மைசூரில் கழித்த காவேரி, வேலையின் பொருட்டு டெல்லிக்கு நிலம்பெயர்ந்தார். ஆங்கில இலக்கியத்தில் முனைவர் பட்டம் பெற்றவர்; பேராசிரியராகப் பணியாற்றிவர். தற்போதுவரை டெல்லி வாசம். காத்திரமாக எழுதக்கூடிய பெண் எழுத்தாளர்களில் அம்பையைத் தொடர்ந்து கவனம் பெற்றிருக்க வேண்டியவர் காவேரி. 1986ஆம் ஆண்டு இவரெழுதிய 'ஆத்துக்குப் போகணும்' என்ற ஒரு நாவலே இதற்குச் சான்று. 'ஓசைகள்', 'வெண்மை போர்த்தியது', 'இன்று மாலை என்னுடன்', 'எங்கும் வானம்' ஆகிய சிறுகதைத் தொகுப்புகள் வெளிவந்துள்ளன. தி.ஜா.வின் மரப்பசு நாவலை ஆங்கிலத்தில் மொழிபெயர்த்துள்ளார்.

மா.அரங்கநாதன் (1932-2017)

கன்னியாகுமரி மாவட்டம் திருவண்பரிசாரத்தைச் சார்ந்தவர். இவர் சங்க இலக்கியம், சைவ சித்தாந்தம், மேலைநாட்டு இலக்கியங்கள், திரைப்படங்கள் ஆகியவற்றில் ஆழ்ந்த ஈடுபாடு கொண்டவர். *முன்றில்* என்ற சிற்றிதழை நடத்தினார். சென்னை மாநகராட்சியில் பணியாற்றி ஓய்வு பெற்றவர். அரசு பணியிலிருந்து

ஓய்வுபெற்ற பின்னர் புதுச்சேரியில் வசித்துவந்தார். 'பறளியாற்று மாந்தர்', 'காளியூட்டு' ஆகிய நாவல்களும் 'வீடு பேறு', 'காடன் மலை', 'சிராப் பள்ளி', 'ஞானக்கூத்து' ஆகிய சிறுகதைத் தொகுப்புகளும் 'பொருளின் பொருள் கவிதை', 'கடவுளுக்கு இடங்கேட்ட கவிஞன்' ஆகிய கட்டுரைத் தொகுப்புகளும் வெளிவந்துள்ளன. எஸ்.சண்முகம் இவரைப் பேட்டிகண்டு 'இன்மை-அனுபூதி-இலக்கியம்' என்ற பெயரில் நூலாக்கியுள்ளார். 'மா.அரங்கநாதனும் கொஞ்சம் கவிதைகளும்' என்ற பெயரில் ரவிசுப்பிரமணியன் இவரை ஆவணப்படமாக்கியுள்ளார்.

எம்.வி.வெங்கட்ராம் (1920-2000)

கும்பகோணத்தில் சௌராஷ்டிரக் குடும்பத்தில் பிறந்தவர். *மணிக்கொடி* எழுத்தாளர். தன் பதினாறாவது வயதிலேயே எழுதத் தொடங்கியவர். 'காதுகள்' என்ற நாவலுக்காக 1993ஆம் ஆண்டு சாகித்ய அகாதெமி விருது பெற்றார். 'விக்ரஹவிநாசன்' என்ற பெயரில் கவிதைகளும் எழுதியுள்ளார். நெசவுத் தொழில் செய்தவர்; அத்தொழில் சார்ந்தும் எழுதியவர். *தேனீ* என்ற இலக்கிய இதழைச் சில காலம் நடத்தினார். 'நாட்டுக்கு உழைத்த நல்லவர்' வரிசையில் சிறுநூல்கள் பலவற்றை எழுதியுள்ளார். 'நித்தியகன்னி', 'உயிரின் யாத்திரை', 'வேள்வித் தீ' உள்ளிட்ட நாவல்களும் 'குயிலி', 'மாளிகை வாசம்', 'மோகினி', 'அகலிகை முதலிய அழகிகள்' உள்ளிட்ட சிறுகதைத் தொகுப்புகளும் வெளிவந்துள்ளன. 'என் இலக்கிய நண்பர்கள்' என்ற கட்டுரைத் தொகுப்பும் குறிப்பிடத்தக்கது.

இமையம் (1964)

இமையத்தின் இயற்பெயர் வெ.அண்ணாமலை. கடலூர் மாவட்டத்தைச் சேர்ந்தவர். பள்ளி ஆசிரியர். 'கோவேறு கழுதைகள்' என்ற முதல் நாவல், இவருக்கு ஓர் அடையாளத்தைப் பெற்றுத் தந்தது. ஒடுக்கப்பட்ட மக்களின் பொருளாதார, சமூகப் பண்பாட்டுத் தளங்களில் நிலவும் முரண்பாடுகளையும் ஆதிக்கத்தின் குரூரங்களையும் எழுதி வருகிறார். 'ஆறுமுகம்', 'செடல்', 'எங் கதெ', 'செல்லாத பணம்' ஆகிய நாவல்களும் 'மண்பாரம்', 'வீடியோ மாரியம்மன்', 'கொலைச் சேவல்', 'சாவு சோறு', 'நறுமணம்', 'கோட்டை நன்மாறன் கதை' போன்ற சிறுகதைத் தொகுப்புகளும் பிரசுரமாகியுள்ளன. 'பெத்தவன்', 'வாழ்க வாழ்க' ஆகிய நெடுங்கதைகளும் வெளியாகியுள்ளன.

‘செல்லாத பணம்’ *(2020)* நாவலுக்காகச் சாகித்ய அகாதெமி விருது பெற்றுள்ளார்.

எம்.ஜி.சுரேஷ் (1953 -2017)

தமிழின் பின் நவீனத்துவப் படைப்பாளிகளில் குறிப்பிடத்தக்கவர். நவீனத்துவக் கோட்பாடுகள் குறித்துத் தொடர்ந்து எழுதிவந்தார். ‘அட்லாண்டிஸ் மனிதன் மற்றும் சிலருடன்’, ‘அலெக்சாண்டரும் ஒரு கோப்பைத் தேநீரும்’, ‘யுரேகா என்றொரு நகரம்’, ‘சிலந்தி’, ‘37’, ‘தந்திர வாக்கியம்’ ஆகிய நாவல்களும் ‘தாஜ்மகாலுக்குள் சில எலும்புக்கூடுகள்’, ‘கனவுலகவாசியின் நனவுலகக் குறிப்புகள்’ போன்ற சிறுகதைத் தொகுதிகளும் வெளிவந்துள்ளன. ‘பின் நவீனத்துவம் என்றால் என்ன?’, ‘இஸங்கள் ஆயிரம்’ என்ற கோட்பாட்டு அறிமுக நூல்களும் ‘தெரிதா’, ‘ஃபூக்கோ’, ‘பார்த்’, ‘லக்கான்’ போன்ற சிந்தனையாளர் அறிமுக நூல்களும் அவருக்குப் புகழைத் தேடித் தந்தன. *பன்முகம் (2001-2005)* என்ற காலாண்டு இதழையும் நடத்தினார். தமிழக சுகாதாரத் துறையில் பணியாற்றியவர்.

எம்.கோபாலகிருஷ்ணன் (1967)

கொங்கு எழுத்தாளர். திருப்பூரைச் சார்ந்தவர். சூத்ரதாரி என்ற பெயரில் தொடக்கத்தில் எழுதினார். இன்சூரன்ஸ் நிறுவனத்தில் பணி. ‘அம்மன் நெசவு’, ‘மணல்கடிகை’, ‘மனைமாட்சி’, ‘தீர்த்த யாத்திரை’ ஆகிய நாவல்களும் ‘பிறிதொரு நதிக்கரை’, ‘முனிமேடு’, ‘சத்தியோகம்’ ஆகிய சிறுகதைத் தொகுப்புகளும் வெளிவந்துள்ளன. ‘குரல்களின் வேட்டை’ என்ற கவிதை நூலையும் ‘நினைவில் நின்ற கவிதைகள்’, ‘மொழி பூக்கும் நிலம்’, ‘ஒரு கூடைத் தாழம்பூ’ போன்ற கட்டுரை நூல்களையும் வெளியிட்டுள்ளார். கதேயின் ‘காதலின் துயரம்’, நிர்மல் வர்மாவின் ‘சிவப்பு தகரக் கூரை’, ராகுல் சாங்கிருத்தியாயனின் ‘வால்காவிலிருந்து கங்கை வரை’, ‘ஆன்டன் செகாவ் கதைகள்’ ஆகியன இவர் மொழிபெயர்ப்புகளில் முக்கியமானவை. கதா விருதும் தமிழ்நாடு அரசின் சிறந்த மொழிபெயர்ப்புக்கான விருதும் பெற்றுள்ளார். *சொல் புதிது* இதழின் ஆசிரியராகவும் பொறுப்பு வகித்துள்ளார்.

ச.பாலமுருகன் (1967)

ச.பாலமுருகன், ஈரோடு மாவட்டம் பவானியைச் சேர்ந்தவர். இவர் ஒரு வழக்குரைஞர்; மனித உரிமை ஆர்வலர்; பி.யூ.சி.எல்

என்ற அமைப்பில் இணைந்து செயல்படுபவர். பழங்குடி மக்களின் மீதான மனித உரிமை மீறல்களுக்கு எதிராகக் குரல் கொடுப்பவர். இவரது 'சோளகர் தொட்டி' (2004) நாவல் வீரப்பன் தேடலின்போது பாதிக்கப்பட்ட பழங்குடி மக்களின் வாழ்வை மையமாகக் கொண்டது. 'டைகரிஸ்' என்ற இவரது இரண்டாவது நாவல் இவ்வாண்டு வெளியாகியுள்ளது. 'பெருங்காற்று' என்ற சிறுகதைத் தொகுப்பும் 'மனிதமும் உரிமையும்' என்ற கட்டுரை நூலும் இவரது பிற ஆக்கங்கள். விடுதலைப் போராட்ட வீரரும் தாழ்த்தப்பட்ட மக்களின் முன்னேற்றத்துக்காகப் போராடியவருமான, கோபிசெட்டிப்பாளையம் தியாகி லட்சுமண அய்யர் பற்றி 'ஓயாமாரி' என்ற ஆவணப்படத்தை இயக்கியுள்ளார்.

ஜீ.முருகன் (1967)

ஜீ.முருகன், திருவண்ணாமலை மாவட்டம் செங்கத்தைச் சார்ந்தவர். தொண்ணூறுகளில் எழுதத்தொடங்கிய இவர், பல சிற்றிதழ்களில் இன்றும் எழுதி வருகிறார். *வனம்* என்ற சிற்றிதழைச் சிலகாலம் நடத்தினார். விவசாயம் செய்தார்; *தினமணி*யில் உதவி ஆசிரியராகப் பத்தாண்டுகள் பணிபுரிந்தார். படைப்பாளியாக மட்டுமின்றி விமர்சகராகவும் திகழும் ஜீ.முருகன், ஜீவா என்ற தமிழ் எழுத்துருவை உருவாக்கியுள்ளார். 'மின்மினிகளின் கனவுக்காலம்', 'மரம்' ஆகிய நாவல்களும் 'சாயும் காலம்', 'கறுப்பு நாய்க்குட்டி', 'சாம்பல்நிற தேவதை', 'கண்ணாடி' ஆகிய சிறுகதைத் தொகுப்புகளும் 'காட்டோவியம்' என்ற கவிதைத் தொகுப்பும் 'இனியவன் இறந்துவிட்டான்' என்ற குறுநாவலும் 'ஆந்த்ரேய் தார்க்கோவஸ்கியின் ஏழு காவியங்கள்' என்ற சினிமா கட்டுரை நூலும் இவரது ஆக்கங்கள்.

பெருமாள்முருகன் (1966)

நாமக்கல் மாவட்டத்தைச் சார்ந்தவர். எழுத்தாளர் ஆர்.சண்முகசுந்தரம் ஆக்கங்கள் குறித்து ஆய்வுசெய்து முனைவர் பட்டம் பெற்றவர். அரசு கல்லூரியில் முதல்வராகப் பணியாற்றுகிறார். கவிதை, சிறுகதை, நாவல், கட்டுரை, அகராதி, பதிப்பு, தொகுப்பு என பல தளங்களில் இயங்கி வருகிறார். கொங்கு மண்தான் இவரது எழுத்துக்களுக்கு ஆதாரம். 'ஏறுவெயில்', 'நிழல்முற்றம்', 'கூளமாதாரி', 'கழிமுகம்' உள்ளிட்ட நாவல்களும் 'திருச்செங்கோடு', 'நீர் விளையாட்டு' உள்ளிட்ட சிறுகதைத் தொகுப்புகளும் 'நிகழ் உறவு', 'கோழையின் பாடல்கள்' உள்ளிட்ட கவிதைத் தொகுப்புகளும் இவரது ஆக்கங்கள். தவிர,

‘துயரமும் துயர நிமித்தமும்’, ‘பதிப்புகள் மறுபதிப்புகள்’, ‘கெட்டவார்த்தை பேசுவோம்’ போன்ற கட்டுரைத் தொகுப்புகளையும் எழுதியுள்ளார். விளக்கு விருது, கதா விருது, கனடா இலக்கியத் தோட்ட விருது போன்ற பல விருதுகளையும் பெற்றிருக்கிறார். இவரது நாவலான ‘மாதொருபாகன்’ உலக அளவில் இவருக்கு அங்கீகாரத்தைப் பெற்றுத்தந்தது.

லக்ஷ்மி சரவணகுமார் (1985)

மதுரை மாவட்டம், திருமங்கலத்தைச் சார்ந்தவர். சிறுகதை, நாவல், கவிதை, கட்டுரை என எழுதி வருபவர். ‘நீலப்படம்’, ‘கொமோரா’, ‘ரூஹ்’, ‘ஐரிஸ்’ போன்ற நாவல்களும் ‘நீலநதி’, ‘யாக்கை’, ‘வசுந்தரா என்னும் நீலவானப் பறவை’ உள்ளிட்ட சிறுகதைத் தொகுப்புகளும் வெளியாகியுள்ளன. ‘தனித்திருத்தலின் ருசி’, ‘சொற்களைத் தவிர வேறு துணையில்லை’ ஆகியன இவரது கட்டுரை நூல்கள். திரைப்பட உதவி இயக்குநராகப் பணிபுரிகிறார். ‘கானகன்’ *(2016)* என்ற நாவலுக்காகச் சாகித்ய அகாதெமியின் யுவ புரஸ்கார் விருதும் ‘உப்பு நாய்கள்’ என்ற நாவலுக்காக 2012ஆம் ஆண்டுக்கான சுஜாதா நினைவு விருதும் பெற்றுள்ளார். ‘மயான காண்டம்’ இவர் இயக்கிய குறும்படம்.

விநாயக முருகன் (1982)

கும்பகோணத்தைச் சார்ந்தவர். இளம் வாசகர்களின் விருப்ப எழுத்தாளர். ‘கோவில் மிருகம்’ விநாயக முருகனின் முதல் கவிதைத் தொகுப்பு. ஐ.டி. உலகின் இருண்ட பக்கங்களை ‘ராஜிவ்காந்தி சாலை’ என்ற பெயரில் நாவலாக்கியுள்ளார். ‘சென்னைக்கு மிக அருகில்’, ‘வலம்’, ‘நீர்’ ஆகியன இவரது பிற நாவல்கள். ‘அமேசான் காடும் சில பேரழகிகளும்’, ‘மனுஷனுக்கு ஆயிரம் பிரச்சினை’ ஆகியன இவரது கட்டுரைத் தொகுப்புகள். *வளர் தொழில், தமிழ் கம்ப்யூட்டர், கம்ப்யூட்டர் உலகம்* போன்ற மாத இதழ்களில் உதவி ஆசிரியராகப் பணிபுரிந்துள்ளார். தற்போது ஐ.டி. துறையில் பணி.

பாலகுமார் விஜயராமன் (1980)

மதுரையைச் சார்ந்தவர். மின்னணுவியல் மற்றும் தொடர்பியலில் பொறியியல் பட்டமும் மேலாண்மையியலில் பட்டமேற்படிப்பும் வாடிக்கையாளர் மனப்பான்மை தொடர்பான புத்தாய்வில் முனைவர் பட்டமும் பெற்றுள்ளார். எழுத்து, மொழிபெயர்ப்பு

என இரண்டு தளங்களிலும் செயல்படுபவர். 'சேவல் களம்' என்ற நாவலும் 'புறாக்காரர் வீடு' என்ற சிறுகதைத் தொகுப்பும் இவரது படைப்புகள். தவிர, சார்லஸ் புக்கோவ்ஸ்கியின் 'அஞ்சல் நிலையம்', ஆலன் கின்ஸ்பெர்கின் 'ஹௌல் மற்றும் சில கவிதைகள்', 'கடவுளின் பறவைகள்' (உலகச் சிறுகதைகள்) ஆகியன இவரது மொழிபெயர்ப்பு நூல்களாகும். 'சிவப்புப் பணம்' என்ற நாவலையும் மின்னூலாக எழுதியுள்ளார். மத்திய அரசின் தொலைதொடர்பு நிறுவனத்தில் பொறியாளராகப் பணியாற்றுகிறார். தற்போது ஒசூரில் வசித்து வருகிறார்.

விட்டல் ராவ் (1942)

விட்டல் ராவ், கிருஷ்ணகிரி மாவட்டம் ஒசூரில் பிறந்தவர். பிறப்பால் கன்னடர். தொலைதொடர்புத் துறையில் பணியாற்றினார். 'நதிமூலம்' இவரது முக்கியமான நாவலாகும். 'போக்கிடம்', 'இன்னொரு தாஜ்மகால்', 'மற்றவர்கள்', 'காலவெளி', 'வண்ண முகங்கள்', 'நிலநடுக்கோடு' உள்ளிட்ட நாவல்களை எழுதியுள்ளார். இவரது சிறுகதைகள் ஐந்து தொகுதிகளாக வெளிவந்துள்ளன. இவர் தொகுத்த 'இந்த நூற்றாண்டுச் சிறுகதைள்' முக்கியமான நூலாகும். 'கலை இலக்கியச் சங்கதிகள்', 'வாழ்வின் சில உன்னதங்கள்', 'தமிழ் சினிமாவின் பரிமாணங்கள்', 'தமிழகக் கோட்டைகள்', 'நவீன கன்னட சினிமா' ஆகிய கட்டுரை நூல்களும் வெளியாகியுள்ளன. தனிமனித அடையாளச் சிக்கல்களைத் தொடர்ந்து எழுதிவரும் விட்டல்ராவ், தற்போது பெங்களூரில் வசித்து வருகிறார்.

ம.காமுத்துரை (1960)

தேனியைச் சார்ந்த முற்போக்கு எழுத்தாளர். எண்பதுகளில் இருந்து எழுதி வருகிறார். தேனியில் வாடகை பாத்திரக்கடை நடத்தி வருகிறார். 2010ஆம் ஆண்டு இவரெழுதிய 'மில்' என்ற நாவலுக்குச் சுஜாதா நினைவு விருதும் ஆனந்த விகடனின் சிறந்த நாவல் விருதும் கிடைத்தது. 2019ஆம் ஆண்டு இவரது 'குதிப்பி' நாவல், பிரபஞ்சன் நினைவுப் பரிசைப் பெற்றது. 'விடுபட', 'நல்லதண்ணிக் கிணறு', 'கப்பலில் வந்த நகரம்', 'நாளைக்குச் செத்துப் போனவன்', 'புழுதிச் சூடு', 'இன்னுமொரு வாக்குமூலம்', 'கருப்பு காப்பி' உள்ளிட்ட சிறுகதைத் தொகுப்புகள் வெளிவந்துள்ளன. 'முற்றாத இரவொன்றில்', 'அலை வரிசை' ஆகியவை இவரது பிற நாவல்கள். த.மு.எ.ச.க.வின் மாநிலக் குழு உறுப்பினராக உள்ளார்.

அபிமானி (1958)

திருநெல்வேலியைச் சார்ந்தவர். ஒடுக்கப்பட்ட மக்களின் கதையைத் தொடர்ந்து எழுதி வருபவர். தொண்ணூறுகளுக்குப் பிறகு தமிழில் உருவான தலித் இலக்கியத்தில் தொடர்ந்து இயங்குபவர். தலித் எழுத்தாளர் என்று தன்னை அழைத்துக் கொள்வதில் பெருமை கொள்பவர். 'நோக்காடு', 'பனைமுனி', 'ஊர்ச்சோறு', 'தெரிந்தவன்' ஆகிய நான்கு சிறுகதைத் தொகுப்புகள் வெளிவந்துள்ளன. 'நீர் கொத்தி மனிதர்கள்', 'தீர்ப்புகளின் காலம்' போன்ற நாவல்களும் இவரது ஆக்கங்கள். தூத்துக்குடி துறைமுகத்தில் முதுநிலை எழுத்தராகப் பணியாற்றி ஓய்வு பெற்றவர்.

கவிப்பித்தன் (1971)

கவிப்பித்தனின் இயற்பெயர் தேவராஜ். இராணிப்பேட்டை மாவட்டத்தைச் சார்ந்தவர். வடாற்காட்டில் வாழும் விளிம்புநிலை மக்களின் வாழ்வியலைத் தொடர்ந்து எழுதி வருபவர். இவர், தற்போது தமிழக அரசின் வருவாய்த்துறையில் துணை வட்டாட்சியராகப் பணிபுரிந்து வருகிறார். கல்லூரிக் காலத்திலேயே 'ஒரு மேகத்தின் தாகம்' என்ற கவிதை நூலை வெளியிட்டுள்ளார். இவர் எழுதிய 'மடவளி' நாவல் சிறந்த நாவலுக்கான ஆனந்த விகடன் நம்பிக்கை விருதைப் பெற்றது. 'நீவாநதி' என்ற நாவல் எஸ்.ஆர்.எம். கல்விக்குழும தமிழ்ப்பேராயத்தின் புதுமைப்பித்தன் படைப்பிலக்கிய விருதை வென்றது. 'இடுக்கி', 'ஊர்ப்பிடாரி', 'பிணங்களின் கதை', 'சிப்பாய் கணேசன்', 'சாவடி' ஆகியன இவரது சிறுகதைத் தொகுதிகளாகும். 'ஈமம்' இவரது மூன்றாவது நாவலாகும்.